புத்தபதம்

புத்தபதம்

ரவீந்திரன்

தமிழில் : ருத்ர. துளசிதாஸ்

புத்தபதம்
Buddhapadham
Ravindran ©
Translated from Malayalam by Rudhra. Thulasidoss ©

First Edition: December 2007
184 Pages
Printed at Repro Knowledgecast Limited, Thane.

ISBN 978-81-8368-628-0
Kizhakku - 295

Kizhakku Pathippagam
177/103, First Floor,
Ambal's Building, Lloyds Road
Royapettah, Chennai 600 014.
Ph: +91-44-4200-9603

Email : support@nhm.in
Website : www.nhm.in

Cover Illustration: Rama. Sarath Chandra

Kizhakku Pathippagam is an imprint of New Horizon Media Private Limited

❖ ❖ ❖

சகதியில் புதைந்த புல் பரப்பினூடே மீண்டும் ஒரு பஸ் பயணம். மண்ணெண்ணெய் விளக்குப் பிரகாசத்துடன், ஒடுங்கிய இரைச்சல்களூடான மற்றொரு படகுத்துறை. தீவில் வெயிலடிக்கும் போதெல்லாம் மேய்வதற்காக இடையர்கள் விட்டுச் சென்றிருக்கும் கேட்பாரற்ற கால்நடைகளின் குளம்படி ஓசைகள். பக்கவாட்டிலும் மரச்சட்டங்களிலும் தொங்கிக்கொண்டு, மீண்டும் ஒரு படகுப் பயணம்.

❖ ❖ ❖

உள்ளே

1

நிசப்த வழி

பாட்னாவிலிருந்து கயாவுக்குப் போக நான்கு மணி நேரம் பயணம் செய்ய வேண்டும். இடை வழியில் கிராமங்களை நிகர்த்த சில குறுநகரங்கள். அங்கே மந்தத்தனம்தான் இருந்தது; சிறிதும் சுறுசுறுப் பில்லை. எல்லாப் பெருநகரங்களின் எல்லைப் பகுதிகளில் இருப்பதைப் போலவே பாட்னாவிலும் நுழைவாசல்களில் ஒழுங்கீனம் காணப்படுகிறது. நடமாட்டத்தை மந்தப்படுத்திச் சலிப்பை ஏற் படுத்தும் வகையில் சரக்கு லாரிகள் நிறுத்தப்பட்டு சுமைகளுடன் காத்திருக்கின்றன. ஆட்டோமொபைல் ஒர்க்ஷாப்புகளில் தீய்ந்து கருகிய கசடு எண்ணெய் வாசனை. பழுது நீக்கும் பணிகளும் அங்கு நடைபெறுகின்றன. தெரு வியாபார இரைச்சல்களும் உண்டு. இவை எல்லாமாகச் சேர்ந்து உருவாக்கும் நாராசமான ஆரவாரம், பிற நகரங்களில் இருப்பதைப் போல பாட்னாவிலும் இருக்கிறது.

இந்தச் சூழலைக் கடந்து விசாலமான, ஆள்நடமாட்டம் இல்லாத சமவெளியில் பயணம் தொடர வேண்டும். கயா, ராஜ்கிர், நளந்தா, வைசாலி முதலிய பௌத்த நினைவிடங்களுக்கு இட்டுச் செல்வதான சாலைகளில் பெரும்பாலானவற்றை ஜப்பான் அரசாங்கம் நிர்மாணித்து வகைப்படுத்தியிருக்கிறது. அதனால் பயணம் வசதியுடனும் தடையின்றியும் அமைகிறது.

வழியில் சில ஜில்லா மற்றும் தாலுகாத் தலைநகரங்கள் இருக்கின்றன. இரண்டு மாடிகள், அபூர்வமாக மூன்று மாடிகள் கொண்ட அடுக்கு மாடிக் குடியிருப்புகள் தொகுப்புகளாக அமைந்திருக்கின்றன. அவை வரம்பு மீறாமல் கட்டப்பட்டிருக்கின்றன. அவற்றுள் சில முற்றுப் பெறாத கட்டடங்களாக இருக்கின்றன. தெரு வியாபாரிகளும் பசுக்களும் குப்பைக் குவியல்களும் பாதிக்கு மேலாகப் பாதையை மறித்துக்கொண்டு, வழியைக் குறுகலாக்கிவிடும் காட்சியைக்

காணலாம். போக்குவரத்தைப் பாதிக்கும் குறுக்கீடுகள் இவை. சைக்கிள் ரிக்‌ஷாக்கள், மூன்று சக்கர சரக்கு வண்டிகள், டிரக்குகள், சகதி, குளம் கட்டி நிற்கும் தண்ணீர், அசைபோட்டபடி ஓய்வெடுக்கும் மாடுகளின் கூட்டம் ஆகியன பயணத்தைச் சங்கடத்துக்குள்ளாக்கி ஸ்தம்பிக்கச் செய்கின்றன. பிகார் நகர வீதிகளில் பகல் அந்தி என்றில்லாமல் நோய் பீடித்த மனிதர்கள் பலர், தங்களுடைய குறைபாட்டை மறைக்கும் விதமாக, சைக்கிள் ரிக்‌ஷா ஓட்டுவதை ஒரு பயிற்சியாகக் கொண்டிருக்கிறார்கள் என்று தோன்றுகிறது.

இந்தப் பகுதிகளில் பொது மராமத்துத் துறை, முனிசிபல் சட்டதிட்டம் முதலானவைச் சார்ந்த ஒழுங்குமுறைகள் எதுவும் நடைமுறையில் இருப்பதாகத் தெரியவில்லை. ஆனால், நெற்றியில் சிவப்பு வெளிச்சம் மின்னும் அரசாங்க கார்கள் எல்லா வழிகளிலும் இயங்குகின்றன. அவற்றுக்கு எந்த ஒரு போக்குவரத்து விதியும் பாதகமானதாகத் தெரியவில்லை. ரிக்‌ஷாக்களும் பிற வாகனங்களும் வரம்பு பிறழ்ந்து வந்துவிட்டால், அதிகார நடவடிக்கைகள் தொடங்கிவிடுகின்றன. அரசாங்க அதிகாரிக்குத் துணையாகப் போகிற கீழ்நிலை ஊழியரோ மெய்க்காவலரோ வண்டியிலிருந்து இறங்கி வழக்கத்தைவிட அதிக நீளமான லத்திக்கம்பைச் சுழற்றி, கண்டவர்களையெல்லாம் விரட்டி அதிகாரியின் காருக்கு வழிசெய்து கொடுப்பதுதான் நடப்பாக இருக்கிறது. மாநிலத் தேர்தல் கமிஷன் மூலமாகக் கிடைத்த அத்தகையதொரு அரசாங்க வாகனத்தில்தான் நான் புத்தகயாவுக்குப் போனேன். லல்லன் என்ற பெயர் கொண்ட பிகாரி இளைஞர் ஒருவர் வண்டி ஓட்டி வந்தார். கமிஷன் குழுவைச் சேர்ந்த ஊழியரான பாட்டக் என்பவர் வழிகாட்டியாக முன்சீட்டில் உட்கார்ந்திருந்தார்.

பாட்னாவிலிருந்து புறப்படும்போது, அங்கே காலைச் சிற்றுண்டி கிடைக்கும் கடைகள் எதுவும் திறக்கப்பட்டிருக்கவில்லை. வழியில் ஏதாவது வாங்கிச் சாப்பிட்டுக் கொள்ளலாமென்று நினைத்தோம். ஆனால், கடந்துசென்ற கடைகளில் எல்லாம் இனிப்புப் பலகாரங்களாக அல்லாமல் வேறு ஏதேனும் உப்பு கலந்த பண்டங்களைப் பரிமாறும் உணவகங்களைப் பார்க்க முடியவில்லை. பல இடங்களில், விசாலமான வாழைத் தோப்புகளும், மஞ்சள் நிறப் பூக்கள் பூத்த வெள்ளரிக்காய் வயல்களும் தென்பட்டன. சோர்வும் வெப்பமான தூசு நிறைந்த சூழலும் இணைந்த அந்த வட்டாரங்களில் ஒரு பழ வியாபாரியைக்கூடப் பார்க்க முடியவில்லை. நடுத்தர வர்க்க நாகரிகத்தின் யாதொரு அடையாளமும் அங்கே எங்கேயும் தென்பட வில்லை.

நில ஆக்கிரமிப்பாளர்களும் தலித்துகளும் தங்களுக்குள் பரஸ்பரம் கூட்டக் கொலைகள் நடத்திக்கொள்ளும் ஜஹானாபாத் மாவட்டத்தின் ஊடாக நெடுந்தூரம் நாங்கள் பயணம் செய்ய நேர்ந்தது. அடர் பழுப்பு நிற உடைகளில் அடிக்கடி தலைமறைவாகி, பிறருக்குப் புலப்படாத மறைவிடங்களுக்குப் பின்னால் ஒளிந்துகொள்ளும் வகையில் அங்குள்ள கிராமங்கள் அமைந்திருக்கின்றன. பகையையும் வன்முறை உணர்வையும் தங்களுள் ஒளித்து வைத்துக்கொண்டு, அங்குள்ளவர்கள் தங்களுக்குள் புகைந்து கொண்டிருக்கிறார்கள் என்பதை நம்ப முடியவில்லை. பிகாரில் எங்கும் ஏராளமாகத் தென்படும் மாந்தோப்புகளின் நிழல்கூட இல்லாத நிலையில், தன்னை வெளிப்படுத்தி வெட்ட வெளியாக அமைந்திருக்கும் இந்தக் கரிசல் பூமிக்கு, எப்படி ரகசியங்களை ஒளித்து வைத்துக்கொள்ள முடியுமென்று தெரியவில்லை. ஒருவேளை, காட்சிகளை மூடி மறைக்கும் மத்திய இந்தியக் காட்டுப் பகுதி, பீப்பிள்ஸ் வார்க்ரூப்பின் தலைமறைவுச் செயல்பாடுகளுக்கு இது உதவியாக இருக்கிறதோ என்னவோ? இந்த நிலப்பகுதியின் எவருக்கும் கட்டுப்படாத இயல்பும், மூடி மறைக்காத வெளிப்படையான இயல்பும்தான், ரண்வீர் சேனையின் தலைமறைவுகளைச் சாத்தியமாக்கியிருக்கின்றன.

வானத்துக்குக் கீழே பல நாழிகைகள் வரை மலர்ந்து காணப்படும் இயற்கையின் தனித்தன்மையை விளக்குவது, அவ்வளவு எளிதல்ல. மௌன சாட்சியங்கள் அவ்வளவு அபூர்வமானவை; இலகுவானவை. இந்தியக் கட்டடக் கலை ருசிகளின் மற்றும் முயற்சிகளின் ஜன்ம பூமியாகக் கணக்கிடப்பட வேண்டிய பிரதேசம் பிகார். இலக்கியப் பாரம்பரியமும் யதார்த்தமான பழம்பொருள் சிதைவு எச்சங்களும் இந்த ஆகாய நிழலில் எண்ணற்ற ஸ்தூபிகளும் மகாவிஹாரங்களும் நிலைத்து நின்றிருந்த ஓர் அபூர்வ வரலாற்றுக் காலத்தைக் குறித்து இந்தக் கலைகள் வரையறுத்து உறுதிப்படுத்துகின்றன. விஹாரங்களின் பூமி என்ற அர்த்தத்தில்தான், பிகார் என்பதாக இந்தப் பிரதேசத்துக்கான பெயர் உருவானது. இந்தியாவின் வரலாற்றில் முதலில் மிகப்பெரும் சாம்ராஜ்ஜியமாக இருந்த மகதத்தின் முதல் தலைநகரம் புத்தருடைய பிக்ஷாடனப் பிரயாணங்களின் கணக்கில் சில நாள்கள் மட்டுமே ராஜ்கிர் என்ற இடம் இருந்தது. இந்த நிலப்பகுதிகள் சம்பந்தப்பட்டவரை நிச்சயமாக வரலாற்றில் நடந்த பின்னடைவு விசித்திரமும் வியப்புக் குரியதும் ஆகும்.

வரலாற்றை நினைவூட்டும் அந்தத் தொன்மை உணர்வு, கயாவின் இடுங்கிய தெருக்களில் இப்போதும் உண்டாகும். மனித நாகரிகத்தின் ஆரம்பக்கால நகர உருவாக்கங்களில் ஒன்று இது. ஒரு முப்பட்டையின்

பல தளங்களில் ஒளி தென்படுவதுபோல, ஆயிரம் ஆண்டுத் தொன்மை இந்த நகரத்தின் பகுதிகளிலும் தடம் பதித்து நிற்கின்றன. கயாவின் உள்பகுதிக்கு இட்டுச் செல்லும் குறுகலான பாதைகள் எங்கெங்கும் புத்தரின் சுவடுகளை நீங்கள் ஸ்பரிசிக்கலாம். சுமைகளை ஏற்றிச் செல்லும் ரிக்ஷாக்களின் சலம்பல்களுக்கிடையே (இரைச்சல்களுக் கிடையே) பிம்பிசாரனின் குதிரைக் குளம்படி ஓசையும் கேட்கும். ஆனால் முந்தின நாள் இரவு பெய்த கனத்த மழை காரணமாக, தெருக்களில் இறங்கி நடக்க முடியாது. வழிகள் பெருமளவில் அகலம் குறைந்ததன் காரணமாக, இருபுறத்தும் கட்டடங்கள் தலைக்கு மேலே மிக உயரமானவையாகத் தோற்றமளிக்கும். அவற்றுக்கிடையேயான வழிகள், குறுகலான குகைகளைப் போலத் தோன்றும். கயாவின் பவித்திரத்தைச் சம்பந்தப்படுத்தும் ஹிந்து மத விசுவாசம்தான் இந்த மூலாதாரமான நகரத்தை உருவாக்கி, ஆயிரம் ஆண்டுகளாக நிலை நிறுத்தியிருக்கிறது. நீண்ட காலம் அயல்நாட்டில் வாழும் அனுபவத்தில் கிடைக்கும் வாழ்க்கையும் நாகரிகமும்தான் கயாவிலும் எங்கள் வாகனமும் ஒரு பெருமூச்சு விட்டபடி அதனுடைய குகை மார்க்கங்களை நீந்தித்தான் வெளியேறியது.

புத்தகயாவுக்குச் செல்ல மற்றொரு வழியும் உண்டு. உறக்கத்திலிருந்து ஒரு பகல்கனவின் சோம்பலுக்கு மாறுவது போன்றதான சுகமான ஒரு வெளியேற்றமாக இருந்தது அது. மகிழ்ச்சி பொங்கும் இயற்கை; சிறிய அளவிலான மேடுபள்ளம்; செயற்கையாகப் பதியமிடப்பட்ட புல் வளர்ந்த நிலங்களில், நிழல் தந்து நிற்கும் குட்டை மரங்களின் நீண்ட வரிசை. கண்ணுக்கெட்டிய வரையிலும் எரிச்சலூட்டுவதான எந்த ஒரு கட்டட நிர்மாணமும் இருபுறமும் இல்லை. ஏதோ ஒரு ராணுவப் பயிற்சிக்கூடத்தைச் சேர்ந்த நிலப்பகுதி அது.

பிரதான க்ஷேத்திரத்துக்கு எதிரே விசாலமான வெட்டவெளியில் நாங்கள் வண்டியை நிறுத்தினோம். தீர்த்தாடனக் கேந்திரங்களில் சாதாரணமாகத் தென்படுகிற கூட்ட நெரிசலோ குழப்பமோ இரைச்சல் கூப்பாடுகளோ இந்த மகாதேவாலயத்தின் சுற்றுப்புறங்களில் இல்லை. சிறிய குழுக்களாக காஷாயதாரிகளான பிக்ஷுகளின், பிக்ஷுணிகளின் பரிவாரங்களுடன் சேர்ந்து, மதில் சுவருக்கும் வெளிப்புறத்துக்கும் இடையே மெதுவாக எந்தச் சத்தமும் இல்லாமல் தியானம் செய்தபடி, நகர்ந்து நகர்ந்து நடக்கும் அயல்நாட்டுக் குடும்பங்கள். க்ஷேத்திர வட்டாரத்தில் அமைந்த கட்டுமானங்களில் பெரும்பாலானவை-புத்தர் பொம்மைச் சிலைகள், ருத்ராக்ஷங்கள், கல்மாலைகள் முதலான கீழைநாட்டு உல்லாசப் பொருள்கள் விற்கும் ஸ்டால்களும், குளிர்பான நிலையங்களும், மிதமான விலைக்குக் கிடைக்கும் உணவு

வகைகளைத் தரும் ஆடம்பரமில்லாத உணவகங்களும் ஆகும். சீன-திபெத்திய முகங்களுள்ள பெண்பிள்ளைகள், அவற்றிடையே அவசரம் காட்டாமல் நிதானமாகச் சுற்றிலும் நடந்துகொண்டிருந் தார்கள். வெளியிலிருந்து க்ஷேத்திரத்துக்கு வருபவர்களை இட்டுச் செல்லும் பிரதான பாதையின் இருபுறங்களிலும் செல்வச்செழிப்புட னான அயல்நாட்டுப் பயணிகளுக்கென்று காத்திருக்கும் பெரிய ரெஸ்ட்டாரன்ட்டுகள். சர்வதேச நிலவரத்தைப் புலப்படுத்துவதுபோல், அவற்றின் உட்புறத்தில் கம்பளம் விரித்து குளிரூட்டி வைக்கப்பட்ட ஸ்டால்களில் தென்கிழக்காசிய பரிசுப் பொருள்கள் கிடைக்கும். கொஞ்சம் நாகரிகமான மதியவேளைச் சாப்பாட்டுக்காக வேண்டித் தேடி, அப்படியானதொரு உணவகத்துக்குள் சென்றோம்.

புத்த கதைகளில் ஒரு மையப் பாத்திரமான நிரஞ்சனா நதிக்கரையில் உருவேலா என்றொரு வனாந்தர கிராமம். அதுதான் பின்னர் புத்தகயாவாக மாறியது. நிரஞ்சனா இப்போது ஒரு பருவமழைக் காலத்துப் பிரவாகம் மட்டுமே என்பதாகச் சுருங்கிப் போய்விட்டது. ஆத்ம விசாரணை, புலனடக்கம் ஆகியவற்றில் கவனம் செலுத்தும் கடினமான தவச் செயற்பாடுகளின் உச்சகட்டத்தில் யோகி கௌதமர் மனத் தவிப்புடனும், உயிர்த்துடிப்பு மட்டுமேயான மெலிந்த சரீரத்துடனும் உருவேலாவின் எல்லைப்புறக் காடுகளைச் சென் றடைந்தார். தவத்தின் உச்சத்தில் ஒருநாள் அவர் நதிக்கரையில் உணர்விழந்து நீண்டநேரம் அசைவற்றுக் கிடந்தார். வனதேவதை களுக்கு நிவேதனம் செய்யப் பால்கஞ்சியும் அப்பமும் தாமரை விதைகளும் எடுத்துக்கொண்டு அந்த வழியாக வந்த சுஜாதா என்ற பதின்மூன்று வயதான கிராமத்துப் பெண், இளவயது யோகியின் வசீகரத்தால் ஈர்க்கப்பட்டாள். உணர்வற்றுக் கிடந்த கௌதமரின் வாயில் பால்கஞ்சியை வார்த்துக் குடிக்க வைத்தாள்.

பால் துளிகளின் ஈரம் நாக்கிலும் தொண்டையிலும் உணரப்பட்டதும் சித்தார்த்தர் உடனுக்குடன் இணக்கமாக நெகிழ நேர்ந்தது. பாலின் சுவை எந்த அளவுக்குச் செயல் தூண்டுகாரணி என்பதை உணர்ந்து, அவர் நிதானமாக அந்தப் பாத்திரத்திலிருந்த பால் முழுவதையும் குடித்துத் தீர்த்தார். கொஞ்ச நேரத்தில் ஒழுங்குமுறையான சுவாசத் துக்குப் பிறகு, அவரால் எழுந்து உட்கார முடிந்தது. மேலும் ஒரு பாத்திர அளவுக்குப் பால் எடுத்து வந்து தரும்படி சித்தார்த்தர் சைகை மூலம் சுஜாதாவிடம் கேட்டார். பால் எவ்வளவு சீக்கிரமாக அசதியிலிருந்து விடுவிக்கிறது என்பது அதிசயிக்கத்தக்கதாக இருந்தது. இந்திரிய வேட்கைகளை நிராகரித்துக்கொண்டு, தவச் செயற்பாடுகளில் நாட்டம்

கொண்டிருந்த சித்தார்த்தர், அன்றைக்கு ஒரு முடிவுக்கு வந்தார். அத்தகைய கடின அனுஷ்டானங்கள், சத்தியத் தடங்களை நோக்கி இட்டுச் செல்வதில்லையென்று அவருக்கு ஞானம் உண்டாயிற்று. அடுத்து வந்த நாள்களில் அவர் இயல்பான போக்கில் உணவை உண்ணத் தொடங்கினார். சில நேரங்களில் சித்தார்த்தருக்குத் தேவை யான ஆகார வகைகளுடன், சுஜாதா கிராமத்திலிருந்த தன்னுடைய சமவயதுக் கூட்டாளிகளுடன் வருவாள். மற்ற சில நாள்களில் பகல் நேரங்களில் தன்னுடைய பிக்ஷாபாத்திரத்துடன் சித்தார்த்தர் உருவேலா விலிருந்த வீடுகளுக்கு முன்னால் போய் நிற்பார். தினமும் ஒரு குறிப்பிட்ட நேரம் அவர் நதிக்கரையில் தியானத்தில் ஆழ்ந்தபடி உலாவுவார். மற்ற எல்லாம் நேரங்களிலும் தன்னுடைய அன்புக்குகந்த அரசமரத்தடியில் அமர்ந்தபடி தியானத்தைத் தொடர்ந்தார். பிறரிட மிருந்து ஒதுங்கி, கற்பனை உலகிலிருந்தபடி, தப்பித்து ஓடி ஒளியும் பிடிவாதப் போக்கை அவர் தவிர்த்தார். தனக்குள் தன்னையே திரும்பிப் பார்க்க அவர் முனைந்தபோது, பிரபஞ்சச் செயற்பாடுகளின் ஒரு பகுதி தான், தான் என்பதை உணர்ந்தார். ஒரு சுவாச இயக்கம், ஒரு கிளியின் கீக்கீக் குரல், ஓர் இலை, ஒரு சூரியக் கதிர் ஆகிய இவை எல்லாமே சித்தார்த்தரின் தியானத்துக்கான விஷயங்களாயின.

மனம் முழுவதும் நிரம்பியிருந்த தேடல் முயற்சியும், நினைவின் முனைப்பும் ஒரு நாள் இரவு புல்லின் நுனி போன்று கூர்மையாகி, சித்தார்த்தரின் உணர்வானது மூன்று நிலைகளைக் கடந்து சென்றது. தனது சரீரத்தின் ஒவ்வோர் அணுவும் வானத்தையும் பூமியையும் உள்ளடக்கியிருக்கிறது எனவும், கடந்த காலத்தையும் நிகழ் காலத்தையும் வருங்காலத்தையும் சாராமல் மீறி இயங்குகிறது எனவும் அவர் கண்டுபிடித்தார். கணக்கற்ற உயிர்கள் கணக்கற்ற பிறப்புகளின் வழியாகவும், கணக்கற்ற இறப்புகளின் வழியாகவும் தொடர்ந்து பயணம் செய்துகொண்டிருப்பதாக அவர் கண்டறிந்தார். சமுத்திரம் பிறப்புகளுக்கும் இறப்புகளுக்கும் அப்பாற்பட்டிருக்க, இலட்சக்கணக் கான சமுத்திர அலைகள் உயர்வதும் தாழ்வதுமாக இருப்பதைப்போல, இந்தப் பிறப்பு-இறப்புகள் என்பவை வெளித்தோற்றப்பாடுகள் மட்டுமே ஆகும். எனவே, கண்ணெதிரில் புலப்படும் யதார்த்தம் என்பது சத்தியமல்ல என்பதை அவர் ஒன்றிலிருந்து மற்றொன்றை வேறு படுத்திப் பிரித்தறிந்து புரிந்துகொண்டார். தாங்களும் தண்ணீர்தான் என்பது அலைகளுக்குப் புரிந்துவிடுமானால், அவையும் பிறப்பு-இறப்புகளை மீறி பயத்தைக் கடந்து உள்ளோட்டமான சாந்தி நிலையைத் தேடும். பிறப்பு-இறப்புகளின் குறுக்கீடுகளை மீறித்

தாண்டிச் செல்ல, இந்த அறிவு சித்தார்த்தருக்கு உதவியது.

யதார்த்தத்தைப் பிரித்தறிந்து புரிந்துகொள்வது என்பது, பிறரிடம் பரிவு உணர்வு (ஸஹானுபூதி) கொள்வதற்கும் நட்புணர்வு கொள்வதற்கும் இட்டுச் செல்கிறது. அதாவது, மீண்டும் சத்காரியங்களுக்குத் தூண்டு கோலாக அமைகிறது. எனவே, சிநேகிப்பவன் முதலில் பிரித்தறியும் அறிவைப் பெற வேண்டும். பிரித்தறிவதான பகுத்தறிவுதான், விமோசனத்துக்கான வழி. யதார்த்தப் பகுத்தறிவைத் தேடுவதற்கு, நிகழ்கால அளவீடுகளில் வாழ்க்கையுடனான பிரத்யட்ச பந்தத்துக்கான மரியாதையைத் தர வேண்டும்; சொந்த முனைப்புடன் உள்ளேயும் வெளியேயும் என்ன நிகழ்கிறதென்று எப்போதும் அறிந்துகொள்ளும் ஆர்வத்துடன் மனம் சார்ந்து இருக்கவேண்டும். சரியான புரிதல், சரியான சிந்தனை, சரியான மொழி, சரியான செயல், சரியான வாழ்க்கை முறை, சரியான உழைப்பு, சரியான மனப்போக்கு, சரியான தியானம் - இத்தகைய பவித்திரமான வாழ்வியலுக்கு சித்தார்த்தர் 'ஆர்யமார்க்கம்' என்று பெயரிட்டார்.

வானத்தின் குறுக்கே மின்னல்கள் ஒளிர்வதும், மேகத்தின் இடி முழக்கங்கள் தொடுவானங்களை நடுங்கச் செய்வதும், மழை அடர்ந்து பெய்வதுமான ஓர் இரவாக அது இருந்தது. மழையில் நனைந்த யோகி சித்தார்த்தர் முகத்தை நிமிர்த்தியபோது, பொலிவுடன் பிரகாசிக்கும் விடிவெள்ளியைப் பார்த்தார்.

ஞானம் பிறந்ததன் பின்னரான ஆறு வார காலத்தில், உருவேலாவில் போதிமரச் சூழலில் சித்தார்த்தரின் அன்றாட நடவடிக்கைகள் எப்படி இருந்தன என்பதைக் கயாவில் மகாக்ஷேத்திரத்தின் மதில் சுவரின் உள்ளே அசோகச் சக்கரவர்த்தி குறித்துவைத்து அடையாளப்படுத்தி யிருக்கிறார். அந்தக் குறிப்புகளின்படி, முதல் ஒரு வார காலம் புத்தர் போதி மரத்தடியில் பத்மாசன நிலையில் இருந்தார். இரண்டாவது வாரம், மரத்தடியிலிருந்து இடம்பெயர்ந்து போதிமர இலைச்சரங்களி னூடாகச் சூரியனை தரிசித்துக்கொண்டு, அவர் கண் இமைக்காமல் பார்ப்பவராக நிர்நிமேஷலோசனனாக நின்றிருந்தார். அந்த இடத்தில் அசோகச் சக்கரவர்த்தி ஒரு மண்டபத்தைக் கட்டியிருக்கிறார். மூன்றாவது வாரம், இப்போது கோயில் அமைந்திருப்பதன் பக்க வாட்டிலேயே அவர் தியானத்தில் ஆழ்ந்தவராகி உலவிக் கொண்டிருந் தார். அந்த உலா நடையின் பாத முத்திரைகள், தரையில் பதிக்கப்பட்ட கற்பலகைகளில் அடையாளப்படுத்தப்பட்டிருக்கின்றன. நான்காம், ஐந்தாம், ஆறாம் வாரங்களில் புத்தர் பர்மாவிலிருந்து வந்திருந்த வியாபாரியுடன் பேசிக் கொண்டிருந்தார். ஏழாவது வாரம், மனத்துக்குப்

பிடித்தமான ஒரு துண்டுப் பகுதி நிலத்தின்மீது அமர்ந்து தியானத்தில் ஆழ்ந்தார். இந்தத் தியான வேளையின்போது பெய்த மழையிலிருந்து, புத்தரைப் பாதுகாக்க அனந்தநாகம் குடையாகப் படமெடுத்து நின்றது என்பதாகக் கதை உண்டு. பிரிட்டிஷ் பழம்பொருள் ஆய்வாளர் கன்னிங்ஹாம், இந்த நிலத்தில் பிற்காலத்தில் ஒரு மனோகரமான தடாகத்தை அமைத்துத் தந்தார்.

கன்னிங்ஹாம்தான், கயாவில் பிரதான க்ஷேத்திரச் சிதைவு எச்சங்களை அகழ்ந்தெடுத்து புனர்நிர்மாணம் செய்தவர். இப்போது காணப்படும் உயரமான சிற்ப வேலைப்பாடமைந்த கோபுரத்தை அமைத்ததும் அவர்தான். நீண்டகாலம் கயா க்ஷேத்திரத்தில் வழிபாட்டு வாய்ப்புக் காகவும் உரிமைக்காகவும், ஹிந்துக்களும் புத்த விசுவாசிகளும் தங்களுக்குள் பூசலிட்டுக் கொண்டார்கள். விவகாரங்கள் இன்னமும் தீர்ந்தபாடில்லை என்பதாகக் கேள்வி. அருளாளர் புத்தரின் 2500-வது பிறந்த நாள் விழா, சர்வதேச அளவில் கொண்டாடப்பட்டது. அப்போது ஜவஹர்லால் நேருவும் சூ-யென்-லாயும் தங்களுக்குள் கலந்துப்பேசி, ஒரு திட்டத்தை உருவாக்கினார்கள். அதன்படி, புத்தகயாவை ஒரு சர்வதேச பௌத்தத் தீர்த்தாடனக் கேந்திரமாகப் புதுப்பிப்பதற்கான முயற்சி தொடங்கியது. புத்தமத நம்பிக்கைக்கொண்ட எல்லா நாடுகளுக்கும், இந்த மகத்தான திட்டத்தில் பங்குண்டு. அதனுடைய அஸ்திவாரத்தில் ஜப்பான், சைனா, தாய்லாந்து, பூட்டான், இலங்கை, திபெத், நேபாளம், வியட்நாம் என்பதான பல ஆசிய நாடுகளின் பங்குண்டு. புத்தகயாவை மேலும் மேம்படுத்துவதான க்ஷேத்திரங் களும், பிக்ஷு விஹாரங்களும் (பிக்ஷு மடங்களும்), பயண விருந்தினர் விடுதிகளும், பிறவும் அமைக்கும் திட்டங்கள் இருக்கின்றன. அத்தகைய அமைப்புகளைச் சார்ந்து பல்வேறு நாட்டவர்கள் குருகுலவாசிகளாக அங்கே தங்கியிருப்பதால், ஒரு கலப்புச் சமூகம் இப்போது புத்தகயாவில் இருக்கிறது.

இந்திய மண்ணில் வேரற்றுப் போன புத்தமத நம்பிக்கை, பிற ஆசிய வம்சாவளியினரிடையே எந்த அளவுக்குத் தீவிரமாக இருக்கிறது என்பதைக் கயாவில் மகாபோதி விருட்சத்தைச் சுற்றிப் பிரதட்சிணம் செய்வதும், தரையில் பணிந்து குனிந்து ஜபமணிகளை உருட்டியபடி தியானம் செய்வதுமாயிருக்கும் மங்கோலிய முகங்கள் வெளிப்படுத்து கின்றன. புத்தருடைய ஒட்டுறவினால், அனுக்கிரகம் பெற்ற அந்த முதிய மரத்தின் இருப்பிற்கும், பிரார்த்தனைகளில் கலந்துகொண்ட வர்களின் முகங்களுக்கும் இடையே ஆழமானதும் அளவிட முடியாதது மான பண்டமாற்று நடக்கிறது என்பதாகத் தோன்றும். தொன்மை காரணமாகச் செல்லரிக்கத் தொடங்கிய இந்த அரசமரத்தின்

மூலவேரிலிருந்து முளைவிட்டுத் துளிர்க்கத் தொடங்கிய இளந்தளிர் களின் வளப்பமான பசுமை, இப்போதும் மகிழ்ச்சித் தருவதாகவே இருக்கிறது. இப்படி மலரும் மகிழ்ச்சி, நான்காம் தலைமுறை யினுடையது.

பல தடவை பல காரணங்களால் போதிமரம் மிச்சம் மீதியில்லாமல் முழுவதுமாக அழிவின் விளிம்புவரை சென்றுவிட்டது. முதலில், கடும் பகையைத் தீர்த்துக்கொள்வது போல, போதிமரத்தை வெட்டிச் சாய்த்தது அசோகச் சக்கரவர்த்தியின் ஒரு பட்டத்து ராணி. மீண்டும் மீண்டும் புத்த விசுவாசத்தின் அலை ஓங்கிப் பரவியதைப் பொறுத்துக் கொள்ள முடியாமல், ஒரு ஹிந்து மன்னன் அந்த மரத்தை வெட்டி யழித்தான். மூன்றாவதாக நிகழ்ந்தது, முதுமையினால் ஏற்படக்கூடிய இயல்பான சாவு. அப்போது உலராமல் எஞ்சியிருந்த ஓர் ஆணிவேரைத் தோண்டி எடுத்து சிசுருஷை செய்து, ஓர் ஜீவனுள்ள மரமாகப் புத்துயிரூட்ட முடிந்தது. தற்போது சில வருடங்களுக்கு முன்பு மரம் மீண்டும் பட்டுப் போவதற்கான அறிகுறி தென்பட்டபோது, அரசாங்க அளவில் திகைப்பு கலந்த பெரிய பரபரப்பு ஏற்பட்டது. உடனுக்குடன் அரசமர ஜீன்களைப் பற்றிச் சிறப்பு ஆய்வுகள் நடத்தியிருந்த ஒரு பிரிட்டிஷ் தாவரவியல் வல்லுநரைத் தேடிக் கண்டுபிடித்தார்கள். போதிமரம் மூச்சுத் திணறல் கொண்டிருக்கிறது என்பதைத்தான் அவருடைய பரிசோதனை வெளிப்படுத்தியது. மரத்தைச் சுற்றித் தரையில் பதிக்கப்பட்டிருந்த கான்க்ரீட்டையும் மார்பிளையும் தோண்டியெடுத்து சிசுருஷை ஏற்பாடுகள் செய்ததன் பலனாகப் புதிய கிளைகளும் இலைத் தளிர்களும் உண்டாயின. திபெத்தியத் தீர்த்தாடனக்காரர்கள் ஏற்றி வைத்த மெழுகுவர்த்திச் சுடர்களும் போதி மரத்தின் ஆரோக்கியத்துக்குத் தீங்கு நேர்ந்ததற்கான காரணங்களில் ஒன்று என்பதான குறிப்புகளும் இருக்கின்றன.

தீர்த்தாடனக்காரர்களையும் சுற்றுலாப் பயணிகளையும் சம அளவில் ஈர்ப்பது, இதர நாட்டு தேவாலயங்களும் விஹாரங்களும் அமைந் திருக்கும் புத்தகயாவின் பிரதான வீதிதான். ஜப்பான், பூட்டான், திபெத், நேபாளம், சைனா, தாய்லாந்து, இலங்கை ஆகிய நாடுகளின் பகோடாக்கள் இங்கு அமைந்து ஆராதனைகளை நடத்துகின்றன. சில விஹாரங்களின் கட்டுமானம் இன்னும் முடிக்கப்படவில்லை. பூட்டான், தாய்லாந்து, திபெத் ஆகியவற்றின் தேவாலய முறைப் படியான சிற்பங்களும், அவற்றின் இடைவெளிகளில் விக்ரகப் பிரதிஷ்டைகளும் அமைந்துள்ளன. அந்தந்த நாட்டுப் பழக்கவழக்கங் களும் பாரம்பரிய வழிபாட்டு முறைகளும் பின்பற்றப்படுகின்றன. ஆத்மார்த்தமாகவும் சிலை வடிவ வழிபாடாகவும், ஆழமான பக்தியை

வெளிப்படுத்த இவை போதுமானவை. ஜப்பான் அரசாங்கம் பரிசளித்த ஒரு பெரிய புத்தர் சிலை இந்த வீதியில்தான் இருக்கிறது.

ஏற்கெனவே நிச்சயிக்கப்பட்டிருந்த பயணத் திட்டத்தின்படி, கயா முடித்துத் திரும்பும் ஒரு சாதாரண டூரிஸ்ட்டைப்போல, சாயங் காலத்தில் நாங்கள் கயாவிலிருந்து திரும்பினோம். இந்தப் பயணத் திட்டம் முடிவடைந்தபோது, எனக்குக் கொஞ்சம்கூட அயர்வோ எரிச்சலோ ஏற்படவில்லை. சாக்கிய முனிவரின் மூலஸ்தானமான இந்தப் புராதன க்ஷேத்திரக் குழுமமும், அங்குள்ள புதிய டூரிஸ்ட் அமைப்புகளும் கடைசியாக இரவில் பின்பற்றும் விதிமுறைகள் என்னவென்று அறிந்துகொள்ளும் ஆர்வம் எனக்கு உண்டாயிற்று. அது நிறைவேறவில்லை. உலக மனிதவியலின் விழிகள் முதன்முதலாக நட்புணர்வின், கருணையின் நல்லியல்புகளுக்கு வழியமைத்த போதிமரத்தின் மகாசான்னித்தியத்திலிருந்து கிளம்பி இருள் அடர்ந்து பரவுவதற்கு முன்பாகவே ஜஹானாபாத்துக்கான வழிகளைக் கடந்து சென்றுவிட வேண்டுமென்ற அவசரத்துடன் திரும்பும் பயணத்தை நாங்கள் மேற்கொண்டோம்.

(இந்தக் கட்டுரையில் உள்ள புத்தர் கதை வியாக்கியானங்களுக்கு ஆதாரமான திச் ஞாத்ஹாவ் என்ற வியட்நாம் நாட்டு புத்தபிக்ஷுவின் 'Old path white clouds' என்ற நூலுக்கு நன்றி.)

2

கிராமங்கள் சூழ்ந்த பாட்னாவும் நளந்தாவின் சிதைவு எச்சங்களும்

தேர்தலில் லாலுபிரசாத் யாதவின் பிரவேசத்தால் பிகார் அரசியலின் தொடர் முயற்சிகளில் ஒரு பிரிவினைச் சதி நிகழ்ந்தது. பரம்பரையாக ஊறிவந்த மேட்டிமை உணர்வுடன் இருந்த மேலாதிக்கக்காரர்களுக்கு, திடீரென்று பின்னடைவு ஏற்பட்டது. ஓட்டு எண்ணிக்கையின் முடிவு, சட்ட நிறுவனங்களும் அதிகார மேலாதிக்கக்காரர்களும் சற்றும் எதிர்பார்க்காத வகையில் கீழ்மட்டக்காரர்களின் சார்பாக வந்தது. சமூக ரீதியிலான பரிணாமத்துடனோ, சோஷியல் இன்ஜினீயரிங் என்பத னுடனோ எந்தவிதத் தொடர்பும் கொண்டிராமல், சாமர்த்தியமும் தந்திரப்போக்கும் கொண்டு, அரசியல் சார்புகளின் அடித்தளத்தில் நடந்தது இது. இந்த அதிகாரப் போராட்டத்தின் பயன்பாட்டு விளைவு களை பிகாரில் மட்டுமல்ல, இந்தியா முழுவதும் நடுத்தர வர்க்கத் தினால் இதுவரை ஏற்றுக்கொள்ள முடிந்ததில்லை. அந்தத் திகைப்பின் வெளிப்பாடுதான், லாலுவின் பல அரசியல் நடவடிக்கைகளும், எதிர்பாராத தீர்மானங்களும். சுத்தக் கிறுக்கன் என்ற பட்டத்தையும் அவர் பெற்றார். பரிகசிக்கவும் எழுதித் தள்ளவும் ஊடகங்கள் முனைந்தன. பிற அரசியல் அமைப்புகளின் முனைப்பும் அதுதான். ஆனால் தனக்கு வழங்கப்பட்ட விதூஷக வேடத்தைப் புத்திபூர்வமாக ஏற்று நடித்துக்கொண்டு, லாலுபிரசாத் அரசியலில் தன்னுடைய எதிர் நீச்சல் முயற்சிகளை இவ்வளவு காலமும் தக்கவைத்துக் கொண்டிருக் கிறார்.

லாலுபிரசாத்தின் மந்த புத்தியையும் அடாவடிகளையும் விவரிக்கும் பல கதைகள், படித்தும் கேட்டும் பிரபலமாகியிருக்கின்றன. ஒரு பிகார் அரசு ஊழியர் சொன்ன கதை: லாலு முதல்வராக இருந்தபோது, பாட்னாவில் நடந்த ஒரு ஹிந்து - முஸ்லிம் கலவரத்தைப் பற்றியது. கலவரத்தின் போது, இரு மதத்தாருடைய பல வழிபாட்டிடங்கள் இடித்துச் சிதைக்கப்பட்டிருந்தன. கலவரத்துக்குப் பிறகு எல்லா முஸ்லிம் பள்ளி

வாசல்களையும் உடனே மராமத்துச் செய்து புதுப்பிக்க, லாலுபிரசாத் உத்தரவிட்டார். கலவரக்காரர்கள் தகர்த்தவற்றில் பொது இடத்தில் எங்கோ இருந்த பிரும்மாண்டமான ஒரு ஹனுமான் சிலையும் ஒன்று. அந்த விக்கிரகத்தையும் புனர்நிர்மாணம் செய்தால் நன்றாக இருக்கு மென்று, ஹிந்து அரசு ஊழியர் லாலுவிடம் கருத்துத் தெரிவித்திருக் கிறார். ஹனுமான் விக்ரகத்தில் எந்த அளவுக்குச் சேதங்கள் ஏற்பட் டிருக்கிறதென லாலு கேட்க, வால் மட்டும்தான் எஞ்சியிருக்கிற தென்றும், உடம்பும் தலையும் முற்றாகத் தகர்க்கப்பட்டிருக்கின்றன என்றும் தெரியவந்தது.

லாலு அந்த ஊழியரிடம் சொன்னார்: 'ஹனுமானுடைய வலிமை முழுதும் வாலில்தான். அது எஞ்சிவிட்டதல்லவா? நல்லவேளை! அவருடைய உடம்பினால் பெரிய நன்மை எதுவும் இல்லை. அதனால் அதை மராமத்துச் செய்து புதுப்பிக்க வேண்டிய அவசியமும் இல்லை.' பழைய பழக்கவழக்கங்களையும், பெயரளவிலான உபசார மரியாதை களையும் மனத்தளர்ச்சி இல்லாமல் இப்படி மீறுகிற போக்கு, லாலுவுக்கு உண்டு. தொகாடியாவைப் பாட்னாவுக்குள் பிரவேசிக்க அனுமதிக்காமல், விமானத்தளத்திலிருந்தபடியே திருப்பி அனுப்பிய தைரியம் கொண்டவர் அவர். சங்பரிவார்க்காரர்களுக்குப் பயப்படாத தைரியசாலி. மக்களில் அடித்தட்டு வர்க்கத்தாரிடமும் கீழ்த்தட்டு வர்க்கத்தாரிடமும் தனித்தன்மையையும் விசுவாசத்தையும் வளர்த்துக் கொள்ள அவர் பெரிதும் அல்லல்பட வேண்டியிருந்தது. அடுத்துவரும் காலங்களில், எப்போதும் அதிகார மையங்களிலிருந்து அவரையும் அவருடைய அரசியல் கட்சியையும் அகற்றிவிட முடியாதபடி உறுதிப் பட்டது லாலுபிரசாத் யாதவின் சமூக ரீதியான அடித்தளம்.

ஆனால் பெருமளவிலான லஞ்சங்கள், சட்டத்தின் செயலற்றத் தன்மை, நீதிநியமங்களின் மந்தத்தனம், குற்றச் செயல்களின் அதிகரிப்பு, தனிநபர் வாழ்க்கையில் சீர்கேடு ஆகியன லாலு பிரசாத்தின் பிம்பத்தை அடிக்கடி மங்கச் செய்துகொண்டிருந்தன. தலித் சார்புக் கருத்துகளை ஓரளவுக்கேனும் அவர் செயல்படுத்துவதைக் கண்ட ஜனநாயகவாதிகளும் சமத்துவவாதிகளும், இடதுசாரிக் கருத்துக்களை உருவாக்கும் சிறிய குழுக்களும்கூட, லாலு பிரசாத்தின் அரசியல் போக்குப் பரிணாமங்களில் அதிருப்தி கொண்டவர்களாகவும், பயந்து ஒதுங்குபவர்களாகவும் மாற நேர்ந்தது. இது, காலப்போக்கில் அவருடைய மக்கள் தொடர்பைப் பலவீனப்படுத்தியது.

கால்நடைகளை மேய்த்தும் பராமரித்தும் வாழும் ஒரு கிராமத்து யாதவக் குடும்பத்திலிருந்து, பாட்னாவிலுள்ள கால்நடை மருத்துவக்

கல்லூரியில் தனது வாலிபப் பருவத்தில் போய்ச் சேர்ந்தார் லாலுபிரசாத் யாதவ். அந்த வளாகத்தில் தொழுவத்தை மேற்பார்வையிட்டுக் கொண்டிருந்தவர் வேறு யாருமல்ல; லாலு பிரசாத்தின் அப்பாவினுடைய சகோதரர் முன்பு குடியிருந்த குவார்ட்டர்ஸில் குடும்பத்துடன் தங்கியிருந்தவர்தான், அந்த அறிமுகத்தால் லாலு அவருடன் தங்கியிருந்து, பாட்னா பல்கலைக் கழகத்தில் படிக்கத் தொடங்கினார். ஜெயப்பிரகாஷ் நாராயண் அமைத்த ஸம்பூர்ண க்ராந்த்தி ப்ரஸ்த்தானத்தின் தலைமைப் பதவிக்கும், அதன் மூலமாகப் பின்னர் சமகாலத்து பிகார் அரசியலுக்கும் தன்னை ஆட்படுத்திக்கொண்டார். அனுபவம்பெற்ற பிற தலைவர்களுக்குச் சமமான அளவில் முக்கியத்துவம், கிராம வட்டாரங்களில் அவருக்குக் கிடைத்தது. லாலுவின் வாழ்க்கையில், யாதவ் இனத்தின் குடும்பச் சூழலில், மாட்டுத் தீவன லஞ்ச ஊழல் பின்தொடர்ந்தது. இது அவருடைய அரசியல் வாழ்க்கையில் ஒரு கருநிழலைப் பரப்பியது. ஆனாலும் கிராமத்திலிருந்து வந்தவரான அவர், பாட்னாவின் நாகரிகமும் உயர்குடிப் பிறப்பும் கொண்டு, அரசியலுக்கு வந்தவர்களுக்கு நிகராகவே இருந்தார். பிகாரின் நடப்பு அரசியலில் இந்தக் கிராமவாசியின் பிரவேசம் உயிர்த்துடிப்பு கொண்டது.

இதர இந்திய நகரங்களுடன் ஒப்பிட்டால், பாட்னா கொஞ்சமும் நாகரிகமானதல்ல. பகட்டோ அலங்காரமோ கொண்ட ஆடையணிகள் மற்றும் அன்றாடப் பயன்பாட்டுப் பொருள்கள், கண்ணைப் பறிக்கும் ஆடம்பரக் காட்சிகள் ஆகியன இங்கே இல்லை. நாகரிகச் சுவைகளுடன் பரிமாறும் உணவகங்களும் கிடையாது. நவீன ஆடையணிகள் பூண்டு அலட்சியமாகக் கடைகளில் ஏறி இறங்கி உலாவரும் பெண்களையோ ஆண்களையோ பார்க்க முடியாது. அவர்களைக் கவர்ந்திழுப்பதான வீதிகளும் கிடையாது. ராகுல் சாங்கிருத்யாயனின் யாத்திரைகளையும் தரிசனத் தேடல்களையும் சான்றுப்படுத்தும் கையெழுத்துப் பிரதிகளும் நூல்களும் பரிசுப்பொருள்களும், ஒரே இடத்தில் சேகரித்து வைக்கப்பட்டிருக்கும் ஒரு விசாலமான மண்டபக் கட்டடம் இங்கு இருக்கிறது. வெவ்வேறு விஞ்ஞானச் செயல்பாடுகள் சார்ந்த, விலை மதிப்பற்ற கலைப்படைப்புகளையும் அரிதான பொருள்களையும் சேகரித்து வைத்துப் பாதுகாக்கும் முதல் தரமான அருங்காட்சியகம் ஒன்றும் இங்கு இருக்கிறது. பல உருது மற்றும் பெர்சியன் கையெழுத்துப் பிரதிகள், அபூர்வமான இஸ்லாமிய மத கிரந்தங்கள் ஆகியவற்றைச் சேகரித்து வைத்திருக்கும் ஒரு பொது நூலகமும் இந்த நகரத்தில் இருக்கிறது. ஆனால், இத்தகைய பூர்வீக விஞ்ஞானப்

பாரம்பரியத்தை நினைவுபடுத்தும் வகையில் அமைந்த புத்தகக் கடை ஒன்றுகூடப் பாட்னாவில் கிடையாது.

அகலமான வீதிகளின் பெரும்பகுதி முழுவதும் காய்கறிகளும் பழங்களும் ஆடைகளும் விளையாட்டுப் பொருள்களும் பரப்பப்பட்டு, கிராமத்துத் தெருக்களில் வாரச் சந்தைகள் போன்று இரைச்சலிடும் நடைபாதை வியாபாரிகளால் ஆக்கிரமிக்கப்பட்டிருக்கும். அவர் களுடன் மல்லுக்கட்டும் சைக்கிள் ரிக்ஷாக்காரர்களை பாட்னாவின் தெருக்களில் சாதாரணமாகப் பார்க்கலாம். வியர்வையும் தூசும் படிந்த தொழிலகச் சீருடைகளில் அவசர நிலையில் போக்குவரத்து வாகனங் களுக்காகப் பொறுமையற்றுக் காத்துநிற்கும் பயணிகளுக்கு நடுவே தூய சலவை உடுப்பு அணிந்தவர்களைக் காண்பது மிகவும் அபூர்வம். ஜூலை, ஆகஸ்ட் மாதங்களில் தெருக்களில் கூட்ட நெருக்கடியில் வழிகளை உண்டாக்கிக்கொண்டு கூட்டம் கூட்டமாக 'போல் பம்ப' என்று ஆர்ப்பரித்து ஜபித்துக்கொண்டு, நொண்டியவாறும் களைத்தும் கடந்துபோகும் காவி உடுத்திய தீர்த்தாடனக் குழுக்களைக் காணலாம். சின்ன கமண்டலங்களில் கங்காஜலம் நிரப்பிய சிறிய குடங்களைக் கட்டி எடுத்துக்கொண்டு நடப்பதாக, அவர்களுடைய பிரயாணம் அமையும். ஸோண்பூர் கங்கையிலிருந்து சேகரிக்கப்பட்ட கங்காஜலத்தை, *105* கிலோமீட்டர் வழிநடந்து ஜார்கண்டில் எங்கோ ஒரு குன்றுப் பகுதி யிலுள்ள ஜோதிலிங்கத்தின்மீது கொண்டுபோய்க் கொட்டுவதற்காக அமைந்தது அந்தப் பயணம்.

கிராமங்களால் சூழப்பட்ட ஒரு நகரம் என்பதாகத்தான் முதல் அனுப வத்தில் பாட்னாவைப் பற்றிக் கருதத் தோன்றும். இது ஒருவேளை, லாலுபிரசாத் யாதவ் பதவிக்கு வந்ததைத் தொடர்ந்து இடம்பெற்ற நடவடிக்கைகளால் நேர்ந்த திட்டமிட்ட சூழ்ச்சியின் ஒரு பகுதியாக இருக்குமோ என்பதாகச் சந்தேகிக்கத் தோன்றும். ஓரளவுக்குத் தன்னுணர்வுள்ள ஒரு நகர நிர்வாகக் குழுவினால், சில நாள்களுக்குள் பாட்னாவைச் சீராக்கிவிட முடியும். நடைபாதை வியாபாரிகளை வெளியேற்றுவது, தெரு ஓரங்களிலுள்ள குப்பைக்கூளக் குவியல்களை அப்புறப்படுத்தி சுத்தப்படுத்துவது, போக்குவரத்து விதிமுறைகளைக் கொஞ்சம் சீராக்குவது போன்றவற்றைச் செய்தால் போதும். அப்படிச் செய்வது கீழ்த்தட்டு மக்களின் வியாபாரப் போக்குக்கு விரோதமான தாக அமையுமென்ற எண்ணத்தினால், அரசாங்கம் அதில் தலையிடாமல் இருக்கிறதோ என்ற எனது சந்தேகத்தை, நான் வயது முதிர்ந்த அரசு ஊழியர் ஒருவரிடம் கேட்டேன். சிறிது நேரம்

யோசித்துவிட்டு, 'இருக்கலாம்' என்றுதான் அவர் பதில் சொன்னார்.

முனைப்பான பயணமோ, வெறுமனே போய்வருவதோ எதுவாக வேண்டுமானாலும் இருக்கட்டும். வைசாலிக்கான வழியில் ஹாஜிபூர், நளந்தாவுக்கான வழியில் பிகாரி ஷெரீஃப் போன்ற இடங்களை பிகாரில் யாத்திரீகர்களுடன் நான் கடந்து சென்றபோது காண நேர்ந்தது. எல்லாமே பெரிதும் சிறிதுமான நகரங்கள். பாட்னாவைச் சார்ந்து அங்கெல்லாம் அதிக நெருக்கடியையும், அதிக முனைப்பான செயல்பாடுகளையும் திரும்பத் திரும்பப் பார்க்கும்படியாக இருந்தது. அதிக அளவில் சாக்கடை நீரும் அழுக்கும் தேங்கிக் கிடக்கும் நகரத் தெருக்கள், அதிக அளவில் காதடைக்கும் இரைச்சல்கள். சற்று அதிகமாக முஸ்லிம் தர்க்காக்களும் புத்த விஹாரங்களின் நினைவுச் சின்ன எச்சங்களும் உள்ள ஒரு மாவட்டத் தலைநகர், பிகாரி ஷெரீஃப். அங்கிருந்து நளந்தாவுக்கு அதிக தூரமில்லை. அகழ்ந்து மீட்டெடுத்த பழைய பல்கலைக்கழகத்தின் எச்சங்களை நெருங்கும்போதெல்லாம், இயற்கையாக அமைந்த மரங்களின் அழகாலும் மேற்பார்வைப் பராமரிப்பாலும் மன அமைதி ஏற்படுகிறது. நாட்டுப் புல் நிமிர்ந்து வளரும் விசாலமான பசுமையின் நடுவில், தூக்கலாக நிற முரண் பாட்டுடன் எழுந்து நிற்கும் செங்கல் சிவப்புதான், நளந்தாவின் எச்சங்கள். பரவலான சமவெளியின் பசுமைப் பின்னணியில், தலைநிமிர்ந்து நிற்கும் மரங்களின் இருண்டடர்ந்த இலைச் சாமரங்கள். தெளிவான அந்த ஜூலை ஆகாயத்தின் சுவட்டில், நான் பார்த்த அன்று, மனம் கவரும் ஒரு காட்சிக் கலவையான நிறங்கள் கொண்டு நளந்தா இருந்தது. இயற்கையைக் கண்டு லயிப்பதை தியானத்தின் ஒரு பகுதியாகக் கொண்டிருந்த புத்தரின் காலத்திலும் நளந்தா அப்படித்தான் இருந்திருக்க வேண்டும். மகதத்தின் பழைய தலைநகரமான இந்த ராஜக்ருஹத்திலிருந்து ஒரு யோசனை அளவே தூரமுள்ள நளந்தாவில், பாவாரிக்கா என்ற மாந்தோப்பில், பிக்ஷுக்களின் பரிவாரத்துடன் குழு அமைத்துக்கொண்டு, எத்தனையோ மழைக்கால இரவுகள் சித்தார்த்தர் தங்கியிருந்ததுண்டு. அவருடைய மிக முக்கிய சீடரான சாரிபுத்ரனின் பிறப்பிட கிராமம், நளந்தாவுக்குப் பக்கத்தில்தான் எங்கோ இருந்தது.

விஹாரங்கள், க்ஷேத்திரங்கள் ஆகியவற்றின் மிகப் பெரியதும் வியக்கத் தக்கதுமான ஒரு குழுமத்தின் எச்சங்கள்தாம் அகழ்ந்து அடையாளம் காணப்பட்டிருக்கின்றன. கி.மு. மூன்றாம் நூற்றாண்டுக்கும் கி.பி. பன்னிரண்டாம் நூற்றாண்டுக்கும் இடைப்பட்டதான நீண்டகாலப் போக்கில் கட்டப்பட்ட பல வகையான கட்டுமானங்களின் சிதில உருவங்களே அவை. பழம்பொருள் ஆய்வாளர்கள் இவற்றைப்

பதினான்கு கட்டட வகைகளாகத் தரம் பிரித்து விவரிக்கிறார்கள். பல மைல்கள் சுற்றளவில் வியாபித்திருந்த மாளிகைக் குழுமங்களின் ஒரு குறைவான பகுதி மட்டும்தான் அகழப்பட்டுள்ளது. மக்கள் வாழ்ந்த எல்லைப்புற கிராமங்களைச் சுற்றியுள்ள குன்றுகளிலும் மற்றும் அடிவாரங்களிலும், நளந்தாப் பல்கலைக்கழகத்தின் எஞ்சிய பகுதிகள் இப்போதும் புதையுண்டே கிடக்கின்றன.

பிரதான தேவாலயத்தின் பிரும்மாண்ட கட்டுமானத்தின் எச்சங்கள்தாம், நளந்தாவில் முக்கியக் காட்சிப் பொருள். கல் ஸ்தூபிகளால் சூழப்பட்ட அதிவிசாலமான சதுக்கத்தில், ஏழு வெவ்வேறு காலகட்டங்களில் ஏழு தடவைகள் நிர்மாணித்தும் புனர்நிர்மாணித்தும் உருவானது இது. இந்தக் கட்டடக் கலைப்படைப்பின் உன்னதம், எச்ச நிலையிலும் இன்னும் நிலைகொண்டிருக்கிறது. ஒவ்வொரு கட்டடப் பகுதியும் சிற்பக் கலையை அடிப்படையாகக்கொண்டு கட்டப்பட்டிருக்கிறது. ஒவ்வொன்றின் உச்சிப் பகுதியிலும் சுற்றுப்புறத்திலும், ஒவ்வொரு வகையில் பொலிவு பெற்ற சிற்பங்கள் இருந்திருக்க வேண்டுமென்று அகழ்வாய்வு புலப்படுத்துகிறது. அங்கு நடந்த ஏழு புனர்நிர்மாணங் களில், முதல் மூன்று முழுமையாகவே மண்ணின் மிக ஆழத்தில் புதை யுண்டிருந்தன. இறுதிக்கட்ட சிதில நிலைமைக்குக் காரணம், அவற்றை மண்ணுக்கு வெளியே மீட்டெடுத்துக் காட்சிப்படுத்த முனையவில்லை என்பதுதான். வெளியே தெரியும் கடைசிக் காலகட்டத்து நான்கு அமைப்புகளும், ஏறத்தாழ ஸ்தூலக் கட்டடங்களாகும். ஐந்தாம், ஆறாம், ஏழாம் காலகட்டங்களில் கட்டப்பட்ட தேவாலயங்களுக்கு இட்டுச் செல்லும் வகையில், செங்கற்களால் கட்டப்பட்ட மூன்று தனித்தனி ஏணிப்படிகள் பிரும்மாண்ட மாளிகைக் கட்டுமானத்தின் பக்கவாட்டில் உண்டு. படிப்படியாக அடுத்தடுத்து கட்டப்பட்ட இந்த க்ஷேத்திரக் குழுமத்தில், ஐந்தாவது கட்டடம் பெரிதும் மனம் கவரும் தன்மையது. அதனுடைய நான்கு மூலைகோபுரங்களில், மூன்று மட்டும் தான் பார்வைக்குத் தென்படுகின்றன. புத்தர், போதிசத்துவர் ஆகியோரின் விக்ரகங்களுள்ள சிறிய சுவர்கள் அமைந்த கோபுர மதில்கள், மனம் கவர்பவை. ஆறாம் காலகட்டத்தில் அமைக்கப்பட்ட ஏணிப்படிகள், க்ஷேத்திரத்தின் மேல் உச்சியில் மைய மண்டபத்துக்கு இட்டுச் செல்கின்றன. அங்கு காணப்படும் பிரதிஷ்டா பீடத்தின் சிதைவு எச்சம் அந்தக் கோபுர உச்சியில் வடக்கு நோக்கி முகம் திருப்பிய நிலை யில், ஒரு பெரிய புத்தர் சிலை அமைந்திருந்தது என்பதைப் புலப் படுத்துகிறது.

நான்கு மனைக்கட்டுகள் ஒன்றையொன்று பார்த்தபடி, செங்கல் பதித்த

விசாலமான நடுமுற்றம் கொண்டு, பிக்ஷு விஹாரங்கள் அமைந் திருந்தன. மனைக்கட்டுகளில் வராந்தா நோக்கித் திறக்கும் அறைகள் வரிசையாக இருக்கின்றன. தெற்கு மனையின் அறைகளுக்கு நடுவில், வடக்கு மனையின் நுழைவாசலுக்கு நேராக ஒவ்வொரு விஹாரத்திலும் க்ஷேத்திரப் பகுதிகள். நடுமுற்றம் ஒவ்வொன்றிலும், ஓரத்தில் கிணறு களும் உயரமாக எழுப்பப்பட்ட பிரசங்க மேடைகளும் அமைந்திருக் கின்றன. சாக்கடை அமைப்பு முறையும், முற்றங்களின் மூலைகளி லிருந்து மேலேறிப் போகும் ஏணிப்படிகளின் சிதைவு எச்சங்களும், இந்த விஹாரக் கட்டுமானங்கள் பலவற்றில் பல மாடிகள் இருந்திருக்க வேண்டுமென்பதைக் காட்டுகின்றன. மகதப் பல்கலைக் கழகத்தில் புத்திஸ்ட் ஸ்டடீஸில் பட்டப்படிப்பு மற்றும் பட்டமேற்படிப்பு பெற்ற நடுவயதுக்கார கைடு ஒருவரின் இடைவிடாத வாய்ஜாலப் பேச்சுடன் உச்சியில் சுட்டெரிக்கும் வெயிலும் சேர்ந்துகொள்ள, நளந்தாவின் சரிவுக் காலகட்டச் சூழலை நினைத்துக்கொண்டு, நாங்கள் சுற்றிச் சுற்றி நடந்தோம். செங்கற்களாலான குறுகலான மேடைகள், நெருப்புக்கு இலக்காகிச் சிதிலமடைந்த சுவர்கள் கொண்ட சுரங்கங்களில் தென் பட்ட சிலைகளின் எச்சங்கள், பல ஏற்ற இறக்கங்கள், பழைமையான சிதைவு எச்சங்கள் புலப்படுத்தும் நாகரிகம் பற்றிய கற்பனை ஆகிய வற்றால் சோர்ந்து குழப்பத்திலிருந்த மனத்தை, மேலும் உறுத்துவதாக இருந்தது அவருடைய வரலாற்று விளக்கம்.

குப்த சக்கரவர்த்திகள், கன்னோஜியின் ஹர்ஷ சக்கரவர்த்தி, சுமத்ராவின் பாலபுத்ர ராஜா ஆகியோர் உள்படப் பல போஷகர்கள் நிறுவிப் பராமரித்த சுமார் எட்டு மகாவித்யாலயங்கள் நளந்தாவில் இருந்தன. அங்கிருந்த ரத்னஸாகர் (ரத்னசாகரம்), ரத்னததி, ரத்னரஞ்சக் (ரத்னரஞ்சகம்) ஆகிய கிரந்தத் தொகுப்புகள், சர்வதேசப் பிரசித்திப் பெற்றிருந்தன. இந்தியாவில் நாலாதிசைகளிலிருந்தும் வந்து சேர்ந்தவர்கள் மட்டுமல்லாமல் கொரியா, மங்கோலியா, ஜப்பான், சைனா, திபெத், இலங்கை ஆகிய புத்தவிஹார நாடுகளிலிருந்தும் வந்த சுமார் பத்தாயிரம் மாணவர்களும் ஆசிரியர்களும் அங்கேயே தங்கியிருந்து படிப்பவர்களாக இருந்தார்கள். புத்தமதச் சிந்தனைகளைப் படிப்பதற்கும் பரப்புவதற்குமாக முதலில் நிறுவப் பட்டன இந்த நளந்தா மகாவித்யாலயங்கள். ஆனால் காலப்போக்கில் வேதம், தர்க்கம், இலக்கணம், மருத்துவம், ஸாங்கியம், யோகம், நியாயம் ஆகிய அறிவு மேம்பாட்டுக்கான பிரிவுகளும் அங்கே பாடப் பொருள்களாயின. நாகார்ஜுனர், சிலாபத்ரர், வசுபந்து, தர்மகீர்த்தி, தர்மபாலர், சந்திரபாலர், ப்ரபாமித்ரர், ஜினமித்ரர், ஞானசந்திரர், அங்கன் என்ற மகாமனிதர்களான ஆசிரியர்கள், நளந்தாவின் புகழுக்குத்

தூண்களாக இருந்தார்கள்.

தியானம், படிப்பு, ஆராய்ச்சி ஆகியவற்றின் பட்டமேற்படிப்புக்கான ஒரு மையமாக இருந்த நளந்தாவுக்குள் செல்வது என்பது எளிதானதாக இல்லை. நுழைவாசல் பொறுப்பாளனின் பண்டிதத்தனமான கேள்வி களுக்குத் திருப்திகரமான பதில் சொல்லும் மாணவர்களுக்கு மட்டுமே உள்ளே போக அனுமதி கிடைத்தது. பழையதும் புதியதுமான அறிவுத் துறைகள் சார்ந்து ஆழமான படிப்பு பெற்றிருந்தவர்களைத் தவிர, மற்றவர்களால் வாயில் காப்பாளரின் பரீட்சையை எதிர்கொள்ள முடியாதிருந்தது. பத்தில் எட்டுப் பேர் அப்படி நிராகரிக்கப்பட்டு, திருப்பி அனுப்பப்பட்டார்கள். உள்ளே செல்ல அனுமதி மறுக்கப் பட்டவர்களில் ஆரம்பக்கால சீனத்து சஞ்சாரியான ஃபாஹியானும் ஒருவர் என்பதாகச் சொல்லக் கேள்வி. ஃபாஹியானுக்குப் பிறகு வந்த சீனத்து யாத்திரீகர் யுவான் - சுவாங், நளந்தாவில் சிலாபத்ரரின் குறிப்பிடத்தக்க சீடர் என்ற நிலையிலிருந்து பிரதான ஆசிரியர் என்ற நிலைக்கு உயர நேர்ந்தது. அவருடைய பயணக் குறிப்புகளின் மூலமாகத்தான் நளந்தாவின் பெருமை வரலாற்றில் இடம் பெற்றது.

இந்தியாவில் புத்தமத நம்பிக்கைக்கு நேர்ந்த வீழ்ச்சியின் சமகாலத்தில், நளந்தா பல்கலைக்கழகத்தின் புகழ் வீழ்ச்சியும் ஏற்பட்டது. ஆரம்பக்கால ஹீனயான, மஹாயானச் சிந்தனைப் போக்குகளிலிருந்து மாறி சில விஹாரங்களை மையப்படுத்தித் தாந்த்ரீக, மாந்த்ரீக அனுஷ்டானங்களுக்கு நழுவிய புத்த மதம் மக்களிடமிருந்து விலகியது. எட்டாம் நூற்றாண்டில் குமாரில பட்டரும் சங்கரரும் இட்டுச் சென்ற ஹிந்துமதப் புனருத்தாரண முன்னேற்றமும் புத்தமத நம்பிக்கைக்கு அடி கொடுத்தது. விஹாரங்களைத் தீயிட்டு அழிப்பது, பிக்ஷுக்களை அவர்களுடைய மடங்களின் செயல்பாடுகளிலிருந்து விரட்டியடிப்பது போன்றவற்றில் ஈடுபட்ட முஸ்லிம் ஆக்கிரமிப் பாளர்களால் கடைசித் தாக்குதல் நிகழ்ந்தது.

ஒரு திபெத்தியக் கட்டுரையின்படி, கி.பி. 1235 -ல் கோடையில் நிகழ்ந்த முஸ்லிம் ஆக்கிரமிப்புக்குப் பின்னரும், நளந்தாவில் சில விஹாரங்கள் எஞ்சியிருந்தன. தகர்க்கப்பட்டிருந்த நினைவிடங்களையும் விஹாரங் களையும் முதிதபத்ரர் என்ற ஒரு மகாமுனிவர் புதுப்பித்துக் கட்டினார். மகத நாட்டு மன்னனின் முக்கிய மந்திரியாக இருந்த குக்குடஸித்தன் என்பவர், நளந்தாவில் ஒரு பௌத்த க்ஷேத்திரத்தைத் தன்னுடைய காலத்தில் கட்டி முடித்தார். அந்த க்ஷேத்திரத்தில் ஒரு மதச்சடங்கு நடந்துகொண்டிருந்தது. அச்சமயம் அந்த வழியாக பிக்ஷாந்தேஹிகளாக

இரண்டு ஹிந்து தீர்த்தாடனக்காரர்கள் வந்தார்கள். அப்போது சில குறும்புக்கார பாலபிக்ஷுக்கள், அவர்கள் மீது கழிவுநீரைத் தெளித்தார்கள். கோபமுற்ற ஹிந்து சந்நியாசிகள், அக்னிதேவனை மகிழ்விக்கும் ஒரு மகாயக்ஞும் நடத்தி, அந்த ஹோமகுண்டத்தில் எரியும் நெருப்புக் கனலையும் சாம்பலையும் வாரியெடுத்து புத்த க்ஷேத்திரங்களை நோக்கி வீசி எறிந்தார்கள். அப்படிப் பரவிப்படர்ந்த அக்கினிப் பிரளயத்தில்தான், நளந்தாவில் இருந்த ரத்னோததி என்ற புகழ்பெற்ற நூலகம் எரிந்து சாம்பலாயிற்று. நளந்தாவில் விஹாரச் சிதைவு எச்சங்களின் இடையிலிருந்தும், சுற்றுப்புறப் பகுதிகளிலிருந்தும் கண்டெடுத்த சில கற்சிலைகள், இரும்புச் சிலைகள், கற்பலகைகள், நாணயங்கள், பழம்பொருள்கள் ஆகியன அந்த வளாகத்துக்குள்ளேயே அமைக்கப்பட்டிருக்கும் சிறிய மியூசியத்தில் பார்வைக்கு வைக்கப்பட்டிருக்கின்றன. அக்கினி விழுங்கிய விஹாரங்களில் இருந்த தானியக் குதிர்களிலிருந்து சேகரிக்கப்பட்ட பாதி கருகிய நிலையிலான அரிசியின் ஒரு கூறும் அந்தக் காட்சிப் பொருள்களில் ஒன்று.

பத்தொன்பதாம் நூற்றாண்டின் ஆரம்பப் பதின்ம ஆண்டுகளில், நளந்தாவின் சிதைவு எச்சங்கள் ஐரோப்பிய ஆய்வாளர்களின் கவனத்துக்கு வந்தன. ஆனாலும் அதே நூற்றாண்டின் அறுபதுகளில், அலெக்சாண்டர் கன்னிங்ஹாம் என்ற பழம்பொருள் ஆய்வாளர்தான், சீனத் தீர்த்தாடனக்காரர்களின் பயணக் குறிப்புகளைப் பரிசீலித்து, தற்போதைய சிதைவு எச்சங்கள் நளந்தா பல்கலைக்கழகத்தின் பகுதிகள் என்பதை வெளிப்படுத்தினார். கி.பி. *1915-16* காலவாக்கில் இண்டியன் ஆர்க்கியோலஜிகல் சர்வே துறையினர் அந்த இடத்தை அகழ்ந்து, குறைந்த அளவிலேனும் இந்தப் பழம்பொருள் இருப்பிடத்தைப் பாதுகாத்து வருகின்றனர். இப்போது உலகம் எங்கிலுமுள்ள பழம்பொருள் ஆய்வு மாணவர்களின் மிக முக்கியத் தீர்த்தாடன மையங்களில் நளந்தாவும் ஒன்று.

3

ராஜ்கிர் நினைவுகள்

மக்கள் குடியிருப்பு மிகவும் குறைவான ஓரிடத்தில், ராஜ்கிர் அரசினர் விருந்தினர் விடுதி. பாதுகாப்புக்கு உட்பட்ட பகுதி என்பதுபோல, ஆள்கள் இல்லாத நிசப்தமான சூழல். ஒரு திசையில் இருப்பது போலீஸ் உத்தியோகஸ்தர்கள் ஓய்வெடுக்கும் மனை என்று தோன்றுகிறது. ஆள் நடமாட்டம் இல்லாத சாதாரணமான மற்றொரு பெரிய கட்டடமும் இருக்கிறது. மேலேயும் கீழேயுமாக இரண்டு தளங்களில் சுமார் இருபது அறைகளுள்ள கெஸ்ட் ஹவுஸ் மாளிகை. அதன் பின்புறம் கூப்பிடு தூரத்தில், விடுதி காப்பாளருக்காகவும் மற்றும் பணியாளர்களுக் காகவும் மஞ்சள் காவி பூசிய பழைய தரத்திலான ஃபேமிலி குவார்ட்டர்ஸ். அங்கே மனித வாடை இருப்பதற்கான அறிகுறிகளாக, முற்றத்தில் நிமிர்த்தி வைக்கப்பட்ட நிலையில் தென்படும் சில கயிற்றுக் கட்டில்கள்; அலட்சியமாகச் சுற்றித் திரியும் ஒரு கிழட்டு நாய். அண்மையில் பிரசிடெண்ட் அப்துல் கலாமின் வருகையையொட்டி, விடுதி மராமத்துப் பணிக்கு உள்ளாகியிருக்கிறது. சுவர்களிலும் ஜன்னல்களிலும் வாசனை வெளிப்படுத்தாத வர்ணப் பூச்சுகளும், தரையில் கார்ப்பெட்டுகளில் ரசாயனத் தெளிப்பும் நடந்து தூய்மையோடு காட்சியளிக்கிறது.

வராந்தாவிலிருந்து பார்க்கும்போது, அடர்ந்து இருண்ட மரக்குடை களுக்கு அடியில், கீழும் மேலுமாகப் படர்ந்த நிழல் - வெயில் அலைகள் சுற்றிலும் பரவிய சமதள நிலப் பகுதி. காற்றுகூட வீசாத சலனமற்ற நிலையில், ஒற்றையடிப் பாதையில் நடப்பதுபோல சாவகாசமாக நடைபோடும் சில மனித உருவங்களைத் தொலைவில் பார்க்க முடியும். 'ஒரே ஒரு ஊரிலே ஒரே ஒரு ராஜா' என்பதாகத் தொடங்கும் பாட்டிக் கதைகளுக்கு அமையும் தொடர் போலத்தான், இந்த முன்னுரையும். நடைமுறை உலகியல் பொருத்தமோ சமகாலப் பொருத்தமோ இல்லாத ஒருவகைத் தொடுவானத் தொடர்புதான், இந்த முன்னுரைக்கு

உள்ளது. வேகமாகத் தெற்கு வடக்காக ஓடிப்போகும் குதிரைவண்டிகளும், அபூர்வமாக மின்னி மறையும் சில மோட்டார் வாகனங்களும், அங்கிருந்த மர வரிசைகளுக்கிடையே சில சமயம் கண்ணில் தட்டுப்படும். வைபாரா மலைத்தொடரின் கிழக்குப் பக்கத்திலுள்ள சததாரா வெப்ப நீரூற்றுகளுக்கோ, புத்தரின் மனம் கவர்ந்த க்ருத்தகூடத்துக்கோ, ஸோண்தண்டார் குகைகளுக்கு அருகிலுள்ள ஜராஸந்தனின் பழைய களரிக்கூடத்துக்கோ, வைபாரி யிலுள்ள ஹிந்து மற்றும் ஜைன க்ஷேத்திரங்களுக்கோ புறப்பட்ட சுற்றுலாப் பயணிகள் அல்லது நமது நாட்டுத் தீர்த்தாடனக்காரர்கள் அந்த வாகனங்களில் பயணம் செய்பவர்களாக இருப்பார்கள்.

புராணங்களிலும் இதிஹாசங்களிலும் வரலாற்றிலும் மிகவும் பெருமையாகக் குறிப்பிடப்படுகிற பழைய மகதத்தின் தலைநகரமாக இருந்தது இந்தப் பகுதி. வஸுவினுடைய, ஜராசந்தனுடைய, பிம்பி சாரனுடைய, அஜாதசத்ருவினுடைய தலைநகரம் இது. பாட்னாவுக்குத் தென்கிழக்குத் திசையில் பிகார் ஷெரீஃப் பட்டணத்திலிருந்து இருபத்தொரு கிலோ மீட்டர் தூரத்தில் மலைகளால் சூழப்பட்ட இந்த அடிவாரம், இப்போது ஹிந்து பௌத்த ஜைன மதத்தவர்களுக்கும் முஸ்லிம்களுக்கும் ஒரே அளவில் பவித்திரமான ஒரு தீர்த்தாடன மையமாகத் திகழ்கிறது. இங்கே தீங்கு விளைவிக்கும் மாசுகள் சிறிதும் இல்லாத வெப்ப நீரூற்றுகளும், மூன்று ஆண்டுகளுக்கு ஒருமுறை ஒரு மாத காலம் கொண்டாடப்படுகிற ஹிந்துமத மேளா உற்சவமும் சுற்றுலாப் பயணிகளிடையே பிரசித்தமானவை. புத்தருடைய வாழ்க்கையுடனும் அவருடைய அறவழிப் பிரசாரங்களுடனும் தொடர்புடைய பல முடிவெடுக்கும் நிலைப்பாடுகளுக்கு, ராஜ்கிர் சான்றாக இருந்திருக்கிறது. கௌதம புத்தரும் இருபத்து நான்காவது ஜைன தீர்த்தங்கரர் மஹாவீரரும், பல மழைக்காலங்களில் இங்கே தியானங்களை மேற்கொள்வதில் ஆழ்ந்திருக்கிறார்கள்.

வைபார, வராஹ, வ்ருஷப, ரிஷிகிரி, சைத்யக ஆகிய ஐந்து மலைத் தொடர்களால் சூழப்பட்டு, மணமுள்ள தர்ப்பைப் புற்கள் வளரும் ஒரு சமவெளியாக, மகாபாரதத்தில் ராஜக்ருஹம் என்பதாக, ராஜ்கிர் குறிப்பிடப்பட்டிருக்கிறது. வஸுமதி, ப்ருஹத்ரதபுரம், குசாக்ரபுரம், கிரிவ்ரஜம் என்பதாகப் பல பெயர்களில் இந்தப் புராதன நகரம் அறியப்பட்டிருக்கிறது. பிரம்மாவின் நான்காவது மகனாகிய வஸு என்பவன், கிரிவ்ரஜத்தை நிறுவியதாகப் புராணக் கதைகள் கூறுகின்றன. பின்னர் நீண்ட காலத்துக்கு ஸ்மிருதி பாரம்பரியங்களில் இந்த நகரத்தைப் பற்றிய குறிப்பு எதுவும் இல்லை. குருக்ஷேத்திர யுத்த காலத்தில் ப்ருஹத்ரதன் என்பவனுடைய தலைநகர் என்ற அளவில்,

இந்த நகர் ராஜாங்க முக்கியத்துவத்துடன் விவரிக்கப்படுகிறது. ப்ருஹத்ரதன் உருவாக்கிய ராஜ வம்சத்தில், மிகவும் பிரபலமான சக்கரவர்த்தியாக ஜராசந்தன் இதிஹாசங்களில் குறிப்பிடப்படுகிறான். மதுராவின் மன்னனும் ஸ்ரீகிருஷ்ணனின் தாய்மாமனுமான கம்சனுக்கும் ஜராசந்தனுக்கும் உறவுமுறை ஏற்பட்டிருந்தது. கிருஷ்ணன் கம்சனை வதைத்தபோது, ஜராசந்தன் கிருஷ்ணனுடைய வம்சத்தைப் பூண்டோடு அழிக்க மதுராவை நோக்கிப் படைநடத்திச் சென்றான் என்றாலும் தோல்வியுற்றுத் திரும்ப நேர்ந்தது. அதற்குப் பிறகு பாண்டவ சகோதரர் களுடன் கிரிவ்ரஜ நகரைச் சென்றடைந்த ஸ்ரீகிருஷ்ணனுடைய நோக்கத்தின்படி, பீமசேனன் மற்போரில் ஜராசந்தனை வதைத்தான் என்பதாகக் கதை. ஜராசந்தனுக்குப் பிறகும் அந்த ராஜவம்சம் நீண்ட காலம் நிலைத்திருந்தது.

புராண, இதிகாசக் கதைகளைத் தாண்டி வரலாற்றுக் கட்டத்திற்குள் நுழையும்போது, அது கௌதம புத்தர் 'தர்மரச்மி' (அற ஒளிக்கதிர்) சொரியும் காலம். ராஜக்ருஹம் என்ற பழைய கிரிவ்ரஜத்தின் ஆட்சியாளனாக இருந்தவன், மகதத்தை அடக்கியாண்டு வாழ்ந்த பிம்பிசாரன். பிம்பிசாரனுக்குப் பிறகு அவனுடைய மகன் அஜாதசத்ரு. அஜாதசத்ருவின் மகன் உதயனின் காலத்தில்தான், மகதத்தின் தலைநகர் பாடலீபுத்திரத்திற்கு மாற்றப்பட்டது. அவ்வளவு காலமும் அரசாங்கம் மற்றும் மதம் சார்ந்த செயற்பாடுகளுக்குத் தலைமையிடமாக இருந்தது ராஜக்ருஹம்தான். பிற்காலத்தில் பாலி கிரந்தகர்த்தாவாக விளங்கிய புத்த கோஷ் என்பவரின் குறிப்புகளின்படி, உள்நகரம் என்றும் வெளிநகரம் என்றும் கோட்டைச் சுவர்களால் பிரிவினை செய்யப்பட்டு, ஓர் இரட்டை நகரமாக மாறியது ராஜக்ருஹம். அதில் முப்பத்திரண்டு பெரிய நுழைவாயில்களும், அறுபத்துநான்கு சிறிய நுழைவாயில்களும் இருந்தன. இந்தச் சமவெளியில், அந்தக் காலத்தில் பதினெட்டு கோடி மக்கள் வாழ்ந்தார்கள் என்பதான புத்தகோஷின் கூற்று அதிசயிக்கத்தக்கதுதான்.

பிம்பிசாரனுடைய மற்றும் புத்தருடைய காலம் கழிந்து ஏறத்தாழ ஒன்பது நூற்றாண்டுகளுக்குப் பின்னர், கி.பி. ஐந்தாம் நூற்றாண்டின் முற்பாதியில்-இந்தியாவுக்கு வந்த ஃபாஹியான் கண்ட ராஜக்ருஹம் மயானக் காட்சியாக, அநாதையாக இருந்தது. வேணு வன விஹாரத் தில் காலாவதியான தடாகக் கரையில், தனிமைப்பட்டுப்போன சில பிக்ஷுக்களை மட்டும் பார்த்ததாக அவர் குறிப்பிட்டுள்ளார். ஏழாம் நூற்றாண்டின் பிற்பாதியில் ராஜக்ருஹத்துக்கு வ்ந்த யுவான்-சுவாங், அந்த நகரம் முழுக்க முழுக்க நிராகரிக்கப்பட்டு ஆளரவமற்றிருந்த நிலைமையைத்தான் பார்த்தார்.

ராஜ்கிர் புராதனச் சின்னங்களைப் பார்க்க, நளந்தாவிலிருந்து அரை மணி நேரம் பயணப்பட வேண்டும். பாதி வழியில் க்காஸ எனப்படும் ஒரு பிகாரி கிராமியப் பலகாரம் விற்கும் கடையில் எங்கள் வண்டியை நிறுத்தியபோது, க்காஸ வாங்கிக்கொண்டிருந்த சுற்றுலாப் பயணி களின் கூட்டமும் வாகனங்களின் கூட்டமும் உருவாக்கிய, சின்னதான ஒரு நெரிசலைக் காண நேர்ந்தது. பிகாரில் வழியோரங்களில் பொது வாகக் காணப்படும் ஒழுங்குமுறையற்ற வியாபார மையங்களினின்றும் மாறுபட்டு, நாகரிகமும் அலங்காரப் பின்புலங்களும் கொண்ட கடை களையும் நிரந்தரச் சந்தைகளையும் ராஜ்கிரியை நெருங்கும்போது காண முடியும். அயல்நாட்டுப் பயணிகள் இங்கு வந்து போவது இதற்குக் காரணமாக இருக்கலாம். உச்சிவேளைக்கு முன்பு கெஸ்ட் ஹவுஸ் சென்றடைந்த நாங்கள் அங்கே சாப்பாட்டுக்குச் சொல்லிவிட்டு, வைபாரா மலைகளில் வெப்ப நீரூற்றுகளையும் அதற்கு அருகிலுள்ள வரலாற்றுச் சிதைவிடங்களையும் பார்த்து வருவதற்காகப் புறப்பட்டோம்.

சததாரா வெப்ப நீரூற்றுகள், மலையின் சரிவில் சற்று உயரத்தில் இருந்தன. படிக்கட்டுகள் ஏறிச் செல்லும்போது, வலதுபுறத்தில் கான்க்ரீட் கட்டுமானத்தை அடுத்து அணைத்தவாறு மினுங்கும் ஒளியுடன், மலையின் நிறையத் துவாரங்களின் வழியாக சுககரமான இளம் சூடுள்ள நீர் இடைவிடாது பெருக்கெடுத்துக் கொண்டிருக்கிறது. உள்ளங்கைகளைக் குவித்து வாரி எடுத்துக் குடிக்கவோ முகம் கழுவவோ செய்யலாம். கீழே வழியும் நீர் சிமெண்ட் வாய்க்கால்கள் வழியாக மிக அருகில் கான்க்ரீட் தளத்தில் பாய்ந்து சற்று ஆழத்தில் விழுந்ததும், அது நீண்ட சதுரமான ஒரு தடாகத்தைச் சென்றடைகிறது. அங்கிருந்து அது, மீண்டும் ஏதாவது ஒரு வெளிப்புறப் பாதை வழியாக அடிவாரத்துக்குப் போய்ச் சேரும் மற்ற நீர்ப்பெருக்குகளுடன் கலந்து விடுகிறது. நீரூற்றுகள் எதிர்ப்படவும், கீழே தடாகத்திலும் ஒரு நேர்த்திக்கடன் போல, அவயவசுத்தி செய்துகொள்வதும், முங்கிக் குளித்து எழுவதுமான தீர்த்தாடனக்காரர்களும் உண்டு. குளியலறையும் சலவையிடமும் இணைந்திருக்கும் அந்த வானவெளிச் சூழலில் நடைபாதைகளில் யாரோ குங்குமமும் சிந்தூரமும் உலர்வதற்காகப் பரத்தி வைத்திருந்தார்கள்.

ராஜ்கிரில் தீர்த்தாடனப் பயணங்களுக்கான தேவாலயங்களில் பெரும் பாலானவை, சததாரா சார்ந்த வட்டாரங்களில் இருக்கின்றன. இறுகிப் போன வழித்தடங்களில் நடந்து மேலேறிச் சென்றால், மலையின் உச்சிப் பகுதியில் ஒரு மகாதேவ க்ஷேத்திரம் இருக்கிறது. ஒரு புராதன சிவக்ஷேத்திர சிதிலத்தின் மீது கட்டப்பட்ட இது, வட இந்திய கிராமிய

க்ஷேத்திரக் கட்டமைப்பின் தோற்றத்துடன் விளங்குகிறது. அதே திசையில் உச்சிக்குச் சற்று முன்பு, ஆதிநாதன் பிரதிஷ்டையுள்ள ஒரு தற்காலத்திய ஜைன தேவாலயத்தைக் காணலாம். நடந்து செல்லும் பாதையில் சததாராவின் பக்கவாட்டில் காட்டுப் புதர்களுக்கிடையே எழுந்து நிற்கும் வெள்ளையடித்த மினார்களுடன், புனருத்தாரணம் செய்யப்பட்ட சில முஸ்லிம் தர்காக்களும் இருக்கின்றன. வெப்ப நீரூற்றுகளுக்குச் சற்று மேலே மகாதேவ க்ஷேத்திரத்துக்கான நடை பாதையின் வலதுபுறத்தில், மனம் கவரும் ஒரு புராதனக் கட்டுமானமும் இருக்கிறது. சுமார் இரண்டு ஆள் உயரத்தில் மிகக் கனமான கல்லில் கட்டப்பட்ட இந்த நீண்ட சதுர மண்டபத்தைப் பற்றிப் பல செய்திகள் கூறப்படுகின்றன. அந்த வட்டாரத்து நாட்டுப்புற மக்கள் அதை மச்சான் (மேற்பார்வைக் கண்காணிப்பு கோபுரம்) என்றும், ஜராசந்தா-கீ-பைட்டக் (ஜராசந்தனின் அமர்விடம்) என்றும், குறிப்பிடுகிறார்கள். அதனுடைய கீழ்ப்பகுதியில் காணப்படும் சிறிய அறைகள், ஒரு காலத்தில் காவலாளிகளின் நிலையங்களாக இருந்திருக்க வேண்டும். பகைமை அற்றுப்போன, காவல் இருக்கத் தேவையில்லாத பிற்காலங்களில், அவை ஒருவேளை முனிவர்களின் அறைகளாகப் பரிணமித்திருக்கலாம். பாலி கிரந்தங்களின் பாடங்களின் படி, விப்பாலன் என்பவனுடைய குகையான இந்த மண்டபம், ஒரு சமயம் ஆரம்பத்தில் பௌத்த மகாசம்மேளனத்தின் தலைவராகவும் கௌதமபுத்தரின் தலைமைச் சீடராகவும் இருந்த மகாகச்யபரின் இருப்பிடமாக இருந்திருக்கலாம். மனத்திலும் சரீரத்திலும் நலிவுற்று மகாகச்யபர் படுத்த படுக்கையாகி இந்தக் குகைக்குள்ளே கிடந்தபோது, ஒரு சமயம் புத்தர் இங்கே வந்து தன்னுடைய பிரிய சீடனைச் சந்தித்துச் சென்றார் என்பதாகப் பாலி கிரந்தங்கள் விவரிக்கின்றன.

ஒருவகையில், ராஜ்கிரில் மிகவும் முக்கியமான புத்த நினைவிடமாக வேணுவனத்தைக் குறிப்பிடலாம். சததாரா ஊற்றுகளுக்கு அருகில் தான் இந்த ஆதிவிஹார நிலப்பகுதியும் இருக்கிறது. இப்போதும் பல்வேறு தாவர ஜீன்கள் கொண்ட மூங்கில்கள் வளரும் ஒரு மூங்கில் காட்டுப் பகுதிதான் இது. ஒரு பக்கத்தில், சற்றுப் பெரியதும் நீர் நிறைந்ததுமான தடாகம் ஒன்று இருக்கிறது. இப்பகுதி, புத்தர் காலத்தியதான நீண்டகாலத்துத் தடாகத்தை அகழ்ந்து மீட்டெடுக்கப் பட்டது என்ற கருத்து நிலவுகிறது. வேணுவன விஹாரத்தைப் பற்றிக் கூறும் சீனத்துப் பழைய கிரந்தங்களின்படி, அதனுடைய பரப்பளவு இன்று காணப்படுவதைவிட எத்தனையோ பதின்மடங்காக இருந் திருக்கிறது. இந்த நீர்நிலைக்கும் சததாரா நீரூற்றுகளுக்கும் இடையில் காணப்படும் காட்டுப் புதர்களும், பல முஸ்லிம் ஜாறங்களும்

(மறைவிடங்கள்) உள்ள மேடான நிலப்பரப்பு, பழைய வேணுவனத்து விஹாரங்களின் ஸ்தூபங்களின் அடித்தளமாக இருந்ததென்று சீனத்துக் குறிப்புகள் சுட்டுகின்றன. கடுமையான மத்தியானத்திலும் -வேணுவனத்தில் மரநிழல்கள் சுகமான குளிர்ச்சியைக் கொண்டிருக் கின்றன. தடாகத்தைச் சுற்றிலும் மின்விளக்குகள் அமைத்து, நந்தவனத்தின் ஒரு மூலையில் யாக மண்டப அமைப்பில் ஒரு தியான மண்டபமும் நிறுவியிருக்கிறார்கள். ஆனாலும், மனமாரப் பராமரிக்கப் படுகின்ற ஒரு நினைவிடமல்ல இப்போதைய வேணுவனம்.

மன்னன் பிம்பிசாரன் புத்தருக்குக் கொடுத்த நைவேத்தியப் பொருள் தான் இந்த வேணுவனம். புத்தசங்கத்தின் ஆரம்ப காலத்து பிக்ஷு விஹாரம் இது. புத்தரின் அறவுரைகளில் மிகவும் மகத்துவம் பொருந்தியவற்றில் பல வேணுவனத்தில் வைத்துத்தான் நிகழ்த்தப் பட்டது. அவருடைய வாழ்க்கையில் முடிவெடுக்கும் திருப்புமுனைக் கட்டங்கள் அதிகமாக நிகழ்ந்ததும், இந்த விஹாரவெளியில் வைத்துத் தான். ஞானோதயத்துக்குப் பின்னர் மகதத்தின் தலைநகர் நோக்கிச் சென்ற புத்தரின் முதல் யாத்திரையும், வேணுவனம் நிறுவப்பட்டதும், புத்த சரித்திரத்தில் மிகவும் மனம் கவரும் நிகழ்ச்சிகளாகும்.

அது ஒரு பௌர்ணமி நாள். புத்தர் பிக்ஷாபாத்திரத்தை எடுத்துக் கொண்டு 1250 பிக்ஷுக்களின் பரிவாரத்துடன் ராஜக்ருஹ நகர எல்லைக்குள் பிரவேசித்தார். கட்டுப்பாடாக, ஓசை வெளிப்படாமல் காலடிகள் வைத்து அவர்கள் நடந்தார்கள். தொங்கும் சரவிளக்குகள், புது மலர்கள் ஆகியவற்றால் நகர வீதிகள் அலங்கரிக்கப்பட்டிருந்தன. புத்தரையும் குழுவினரையும் வரவேற்கத் தெருவின் இருபுறங்களிலும் ராஜக்ருஹ நகரத்தார்கள் நெருக்கியடித்து நின்றார்கள். உட்சுவாசம் வெளிச்சுவாசம் பொங்க, மழித்த தலைகளுடன் சீரான அசைவுகளுடன் இயங்கப் பயிற்சி பெற்றிருந்ததான அந்தப் பயண ஒழுங்குமுறையைப் பார்த்த பொதுமக்கள் வியப்பிலாழ்ந்தார்கள். நகரின் பிரதான சதுக்கங்களைச் சென்றடைந்தபோது, புத்தருடைய நடை தடைப்படும் அளவுக்கு ஆட்களின் கூட்டம் நெருக்கமாக இருந்தது.

பணியாள்கள், வேலைக்காரர்கள், அரண்மனை விருந்தாளிகள் என ஆறாயிரம் பேர் புடைசூழ மன்னன் பிம்பிசாரன் புத்தரை எதிர்கொண்டு வரவேற்கத் தலைநகரின் எல்லைக்கு வந்தான். புத்தரையும் பிக்ஷுக்கள் குழுவையும் அரசாங்க விடுதிக்கு அழைத்துச்செல்ல அவன் ஏற்பாடு செய்தான். அங்கே புத்தருக்காகத் தனியான இருப்பிடம் ஆயத்தப்படுத்தப் பட்டிருந்தது. எல்லா பிக்ஷுகளுக்கும் அவரவருக்கான இடங்கள் ஒதுக்கப்பட்டிருந்தன. புத்தர் அமர்ந்த பிறகு, பிம்பிசாரன் மற்றவர்களை

உட்காருமாறு பணித்தான். மன்னனும் பிக்ஷு காச்யபரும் புத்தரின் இருபுறங்களிலும் உட்கார்ந்தார்கள்.

கைகால்கள் கழுவுவதற்காக, ஒரு பாத்திரத்தில் சுத்த நீரும் துடைக்கத் துணியுமாக அரசகுமாரனான அஜாதசத்ரு புத்தரை அணுகினான். பல பணியாள்கள் ஒரே சமயத்தில், சங்கத்து பிக்ஷுகளுக்கு அவ்வாறே பணிவிடை செய்தார்கள். அதற்குப் பிறகு, செல்வச் செழிப்பான சைவ உணவு பரிமாறப்பட்டது. புத்தருடைய பிக்ஷாபாத்திரத்தில் மன்னன் பிம்பிசாரனே நேரடியாக மன்னன் உணவைப் பரிமாறினான். மகாராணி வைதேஹியின் மேற்பார்வையில், பிக்ஷுகளுக்கு உணவு பரிமாறப் பட்டது. பவித்திரமானதாகவும் சாந்த கம்பீரமானதாகவும் இருந்தது, பிக்ஷுகளுக்கு உணவு பரிமாறப்பட்ட முறை. மன்னனுடைய ஆறாயிரம் விருந்தினர்கள், வியப்போடும் மரியாதையோடும் அந்தக் காட்சியைக் கண்டார்கள்.

உணவுக்குப் பின்னர், புத்தர் நீண்டதொரு அறவுரையை நிகழ்த்தினார். மகிழ்ச்சியும் உற்சாகமும் இணைந்த அந்த அரண்மனை விருந்தின் இறுதியில், பிம்பிசாரன் புத்தரிடம் சொன்னான்:

'பிரபோ! தங்களுடைய திவ்யமான சாந்நித்தியத்தால் எங்களுடைய ராஜ்யம் அனுக்கிரகிக்கப்பட்டிருக்கிறது. தங்களுக்கும் தங்களுடைய சங்கத்துக்குமாகப் பணிவுடன் ஒரு பரிசு தர என்னை அனுமதிக்க வேண்டுகிறேன்.'

புத்தருடைய முகத்தில் வெளிப்பட்ட கேள்விக்குறி கண்டு, ஒரு நிமிட மௌன இடைவேளைக்குப் பின் மன்னன் தொடர்ந்தான்:

'தலைநகரிலிருந்து சில கூப்பிடு தூரங்களுக்கு அப்பால் விஸ்தாரமான தும் மனோகரமானதுமான வேணுவனம் என்ற ஒரு மூங்கில் காடு இருக்கிறது. அது குளிர்ந்ததும், மகிழ்ச்சி தரக்கூடியதுமான அமைதி நிறைந்த இயற்கைப் பகுதி. எண்ணிக்கையற்ற அழகான அணில்கள் அங்கே விளையாடித் திரிகின்றன. தங்கியிருக்கவும் அஷ்டமார்க்கங் களை உபதேசிக்கவும் பயன்படுத்துவதற்காகத் தங்களுக்கும் சங்கத் தாருக்கும் வேணுவனத்தை அர்ப்பணிக்க நான் விரும்புகிறேன். மகானான குருநாதரே! கருணையுடனும் நல்லுணர்வுடனும் இந்த இதயபூர்வமான பரிசைத் தாங்கள் ஏற்றுக்கொள்ள வேண்டும்.'

புத்தர் சற்று சிந்தனையில் ஆழ்ந்தார். முதல் தடவையாகச் சங்கத்துக்கு ஒரு விஹாரத் திருவிடம் தானமாக அளிக்கப்படுகிறது. மழைக் காலங் களில் தங்கியிருக்க பிக்ஷுகளுக்கு ஒரு புகலிடம் தேவைதான். புத்தர் புன்னகையுடன் மன்னனுக்கு நேராக முகத்தை உயர்த்தினார். தலை யைச் சாய்த்துத் தம்முடைய சம்மதத்தைத் தெரிவித்தார். பிம்பிசாரன் மகிழ்ச்சியில் ஆழ்ந்தான். விஹாரம் நிறுவப்படுமானால், மகதத்துக்கு புத்தருடைய அருள் வருகை அதிகரிக்குமென்று அவன் நம்பினான்.

4

வைசாலி குடியரசும் அம்ரபாலியும்

பாட்னாவிலிருந்து வடக்கே வைசாலிக்குப் பயணம் செய்ய, கங்கைக்குக் குறுக்கே கட்டப்பட்ட நீண்ட பாலத்தைக் கடந்தாக வேண்டும். நெருக்கடி மிக்க போக்குவரத்து வெள்ளத்தில் பயந்து நடுங்கிக்கொண்டு பயணம் செய்யும்போது, பாலத்தின் வலிமைப் பற்றியும் பாதுகாப்பைப் பற்றியும் சந்தேகமும் கவலையும் தோன்றும். பாலத்தின் முற்பகுதியில் கிலோ மீட்டர் தூர அளவுக்குப் பல இடங்களில் மராமத்து வேலைகள் நடந்துகொண்டிருந்தன. அங்கங்கே சின்ன அளவுகளில் வெயில் மின்னும். கீழே கங்கையின் இரு புறங்களிலும் உள்ள விசாலமான சதுப்புகளுக்கிடையில் ஏறத்தாழ சலனமற்ற ஒரு நீர்த்தேக்கம். ஆள் உயரத்தில் நாணல் வளரும் சதுப்புகளின் கரைகளில், அடுத்திருக்கும் கிராமத்தார்கள் வாழையும் காய்கறிகளும் பயிர்செய்கிறார்கள். அதற்கு அப்பால் அடர் பச்சையான மரக் கூட்டங்கள். நகரத்தின் திசைக்குத் திரும்பும்போது, நதி அதிகப் பரப்புள்ளதாகிவிடுகிறது. அங்கே காலைக் கதிர்கள் நீர்ப்பரப்பில் ஒரு பெரிய வெளிச்சப் பாளத்தை உருவாக்குகின்றன.

புத்தருடைய காலத்துக்குப் பிறகு, இரண்டாயிரத்து ஐநூறு ஆண்டுகளுக்கிடையே நதி சார்ந்த நில அமைப்பியல் எந்த அளவுக்கு மாறியிருக்கும்? ராஜக்ருஹத்திலிருந்து புறப்பட்டு பாடலீபுத்திரம் வழியாக வைசாலிக்குப் போன யாத்திரைகளில், கௌதமபுத்தர் எத்தனையோ தடவை இந்தப் பகுதிகளில் எங்கோ கங்கையைத் தாண்டிக் கடந்திருக்க வேண்டும். ஒரு சமயம் லிச்சாவிகளின் அந்தப் புராதனக் குடியரசில், ப்ளேக் நோய் பரவிப் பீடித்தது. எண்ணிலடங்கா மக்கள் இறந்தனர். வேண்டுதல் பிரார்த்தனையும் மருத்துவமும் பலிக்காமல் நகரம் பூண்டற்றுப் போய்விடுமென்ற நிலைமை வந்தபோது, குடிமக்கள் புத்தரிடம் சரணடைய நிச்சயித்தார்கள். நகரப் பிரதிநிதியாக, தொன்மார என்ற நிர்வாக நிபுணரை அவர்கள் ராஜக்ருஹத்துக்கு அனுப்பி

வைத்தார்கள். அவர் வைசாலியின் சீரழிவை புத்தரிடம் விவரித்தார். புத்தருடைய பரிசுத்த இருப்பு, தங்களுடைய குடியரசைக் காத்தருள வேண்டுமென்று அவர் விண்ணப்பித்துக்கொண்டார். புத்தர் யாத்திரைக்கு ஆயத்தமானார். கௌதமபுத்தர் பயணம் செய்த படகு கரையைச் சென்றடைந்தபோது, பதாகையும் பூக்களும் கொண்டு ஒரு தேவதூதனை வரவேற்பதைப்போல அவரை எதிர்கொண்டழைக்கப் பௌராவலி கரையில் பெருங்கூட்டம் கூடியிருந்தது. புத்தர் நகர எல்லைக்குள் நுழைந்தவுடன், வானம் மேகமூட்டம் கொண்டது; மழை பெய்யவும் தொடங்கியது. ஒரு நீண்டகால வறட்சிக்குப் பின் பெய்த கன்னிமழையாக இருந்தது அது. மஹாவனத்தில் குடகாரா பிக்ஷு விஹாரத்தில்தான் அந்தத் தடவை புத்தர் தங்கினார். புத்தருடைய அருள்மனத்தாலும் மருத்துவரான ஜீவகனின் சிகிச்சையாலும், பிளேக் நோயின் தீவிரம் குறைந்து, அது மெல்ல மெல்ல மறைந்தும் போயிற்று. அந்த ஆறு மாத காலமும் புத்தர் வைசாலியிலேயே தங்கியிருந்தார்.

வைசாலிக்கு புத்தரின் கடைசி யாத்திரை குறித்து, பாலி குறிப்புகளில் தெளிவான விளக்கங்கள் இருக்கின்றன. மகதத்தினுடைய தலை நகராகப் பாடலீபுத்திரம் கட்டப்பட்டுக் கொண்டிருந்த காலம். அடுத்து வந்த நாள்களில் உண்டான பிரளயம் காரணமாக, கங்கை நதி கரை கடந்து ஓடலாயிற்று. கரையின் மிக உயரமான மண்திட்டில் இருந்தபடி, காக்கைகள் அலகு முக்கி நதியிலிருந்து தண்ணீரைக் குடிக்கும்படியாக நீர்ப்பரப்பு உயர்ந்திருந்தது. ஐந்து பெரிய கட்டுமரங்களில், புத்தரும் பிக்ஷு பரிவாரமும் நதியைக் கடந்தார்கள். சில நாள்கள் வழியிலுள்ள கிராமங்களில் தங்கிய பிறகு, அவர்கள் வைசாலியில் அம்ரபாலியின் மாந்தோப்புக்குச் சென்று தங்கினார்கள். அப்போது மழைக்காலம் மும்முரமாக இருந்து முடிந்திருந்ததனால், அந்த வருடத்திய மழைக் கால தியான நோன்பை வைசாலியிலேயே வைத்துக்கொள்ளலாமென புத்தர் தீர்மானித்தார். ஞானோதயத்துக்குப் பின்பு வந்ததான நாற்பத்து ஐந்தாவது வருட தியான நோன்பாக அது இருந்தது. புத்தரைப் பொறுத்தவரையில் அது கடைசியானதும்கூட. கடுமையான ஒரு நோய்ப் பீடிப்புக்கு, புத்தர் முதலாவதாக ஆட்பட்டதும் அங்கே வைத்துத்தான்.

வைசாலிக்குச் செல்லும் வழியில், நடுவே ராம்விலாஸ் பாஸ்வானின் நாடாளுமன்றத் தொகுதியைச் சேர்ந்த ஹாஜிபூர் என்ற நகரம் இருக்கிறது. அடாது பெய்த மழையின் காரணமாக, சகதி நிறைந்து முற்றிலும் அசிங்கமாகிவிட்டிருந்த அந்த நெடுஞ்சாலையை நாங்கள் சென்ற டைந்தோம். நனைந்து ஈரமான ரிக்ஷாக்களும் மூன்று சக்கர வாகனங்களும் வழக்கம் போல வழிமறித்துக் கிடந்தன. சரக்குவண்டி

களின் தகர மேற்கூரைகளில், பார்வையை உறுத்தும் ஒருவகை அலங்கார வேலைப்பாடுகள், பிகாரில் எல்லா இடங்களிலும் தென்படும். போக்குவரத்து நிறுத்தங்களில் வாகனங்களை அடையாளம் கண்டுகொள்ள முடியாதபடி ஆக்கிரமிப்பு செய்பவை, வாகனங்களில் கையாளப்படும் இத்தகைய கலா உபாசனைகள்தாம். ஹாஜிபூரில் வாகனங்களில் எழுதப்பட்டிருப்பது இஸ்லாமிய மொழி; அடர் பச்சை நிறத்தில் ஜரிகைக் காகிதங்கள் ஒட்டப்பட்ட முஸ்லிம் சின்னங்கள். உருது காவிய உணர்வு கொண்ட, ஸூஃபி மன ஆர்வம் இணைந்த, மொகலாயக் கட்டடக் கலையின் செருக்குமான மகத்தான பாரம்பரியத்துக்கு நேர்ந்த இந்தப் பெரிய மாறுதல் வியப்புக்குரிய தாகவே தோன்றும்.

ஹாஜிபூரிலிருந்து வெளியேறி மீண்டும் வடக்கு நோக்கி பயணத்தைத் தொடரும்போது, பாதையின் இருபுறங்களிலும் நிழல் தந்து நிற்கும் மாந்தோப்புகள். பழங்கள் செழித்துக் குலுங்கும் மரங்கள். பீகாரில் அரசு விருந்தினர் விடுதிகளில், ஜூன் - ஜூலை மாதங்களில் மதியச் சாப்பாட்டுடன் வழக்கமாகப் பரிமாறப்படுபவை, சுவைமிக்க கிளிமூக்கு மாம்பழங்கள்தாம். தாவரக் கூட்டத்தின் மலர்ச்சி, சாம்பல் நிற மண்ணின் வளப்பத்தை எடுத்துக் காட்டுகிறது. மாந்தோப்புகளின் பக்கவாட்டில் தானிய வயல்கள் விளையத் தொடங்கியிருந்தன. கங்கை மழைப் பகுதியின் இயல்பான நற்செயலின் காரணமாக, இந்தப் பகுதிகளில் கிராமங்களுக்கிடையேயான இடைவெளி மிகவும் குறைவு. இருப்பிடக் குடியிருப்புகள் வழியோரம் விலகி நிற்கின்றன. எங்கும் ஆள் நடமாட்டம் இருக்கிறது. கிராமங்கள் சார்ந்த முதல் ஈர்ப்பு, அவற்றின் சுற்றுப்புறங்களில் தென்படும் எண்ணிக்கையற்ற நிர்வாண நிலையிலுள்ள குழந்தைகளின் தோற்றம்தான். ஓரிடத்தில், ஒரு வாரச்சந்தையின் நெரிசலையும் சந்தடியையும் பார்த்தோம். ஹாஜிபூர் கடைகளிலிருந்து ஒரு சில நிமிட தூரமேயுள்ள ஒரு கிராமத்துச் சதுக்கத்தில், அப்படி ஒரு சந்தையின் தேவை என்னவென்று புரிய வில்லை. என்னவெல்லாமோ விவசாய விளைச்சல்களுடன் வந்த பல மாட்டு வண்டிகள், பாதையோரங்களில் நிறுத்தப்பட்டிருந்தன. அவற்றுக்கு இடையிடையே, அடர் நிறங்களில் ஆடைகள் அணிந்த கிராமத்துப் பெண்களும், அழுக்கான ஆடைகளுடன் ஆண்களும் எனக் கூட்டமாக இருந்தார்கள்.

சில பலசரக்குக் கடைகள், பான் விற்பனைக்காரர்களின் சாய்ப்புகள், பலகாரக் கடைகள், டெலிஃபோன் பூத்துகள் என்பதாக, கிராமங்களின் வாணிபப் போக்கை வெளிப்படுத்தும் சிறிய பெட்டிக்கடைகள் வழியில் பல இடங்களில் இருக்கின்றன. டிரைவர் மல்லன் மற்றும்

துணையாக வந்து விவரங்கள் சொல்லிக் கொண்டு வரும் வழிகாட்டியின் வெளிப்படையான அதிருப்திக்கு வழிவைக்காமல், அப்படியானதொரு சூழலில் டீ குடிப்பது அத்தியாவசியமென்று எனக்கே தோன்றியதுபோல் நடித்து, வண்டியை நிறுத்தச் செய்தேன். அலுமினியத் தட்டங்களிலும், பல வடிவங்கள் கொண்ட கூடைகளிலும் வறுவல் பலகாரங்கள் அழகாக அடுக்கி வைக்கப்பட்டிருந்தன. ஈ அண்டாமல், கடைக்காரர் விசிறிக்கொண்டு விரட்டியபடி இருந்தார். கடைப்பொருள்களில் தூசு படிந்திருந்தது. ஒரே வரிசையில், ஒரே மாதிரி இருந்த ஐந்தோ ஆறோ கடைகளில் ஒன்றில் நாங்கள் நுழைந்தோம். களிமண்ணால் எழுப்பப்பட்ட அறைச்சுவர்களுக்கும் தகரக் கூரைகளுக்கும் இடையில் ஒன்றிரண்டு கயிற்றுக் கட்டில்கள், ஒரு கண்ணாடி அலமாரி, பல அலுமினியப் பாத்திரங்கள், மண்ணெண்ணெய் ஸ்டவ், எரியும் சூளை அடுப்பின் மீது பெரிய பீங்கான் சட்டி, மேசை மீது கழுவிக் கவிழ்த்த சின்னதான வலுவான கிளாஸ்கள் ஆகியனவும் பிறவுமான ஒரு தொகுப்பாக இருந்தது அது. மாவு பிசைந்து, பாத்திரம் கழுவி, டீ கலந்து முடித்த பத்து வயதுப் பையன் ஒருவன், அறை நடுவில் அசமந்தமாக உட்கார்ந்தபடி எதையோ நறுக்கிக்கொண்டிருந்தான். சர்க்கரையும் கெட்டிப்பாலும் சேர்ந்த ஓர் அடர் கலவையாக இருந்தது அவன் பரிமாறிய டீ. தேயிலையின் ருசியைத் தவிர, வேறு என்னவெல்லாமோ எரிச்சலான ருசிகள் சேர்ந்த அந்தக் கலவையும் அந்த நாட்டுப்புற டீக்கடையின் அடுக்களை ஒழுங்கு முறைகளும்தான் வைசாலியில் அமைந்துள்ள ஆகார ஏற்பாடுகளின் வெளிப்பாடு என்றால், அங்குள்ள சமையற்கலை நிச்சயமாக முழுமையற்றதுதான்.

ஆனால், புராதன இந்திய வரலாற்றின்படி வைசாலி, சிறப்பான போஜனங்களிலும் பான வகைகளிலும் உல்லாசங்களிலும் திளைத்த சுந்தரன்மார்களும் சௌந்தர்ய உபாசகர்களும் நிறைந்த லிச்சாவி வம்சத்தின் சுதந்தரக் குடியரசாகத் திகழ்ந்தது. வைசாலியில், லிச்சாவி இளைஞர்கள் பகட்டாக ஆடை உடுத்துவதும் குதிரை வண்டிகளில் சுற்றி அலைந்து திரிவதுமாக இருந்தார்கள். தாவதிம்ஸா தெய்வங் களைப் பார்த்திராதவர்கள், லிச்சாவி இளைஞர்களைப் பார்த்தால் போதுமென்று புத்தர் கூறியதாகக் குறிப்புகள் இருக்கின்றன. உடல் அழகுக்குப் பிரசித்தமாக இருந்தன தாவதிம்ஸா தெய்வங்கள். யக்ஷர்களை ஆராதித்திருந்த வைசாலியில், லிச்சாவிகளுக்கு வாழ்க்கை ஓர் உற்சவக் களமாக இருந்தது. இரவு முழுவதும் அவர்கள் குடித்தும் கும்மாளமிட்டும் பொழுதைக் கழித்தார்கள். கலை உள்ளம் கொண்ட லிச்சாவிகள், மனோகரமான ஆராதனைக் கூடங்களையும் நகரப்

பூங்காவனங்களையும் உருவாக்கினார்கள். நகர அழகிகளான வேசி களுடன் இந்தப் பூங்காக்களுக்குச் சென்று காமலீலைகள் புரிந்தார்கள். கி.மு. 750-வாக்கில், லிச்சாவி குடியரசு இருந்ததாகக் கணக்கிடப் பட்டிருக்கிறது. மகதச் சக்கரவர்த்தியான அஜாதசத்ரு, யுத்தத்தில் லிச்சாவிகளைத் தோற்கடித்து அவர்களுடைய சுதந்தரக் குடியரசை நிர்மூலமாக்கினான்.

லிச்சாவி வம்சமும் அவர்களுடைய குடியரசும், புத்தருக்குப் பிரிய மானவை. பல வியாக்கியானங்களுக்கும் பாடபேதங்களுக்கும் ஆட்பட்ட புத்த கதையில், தலைவியான அம்ரபாலி ஒரு நகர அழகியாக இருந்தாள். லிச்சாவி வம்சத்தின் முக்கியஸ்தனான மகாநாமன் என்ற ஒருவனின் மகள் அவள். அதியழகிகளான கன்னிகள் திருமணம் செய்துகொள்ளாமல் ஊர்ப் பொதுசமூகத்துக்கு, பொதுக் காமக் கிழத்தியாக நடந்துகொள்ள வேண்டுமென்ற லிச்சாவி நியதிப்படி, அம்ரபாலி வைசாலியில் பிரசித்தமான காமக்கிழத்தியானாள். நடனத்திலும் சங்கீதத்திலும் மிகவும் தேர்ந்தவளாக இருந்தாள். மகத மன்னனான பிம்பிசாரன் லிச்சாவிகளுடன் தொடர்ந்து யுத்தம் செய்து கொண்டிருந்த போதிலும், அம்ரபாலியை மோகித்து வைசாலிக்குச் சென்று அவளுடன் ஏழு நாள்கள் தங்கியிருந்தான். அந்த உடன்படிக்கை யின் மூலம் அவர்களுக்கு ஒரு மகன் பிறந்தான். மகதமும் வைசாலியும் தங்களுக்குள் சமாதானம் ஏற்படுத்திக் கொள்ள, இந்தத் தாம்பத்தியம் வழி வகுத்தது.

சில புத்த கதா வியாக்கியானங்களில், அம்ரபாலிக்கும் புத்தருக்கும் இடையேயான முதல் தொடர்பு விரிவாகத் திரும்பத் திரும்பக் கூறப்படுகிறது. ராஜக்ருஹத்தில் வேணுவனத்துக்குச் சென்ற அம்ரபாலி, முதன்முதலாகப் புத்தரைத் தரிசிக்கிறாள். பெண்ணழகு தொடர்பான சில பிரசித்தமான நோக்குகளை புத்தரிடம் கிளறச் செய்தது அந்தச் சந்திப்புதான்.

இரண்டு வெள்ளைக் குதிரைகள் பூட்டிய ஓர் அழகான தேரில் சிறுவனான மகனுடன் அம்ரபாலி, வேணுவனத்தைச் சென்றடைந்தாள். குலுபாயி, சாரிபுத்ரன், நாகஸமாலா ஆகிய சீடர்களுடன் உட்கார்ந்த நிலையிலிருந்த புத்தர், பார்த்த மாத்திரத்திலேயே விருந்தாளியை இனம் புரிந்து கொண்டார். கைகூப்பி வணங்கி நின்ற விருந்தாளிகளை, அவர் உட்காரும்படி கேட்டுக்கொண்டார். பெரிதும் வசீகரமும், அதேசமயத்தில் மதர்ப்பும் கொண்ட அம்ரபாலியின் தேக காந்தியை எதிர்கொள்ள இயலாதவர்களாகி குலுபாயியும் நாகஸமாலாவும் முகங்களைத் தாழ்த்திக்கொண்டார்கள். ஆனால் சாரிபுத்ரனும் புத்தரும்,

அந்தப் பெண்மணியின் கண்களை நேருக்கு நேராக நோக்கினார்கள். புத்தருடைய கண்களை நேரடியாகப் பார்த்த அம்ரபாலி, தன்னை இதற்கு முன்பு எந்த ஆணும் இப்படிப் பார்த்ததில்லையென்று இனம் பிரித்துப் புரிந்துகொண்டாள். பிரமிப்பும் காமமும் வழியும் கண்களுடனான ஆண்பார்வைகள் மட்டுமே அவளுக்குத் தெரியும். ஆனால், ஒரு மேகக்கூட்டத்தையோ நதியையோ பூவையோ பார்ப்பது போலத்தான் புத்தர் தன்னைப் பார்ப்பதாக, அம்ரபாலிக்குப் புரிந்தது. தன்னுடைய இருதய ஆழத்து மன ஓட்டங்கள்கூடப் படித்துப் பரிசீலிக்கப்படுகின்றன என்பதை அவள் அறிந்தாள்.

‘மனத்தில் திடீரென்று தோன்றும் மாயையான பிரமையைப் போலவே, அழகும் உயிரை ஈர்க்கும் வல்லமை கொண்டது; மயங்கச் செய்து நலிவுறவும் வகைபுரியும்’ - என அம்ரபாலியிடம் சொன்ன புத்தர், ‘கீர்த்தியும் சௌபாக்கியங்களும் அதே மாதிரிதான். சாதனையின் கனிகளான சாந்தியும் மனநிறைவும் முக்தியும் மட்டும்தான், யதார்த்த மான ஆனந்தத்தைச் சாத்தியமாக்குகின்றன. எனவே அம்ரபாலி, வாழ்க்கையில் எஞ்சியிருக்கும் ஒவ்வொரு கணத்தையும் சூக்குமமாகச் சீராட்டிப் பாராட்டி, இருதய உணர்வை முழுமையானதாக்கு. தன்னுணர்வை இழப்பதிலோ வீண் பொழுதுபோக்குகளிலோ ஆழ்ந்து விடாதிருப்பாயாக’ என உபதேசித்ததுடன், உள் மூச்சு, வெளி மூச்சு, இருத்தல், நடவடிக்கை ஆகிய மனப்பூர்வச் செயல்பாடுகளைப் புதிய உற்சாகத்துடன் முறைப்படுத்திக் கொண்டு அன்றாட வாழ்க்கையை எப்படிப் பயனுள்ளதாக்கலாம் எனவும், புத்தர் அம்ரபாலிக்கு உபதேசித் தார். வைசாலியில் நகர எல்லைக்கு வெளியே அமைதி தரக்கூடிய ஒரு மாந்தோப்பு தனக்கு இருக்கிறதென்று தெரிவித்து, அந்த வழியாக வரும்போது புத்தரும் பிக்ஷுக்கள் குழுவும் அங்கே தங்கி, தன்னுடைய விருந்தோம்பலை ஏற்றுக்கொள்ள வேண்டுமென்று வேண்டிக் கொண்ட பிறகு, அம்ரபாலி புத்தரிடமிருந்து விடைபெற்றுச் சென்றாள்.

வைசாலி நகரத்துப் பேரழகி திரும்பிச் சென்ற பிறகு, எப்படி ஒரு பிக்ஷு அழகான பெண்களை எதிர்கொள்ள வேண்டுமென்று, சீடர்கள் புத்தரிடம் கேட்டார்கள். அவர் சொன்னார்: ‘எல்லா அறவழிகளும், உண்மையான அழகையும் உணர்ச்சியையும் ஒரே மாதிரித் தவிர்க் கின்றன. அழகையும் உணர்ச்சியையும் தொடர்புப்படுத்தும் கோட்பாடுகள், நம்முடைய மனத்தின் சிருஷ்டிகள்தாம். ஓர் ஓவியனின் பார்வையில், எதுவுமே அழகு சார்ந்ததாகவும் உணர்வு சார்ந்ததாகவுமே கருப்பொருள் தோன்றும். ஆற்று நீரிலும் மேகத்திரட்சியிலும் இலைத்தொகுப்பிலும் பூவிலும் சூரியக்கிரணங்களிலும்

பொன்மாலைப் பொழுதுகளிலும் அழகு இருக்கிறது. ஆனால் பெண்ணின் அழகை ஒப்பிடும்போது, ஆணின் மனத்திடத்தைச் சிதைக்கும் மற்றோர் அழகு கிடையாது. ஆயினும் தீவிர தியானப் பயிற்சியின் மூலம் அறவழியைத் தனதாக்கிக்கொண்ட ஒரு பிக்ஷுவுக்கு அழகையும் உணர்ச்சியையும் தனிமைப்படுத்த முடியும், ஒன்றுக்கொன்று அவற்றை தொடர்புப் படுத்தாமலும் எதிர்கொள்ள முடியும். அதேசமயம், மோகத்திலிருந்து விடுபட்ட அவன், அவை இரண்டுக்கும் கட்டுப்பட்ட மோகத்திலிருந்து விடுபட்டவனான பிக்ஷுவானவன் அழகை எதிர்கொள்ளும்போது, அது அழகு சார்ந்த பல மூலப் பொருள்களின் ஒரு படைப்புதான் என்பதைப் புரிந்து கொள்கிறான். அப்படிப்பட்ட ஒரு நபருக்கு, அழகும் உணர்ச்சியும் நிலையற்றவை என்பது நன்றாகவே தெரியும். அத்தகையவனை, அழகு பிரமிப்பூட்டுவதுமில்லை; உணர்ச்சிகள் மாசடையச் செய்வதுமில்லை.'

கிராமத்து வழிகளிலிருந்து விலகிய விசாலமான ஆள் நடமாட்டமற்ற வைசாலியில், ஒரு சமவெளியில் எஞ்சிய புத்த நினைவுச் சின்னங்கள் பாதுகாத்து வைக்கப்பட்டிருக்கின்றன. அகழ்வாய்வின்போது, கட்டு மானத்துடன் கூடிய தண்ணீர் நிரம்புவதான ஒரு தடாகம் கண்டு பிடிக்கப்பட்டது. வரலாற்றுக் கதைகளுக்குச் சான்றாக, இப்போது அது எஞ்சியிருக்கிறது. வட்டார மொழியில் வாய் சலிக்காமல் பேசிக் கொண்டிருந்த முதியவரான ஒரு கைடு, அந்தத் தடாகத்தைப் பற்றிய தான புராணக் கதைகளையும் ஐதீகங்களையும் பின்னால் நடந்து வந்தபடி விவரித்துக் கொண்டிருந்தார். அவருடைய அந்த வியாக்கி யானங்களில், சுந்தர ரூப ஆண்களும் சுந்தரிமார்களும் அடங்கிய லிச்சாவிகளோ, வல்லமைகொண்ட ராஜ குடும்பங்களும் சாம்ராஜ்ஜியங்களும் தோன்றுவதற்கு முன்னதாக நிலைபெற்றிருந்த பொன்மயக் குடியரசு சார்ந்த 7,707 ராஜாக்களோ குறிப்பிடப்பட வில்லை. அயோத்தியிலிருந்து தசரத புத்திரரான ஸ்ரீ ராமச்சந்திரன், வைசாலிக்கு வந்து நடத்திய அற்புதச் செயல்களைப் பற்றிய உருப்படியில்லாத கதைகளை அவர் எங்கேயோ படித்திருக்கிறார் போலும். தடாகக் கரையில் அகழ்வாராய்ச்சிகளின்போது கண்டெடுக்கப்பட்ட சில பழைய சிதைவுகள் சேகரித்து வைக்கப்பட்ட அருங்காட்சியகம் ஒன்றும் வைசாலியில் இருக்கிறது. காலத் தொன்மையால் மண்மூடிப் போன ஒரு பெரிய நாகரிகத்தின் மேன்மையைப் புலப்படுத்தும் கலைப்படைப்புகள் பல அங்கே இருக்கின்றன.

பிற்காலத்தில் ஜப்பான் அரசாங்கம் நிறுவிய பிரும்மாண்டமான

கோயில், இப்போதுள்ள பிரதான காட்சிப் பொருள். வேலைப் பாடமைந்த சலவைக்கல் படிக்கட்டுகள், ஏறத்தாழ இரண்டாள் உயரத்தில் அமைந்துள்ள கோயில் கும்பத்தைச் சுற்றியுள்ள பிரதட்சணப் பிராகாரத்துக்கு இட்டுச் செல்கின்றன. அங்கு நான்கு திசைகளையும் பார்த்தபடி இருக்கும் புத்தருடைய மகா பரிநிர்வாணத் தோற்ற அமைப்பில் நான்கு பெரிய உலோகச் சிலைகள், கோயிலுக்கான தோற்றப் பொலிவுடன் சுவர்ச்சுரங்கப் பகுதியில் அமைக்கப்பட்டிருக் கின்றன. கட்டுப்பாடில்லாமல் புல் வகைகள் வளர்ந்திருக்கும் பெரிய விசாலமான வட்டாரத்துக்குள், நீல ஆகாயத்தின் பின்னணியில் கோயில் கும்பத்தின் காட்சி கம்பீரமாக இருக்கிறது. அந்த வட்டாரத்தின் ஒரு திருப்பத்தில் மர நிழல்களில் தென்படும் சிறுநீர்க் கழிவறை தவிர, வேறெந்தக் கட்டடமும் இல்லை. அதற்கு அருகில் கன்றுகாலிகள் மேய்த்துக் கொண்டிருப்பதாகத் தோன்றும் சில சிறுமிகள், ஒளிந்துகொண்டு நிற்பதுண்டு. குடியரசு அமைந்திருந்த காலத்தில், உள்நாட்டுக் குடிமக்களும் வெளிப்புறத்தில் வாழும் குடிமக்களுமாக 1,68,000 பேர் வசித்திருந்த ஒரு நகரம், வைசாலி என்பதாக வரலாறு கூறுகிறது. இரண்டாம் புத்தமத சம்மேளனம் நடந்தது இங்கேதான். ஏதோ தீராப் பகை கொண்டிருப்பதுபோல, வரலாறு இந்தப் பிரதேசத்தின் பழைய நாகரிகங்களைத் துடைத்து அகற்றி எச்சப்பொருளாக்கிவிட்டது.

வைசாலியில் நிர்ணயிக்கப்பட்டிருந்தது புத்தருடைய கடைசி தியான நிகழ்வு. தன்னுடைய மாந்தோப்புக்கு புத்தரும் சந்நியாசிக் குழுவும் வந்து சேர்ந்ததை அறிந்தவுடன், அம்ரபாலி அங்கே சென்று புத்தரை வணங்கி நின்றாள். அவளுடைய வேண்டுகோளின்படி, அம்முறை புத்தர் அவளுக்கு சந்நியாசினிப் பட்டம் அருளி, அவளை பிக்ஷுணி களின் குழுவில் சேர்த்துக் கொண்டார். தியான நிகழ்வின் கடைசியில் ஒருநாள், வைசாலியில் பிக்ஷாடனம் முடித்து புத்தரும் ஆனந்தனும் வனப்பகுதியில் இருந்தபடி ஆகாரத்தை உண்டார்கள்.

அதற்குப் பிறகு, தனக்குப் பிரியமாயிருந்த ஒரு தேவாலயத்துக்குச் சென்று ஓய்வெடுத்துக்கொள்ள வேண்டுமென்று புத்தர் தன்னுடைய எண்ணத்தை வெளியிட்டார். அங்கு நடந்து செல்லும்போது, வைசாலியின் வனப்பை அனுபவித்தபடி அவர் மீண்டும் மீண்டும் திரும்பிப் பார்த்து, மனம் கவரும் காட்சிகளைப் பற்றி ஆனந்தனிடம் குறிப்பிட்டார். வைசாலியிடமிருந்து, புத்தர் கடைசியாக விடை பெற்றுச் செல்வதாக அது அமைந்துவிட்டது. காபாலாவிலுள்ள கோயிலில் புத்தர் ஓய்வெடுக்க வசதி செய்து கொடுத்த பிறகு, ஆனந்தன் வெளியில் வந்து உலவிக்கொண்டிருந்தான். திடீரென்று

தன்னுடைய காலடியில் பூமி சிறிது நடுங்குவதை ஆனந்தன் உணர்ந்தான். குழப்ப மனத்துடன் அவன் புத்தரை நோக்கித் திரும்பிச் சென்றான். புத்தர், அமைதியாக விழிப்பு நிலையில் அமர்ந்திருந்தார். தனக்கு அனுபவப்பட்ட நிலநடுக்கத்தைப் பற்றி ஆனந்தன் புத்தரிடம் சொன்னான். அதைக் கேட்டதும் பற்றற்ற நிலையில், மூன்று மாதங்கள் கழிந்ததும் தான் இறக்க நேரும் என்பதாக, புத்தர் ஆனந்தனிடம் சொன்னார்.

புத்தர் பல சமயங்களில் சென்று தங்கியிருந்த குடகார (குடகாரசால) பிக்ஷு விஹாரம், வைசாலியின் பழைய நகரத்துக்கு அடுத்தாற் போலிருந்தது. அங்கே, ஒரு ஸ்தூபியின் சிதைவு எச்சங்களும் அசோக ஸ்தூபியும் மனோகரமான தடாகமும் இருப்பதாகக் கேள்விப் பட்டிருக்கிறேன். வைசாலிக்கு மதியத்துக்குப் பிறகு திரும்புவதாகத் திட்டமிட்டு, தொல்பொருள் தேடி நாங்கள் பக்கத்துக் கிராமங்கள் ஒன்றிரண்டில் சுற்றி அலைந்தோம். எங்கள் தேடல் முறைகளின் குழப்பத்தினால், கிராமத்தார்களுக்கு அதெல்லாம் எங்கிருக்கிறதென சொல்லத் தெரியவில்லை. கடைசியில், சில பள்ளிப் பிள்ளைகள்தாம் தங்களுடைய பழக்கமான பாதையில், சிதைவு எச்சங்களின் இருப்பிடங் களைச் சுட்டிக் காட்டினார்கள். விவரம் தெரியாமலே அதையெல்லாம் தாண்டிக் கடந்துதான் தினமும் அவர்கள் பள்ளிகளுக்கு நடந்து போயிருக்கிறார்கள். புல்லும் புதருமாக உதாசீனப்படுத்தப்பட்ட நிலையில் காணப்பட்ட தொல்பொருள் பகுதியான அதன் நுழைவாசலில், கான்க்ரீட் சதுக்கக் கட்டுமானத்துக்கு உள்ளே, ஓய்வெடுத்துக் கொண்டிருக்கும் ஒரு காவலாளி இருந்தான். நெற்றியில் சிவப்பு வெளிச்சமுள்ள அரசாங்க வாகனம் ஒன்று இருந்தது. அவன் சுதாரித்துக்கொண்டான்.

வைசாலியின் எல்லைப்புற கிராமத்திலுள்ள இந்த புத்த விஹாரத் தலத்துக்கு, புத்த கதைகளில் பெரிதும் முக்கியத்துவம் உண்டு. தன்னுடைய வளர்ப்புத் தாயுடன் இருந்த கௌதமி, மன்னனின் தலைமையில் தனது தலையை மொட்டையடித்துக் கொண்டு, காஷாயம் உடுத்தி, கபிலவஸ்துவிலிருந்து நாள் கணக்கில் வழி நடந்து, அறவழியில் (தர்ம மார்க்கத்தில்) தங்களையும் ஏற்றுக்கொள்ள வேண்டுமென்று அடம்பிடித்து, கபிலவஸ்துப் புத்தரை தரிசித்தாள். பெண்களை பிக்ஷுணிகளாக வழிநடத்திச் சென்று முதன்முதலாக புத்தர் மகளிர் சங்கத்துக்கு உருவம் கொடுத்தது இங்கே வைத்துத்தான். குரங்குக் கூட்டம் புத்தருக்குத் தேன் சேகரித்து வழங்கிய கதை நிகழ்ந்ததும் இங்கேதான். குரங்குகள் குளம் வெட்டியதும் குடகாரயில்தான்.

துப்புரவாக அகழ்வு செய்து மீட்டெடுத்த விஹாரங்களின் தொகுப்பு இங்கு காணப்படுகிறது. குடசாகரசாலயும், பிக்ஷுணிகளின் விஹார மந்திரமும், மர்க்கந்த்ரட தடாகமும், அரைவட்ட அமைப்பில் அசோகச் சக்கரவர்த்தி கட்டிமுடித்த ஸ்தூபியும் அகழ்வின்போது வெளியில் மீட்டெடுக்கப்பட்டிருக்கின்றன. ஸ்தூபிச் சிதைவு எச்சங்களுக்கு எதிரில் உச்சியில் சிங்க உருவமுள்ள அசோகரின் கல் தூண் பழுதுபடாமல் இப்போதும் குத்திட்டு நிற்கிறது. ஸ்தூபி நிற்பதற்குப் பின்புறம் தடாகம் உருவாக்கப்பட்டு, கல்லால் கட்டப்பட்ட நிலையில் பாதுகாக்கப்பட்டிருக்கிறது. சமவெளியில் வீசும் காற்றின் நுண் அலைகள் பரவி, தண்ணீர் ஆகாயத்தைப் பிரதிபலித்து சுத்த நீலமாகத் தென்படுகிறது.

5

கௌதம புத்தரின் வடதிசைப் பயணங்கள்

கடந்த நூற்றாண்டின் தொடக்க வருடங்களில் ராஜ்கிர் என்ற இடத்தின் ஒரு பகுதியில் நடத்தப்பட்ட தொல்பொருள் ஆய்வுகளில், புராதன பாலி இலக்கியத்தில் புகழ்ந்துரைக்கப்பட்ட மகதத்து ஆஸ்தான நகரத்தை மீட்டெடுப்பதற்கு உதவுவதான சிதைவு எச்சங்களோ, எழுச்சி - வீழ்ச்சி பற்றிய விவரங்களோ வெளிப்படவில்லை. பிரும்மாண்ட மான கோட்டை மதிலின் இடிபாடுகள் மட்டும்தான், இப்போது தென்படுகிற வரலாற்றுச் சான்று. வரிசையாக இல்லாமல் பஞ்சபுஜ அமைப்பில் ஏறத்தாழ ஐந்து கிலோமீட்டர் சுற்றளவில் தென்படும் கனமான மண்சுவர், நகரத்து எல்லையாக இருந்திருக்க வேண்டும். தலைநகரையும் அரசாங்க மனைகளையும் பாதுகாத்துக்கொண்டிருந்த கோட்டை மதில், காணாமல் போயிருக்கிறது. ஆனாலும், பெரிய கருங் கற்களால் கட்டப்பட்ட நகரத்துக் கோட்டையின் சில பகுதிகள் மட்டும், ஆயிரக்கணக்கான ஆண்டுகளைக் கடந்தும் நிலைத்திருக்கின்றன. அதனுடைய தென்திசையில் ஒரு நுழைவாசலின் வழியாகத்தான், ராஜ்கிரிலிருந்து சததாரா வெப்ப நீரூற்றுகளுக்குச் செல்வதான புதிய நெடுஞ்சாலை கடந்து போகிறது.

மகிழ்ச்சியின் தூண்டுகோல்கள் என்பதாக, புத்தரே புகழ்ந்துரைத்த சதபர்ணி, ஸோண்பண்டாரா ஆகிய குகைகளும், ஜீவகனின் மாந்தோப்பும், க்ருத்தகூடமும் பிறவும், அகழ்வின்போது ஏறத்தாழ அடையாளம் காணப்பட்டுவிட்டன. அஜாதசத்ருவின் தந்தையான மன்னன் பிம்பிசாரனை அடைத்து வைத்திருந்த சிறைச்சாலையும், ஜராசந்தனின் களரிக்கூடம் இருந்த இடமும் அடையாளம் காணப் பட்டிருக்கின்றன. மூலைகளில் கட்டமைப்பான கொத்தளங்களோடு கூடிய, எளிமையான, மற்றும் பெரியதொரு மதில்கூடம்தான், பிம்பிசார னுடைய சிறைக்கூடமாக இருந்ததென்று கணிக்கப்பட்டிருக்கிறது.

அங்கிருந்து பார்த்தால், புத்தர் தங்கியிருந்த க்ருத்தகூடம் (கழுகுக் குன்று) தென்படுமென்ற பழைய குறிப்புகளின் அடிப்படையில் இந்தச் சிறைக்கூடம் அடையாளம் காணப்பட்டது. அங்கே, இடுங்கிய கல் கட்டுமான அறைகளும் சுவருடன் சேர்த்து சிறைக்கைதிகளைக் கட்டிப் போடப் பயன்படுத்திய இரும்புச் சங்கிலிகளும் கண்டெடுக்கப் பட்டிருக்கின்றன. சித்தார்த்தருடைய உறவினனும், புத்த கதையில் 'வில்லன்' பாத்திரமும் ஆன தேவதத்தனுடைய தூண்டுதலினால்தான், அஜாதசத்ரு தர்மசீலனான பிம்பிசார மன்னனைச் சிறைப்படுத்திய தாகவும், பட்டினி நிலையில் துன்புறுத்தியதாகவும் வரலாறு கூறுகிறது. அஜாதசத்ருவின் மகுடாபிஷேகம் நடந்தபோது, பிம்பிசாரன் சிறைச் சாலையில் அடைக்கப்பட்டிருந்தான். புத்தரும், பரிவாரமாக வந்த பிக்ஷுகளும் இந்தப் பட்டாபிஷேகத்தில் கலந்துகொள்ளவில்லை. சங்கத்தில் பிளவை உண்டாக்கிப் பிரிந்த தேவதத்தனும், அவனைச் சேர்ந்த அறுநூறு பிக்ஷுகளும் தலைநகரில் நடந்த கொண்டாட் டங்களில் பங்குகொண்டார்கள். கழுகுக் குன்றிலிருந்த புத்தருடைய குடிலுக்கு நேராகத் திரும்பி தியானித்துக் கொண்டிருந்த பிம்பிசாரன், சிறையில் தன்னுடைய மரணத்தை எதிர்பார்த்துக் காத்திருந்ததாக, மகாராணி வைதேஹி பின்னர் புத்தரிடம் சொல்ல நேர்ந்தது.

ஸோண்பண்டாரா குகை வரிசையிலிருந்து ஒன்றரைக் கிலோ மீட்டர் ஒடுங்கிய வழி ஒன்றில் நடந்தால், அகட- அதாவது ரணபூமி என்பதாக, அந்த வட்டாரத்தார் கூறும் ஜராசந்தனின் களரித் திடல். புராண வியாக்கியானங்களின்படி, இங்கே வைத்துத்தான் கிரிவ்ரஜத்து மன்னன் ஜராசந்தனுக்கும் பீமசேனனுக்கும் த்வந்த யுத்தம் நடந்தது. இருபத் தெட்டு நாள்கள் தொடர்ந்து நடந்த இந்த மல்யுத்தத்துக்குப் பிறகுதான், ஜராசந்தன் வதைக்கப்பட்டான். ஒருவகை வெளுத்த களிமண் இங்கு நெடுகிலும் காணப்படுகிறது. இந்த வட்டாரத்தார் அதை எடுத்து உடம்பு முழுவதும் பூசிக்கொள்கிறார்கள். அசாதாரணமான அவயவ பலம் தரும் சக்தி அந்த மண்ணுக்கு உண்டென்பதாக நம்பிக்கை.

ராஜ்கிரில் புத்தருக்கு மிகவும் பிடித்தமான இடமாக இருந்தது க்ருத்த கூடம். நகரத்துக்குப் போகும்போதெல்லாம், பெரும்பாலும் அவர் தங்கியிருந்தது க்ருத்தகூடத்தில் வேயப்பட்டிருந்த சின்னக் குடிசையில் தான். ச்சாத்தகிரி இருந்த திசையில்தான் க்ருத்தகூடம் இருந்தது. ஜீவகனுடைய மாந்தோப்பும், மர்த்தகுக்ஷி என்ற விஹாரமும் இந்தப் பகுதியில் அமைந்திருந்ததாகக் கருதப்படுகிறது. ஜீவகன் என்பவன் புத்தருடைய காலத்தில் வாழ்ந்திருந்த ஒரு பெரிய வைத்தியன். பிம்பிசாரன் மற்றும் அஜாதசத்ருவினுடைய அரண்மனை வைத்தியனாக இருந்த அவன், தன்னுடைய விசாலமான

மாந்தோப்பை, புத்தருக்கும் சங்கத்துக்கும் சன்மானமாகக் கொடுத்து, அங்கே விஹாரங்கள் கட்டவும் வகை செய்தான். பிம்பிசாரனின் கர்ப்பிணி ராணியினுடைய வயிறு ஒரு நெருக்குதலுக்கு (மர்த்தம்) ஆளான இடம் என்ற கருத்துக்கு இசைய, மர்த்தகுக்ஷி என்னும் பெயர் அந்த இடத்து விஹாரத்துக்கு இடப்பட்டது. தந்தையைக் கொலை செய்வதான ஒரு மகன் தன்னுடைய வயிற்றில் வளர்கிறான் என்பதைத் தெரிந்து கொண்ட ராணி, பலவந்தமாக வயிற்றைப் பிசைந்து தன் கர்ப்பச் சிதைவை உண்டாக்கி, சிசுவைக் கழித்துக்கட்ட முயன்றாள். பாலி கிரந்த பாடங்களின்படி, க்ருத்தகூடத்திற்கு அருகில்தான் மர்த்தகுக்ஷி இருக்கிறது. ஒருசமயம் புத்தருக்கு ஆபத்தை விளைவிக்க, தேவதத்தன் ஒரு பெரிய பாறாங்கல்லை, குன்றின் உச்சியிலிருந்து அவருக்கு நேராக உருட்டிவிட்டான். விபத்துக்கு ஆட்பட்ட புத்தரை ஒரு கட்டிலில் வைத்து ஜீவகனுடைய மாந்தோப்புக்குக்கொண்டு சென்ற வழியில், சற்றே மர்த்தகுக்ஷி விஹாரத்தில் படுக்க வைக்கப்பட்டார் என்பதாகப் பாலி கிரந்தங்கள் விவரிக்கின்றன.

ஜபமாலைகளும் புத்த விக்ரகங்களும் விற்கும் சில கடைகளும், பூரியும் சப்ஜியும் பரிமாறும் தட்டுமுட்டுக் கடைகளும் பிறவுமாக, சின்ன அளவில் ஆள்நடமாட்டமுள்ள ஒரு சதுக்கத்திலிருந்து கழுகுக் குன்றுக்குப் பயணம் புறப்பட்டோம். பல்வேறு தென்கிழக்கு ஆசிய நாடுகளிலுள்ள தீர்த்தாடனக் குழுக்கள், இந்த நாட்டு அனுபவங்களை ரசித்தபடி சுற்றிலும் தென்பட்டன. பிளாஸ்டிக் தொட்டில்கள் அமைத்து, குன்றின் உச்சிக்குப் போவதும் இறங்குவதுமாக, இடைவிடாது சுழன்று இயங்கும் ஒரு கன்வேயர் கேரியர் இருந்தது. இப்படிக் காற்றில் சஞ்சரிக்கும் ரசனையினால், ஒரு பெருங்கூட்டமாகக் கிராமத்தாரும் அங்கே திரண்டிருந்தார்கள். ஜப்பானியத் தீர்த்தாடனக் காரர்களில் நடுவயதுக்காரர்களான ஒரு கும்பல் சிறிதளவும் தயங்காமல், இந்த மின்சார ஊர்தி வசதியை எதிர்பார்க்காமல், குன்றின் பக்கவாட்டில் நடைபாதை வழியாக ஏறிப்போக நிச்சயித்தது. அது, முன்பு பிம்பிசாரனின் வழியாக இருந்தது. க்ருத்த கூடத்தில் புத்தரை தரிசிப்பதற்காக மன்னன் தனது பரிவாரங்களுடன் தேரேறி இந்த வழியாகத்தான் போய்க்கொண்டிருந்தான். புத்தரின் இருப்பிடம் நெருங்கியதும் தேரை நிறுத்திவிட்டு, துணையாக வந்த மற்றவர்களைத் திருப்பி அனுப்பிவிட்டு, தன்னந்தனியாக புத்தரை அணுகுவது மன்னனுடைய வழக்கமாக இருந்தது.

வேணுவனத்துக்கும் கழுகுக் குன்றத்துக்குமான பயணத்தின்போது, புத்தரும் இதே பாதையைத்தான் பயன்படுத்தினார். ஒரு புத்த கதா வியாக்கியானத்தின்படி, வைத்தியனான ஜீவகன், ஒரு சாயங்காலம்

புத்தரைத் தரிசிக்கப் புறப்பட்டான். வேணுவனத்திற்குத் திரும்பிக் கொண்டிருந்த புத்தரை, அவன் நடுவழியிலேயே சந்தித்துவிட்டான். கழுகுக்குன்றத்தில் தங்குமிடம்வரைப் பின்தொடரும் ஆசையைப் புலப்படுத்தி, ஜீவகனும் புத்தருடன் சேர்ந்து நடந்தான். எழுபத் திரண்டாவது வயதிலும் புத்தர் ஆரோக்கியமாக ஆற்றல் மிக்கவராக இருப்பதை, அந்த நடையின் போக்கினால் ஜீவகன் புரிந்துகொண்டான். ஒரு கை பிக்ஷாபாத்திரம் ஏந்தியிருக்க, மறு கை விரல் நுனி ஆடைத் தலைப்பைப் பிடித்திருக்க, புத்தர் அநாயாசமாக நடந்து கொண்டு வந்தார். மரியாதைக்குரிய ஆனந்தனும், அதே லாகவத்துடன் அவரைப் பின்தொடர்ந்து கொண்டிருந்தார். சற்றே அந்தப் பிக்ஷாபாத்திரத்தை தான் கொண்டு வருவதாகத் தெரிவித்த ஜீவகனிடம், பாத்திரத்தைக் கைமாற்றிக் கொடுத்து, புன்னகைத்தபடி சொன்னார் புத்தர் :

'இந்தப் பிக்ஷாபாத்திரத்தை ஏந்தியபடி ஒரு நூறு தடவையாவது, கௌதமன் இந்த மலைப்பாதையில் அநாயாசமாக நடந்ததுண்டு என்பதைத் தாங்கள் மறக்கக் கூடாது.'

கழுகுக் குன்றத்தின் உச்சியில் எஞ்சியிருப்பவை சில குகை அமைப்புகள் தாம். அகழ்வின்போது அங்கிருந்து கண்டெடுக்கப்பட்ட டெர்ரா கோட்டா விக்ரகங்களும் சிலேட்டுத் தகட்டுப் படிவுகளும் பிறவும் நளந்தாவிலுள்ள அருங்காட்சியகத்தில் வைத்து பாதுகாக்கப்பட்டு வருகின்றன. குகைகளுக்கு வெளியே காணப்படும் கற்சுவர்களின் சிதைவு எச்சங்கள், அங்கே பிரும்மாண்டமான கட்டுமானங்கள் இருந்திருக்க வேண்டுமென்பதைச் சுட்டுகின்றன. மீண்டும் உச்சிக்குப் போகும்போது கல்லில் செதுக்கிக் கட்டிய புராதனமான படிக்கட்டுகள் விசாலமான ஒரு மண்டபத்துக்கு இட்டுச் செல்கின்றன. அங்கு செங்கல்லாலும் கல்லாலும் கட்டப்பட்ட பல வழிபாட்டுக் கூடங்களின் சிதைவு எச்சங்கள் சிதறிக் கிடக்கின்றன. ஜப்பானிய புத்த பக்தர்கள் கட்டியிருக்கும் சற்றுப் பெரியதொரு பகோடாதான், குன்றின் உச்சியில் தென்படும் தற்காலத்திய பிரதானக் கட்டுமானம்.

அரசாங்கத்துக்கும் சங்கம் சம்பந்தப்பட்ட போராட்டங்களுக்கும் இடையில், புத்தர் பல சமயங்களில் க்ருத்தகூடத்துக்குச் சென்று தங்கியிருந்தார். நீண்டகால நண்பனான மன்னன் பிம்பிசாரனுக்கு நேர்ந்த துன்பங்களால், புத்தர் மனம் நொந்தார். கோசலத்துக்கும் வைசாலிக்கும் இடையேயான அஜாதசத்ருவின் யுத்த நடவடிக்கைகள் அமைதியின்மைக்குக் காரணங்களாயின. இதனிடையே சங்கத்தின் தலைமைப் பதவியைக் கைப்பற்ற, தேவதத்தன் நடத்திய கோள் மூட்டுதல்களை மிகுந்த எச்சரிக்கையுடன் புத்தர் எதிர்கொண்டார்.

மூன்று தடவைகள் அவருக்கு எதிராகக் கொலை முயற்சி நடந்தது. முதல் தடவை, தேவதத்தன் அழைத்து வந்தது ஒரு வாள்வீரனை. க்ருத்த கூடத்தில் குடிசைக்கு முன்பாக ஒரு பாறைமீது தன்னந்தனியாகத் தியானத்தில் ஆழ்ந்திருந்த புத்தரின் எதிரில் வந்த அந்தக் கொலையாளி-சக்தியற்றவனாகி ஆயுதம் ஒடிந்து முறிந்த நிலையில், புத்தரிடம் மன்னிப்புக் கேட்டுக்கொண்டு தன்னுடைய முயற்சியிலிருந்து பின்வாங்கினான். இரண்டாம் தடவை, வசிப்பிடத்துக்கு அருகில் அடிவாரத்தில் மாலைநேரக் காட்சிகளை ரசித்துக் கொண்டிருந்த புத்தருக்கு எதிரில் வந்து விழுந்தது ஒரு பெரிய பாறாங்கல். உச்சியை அடுத்திருந்த மற்றொரு கல்லின் தடங்கலினால் அது வழிமாறினாலும், நொறுங்கிச் சிதறிய பாறைச் சில்லுகளால் புத்தருடைய பாதங்களில், பொருட்படுத்தும்படியான காயங்கள் ஏற்பட்டன. மூன்றாம் தடவை, மதம் பிடித்த யானை ஒன்று புத்தருக்கு நேராகப் பிளிறிக்கொண்டு வந்தது. புத்தரும் ஒரு குழு பிக்ஷுக்களும் நகர வீதிகளில் பிச்சை எடுத்துக்கொண்டிருந்தார்கள். ஒரு கோபம் கொண்ட ஆண் யானை அரண்மனை யானைக்கொட்டடியை மீறிக் கடந்து, திடீரென்று புத்தருக்கு நேராகப் பாய்ந்து ஓடி வந்ததை ஆனந்தன் பார்த்தான். அட்டகாசங்களுக்குப் பெயரெடுத்திருந்த நளகிரி என்ற யானைதான் அது என்பதை ஆனந்தன் உடனே அடையாளம் தெரிந்துகொண்டான். யானையின் போக்கிலிருந்து புத்தரைப் பிடித்திழுத்துப் பாதுகாக்க, ஆனந்தன் முனைந்தான். ஆனால் புத்தர் அசையாமல், சஞ்சலத்துக்கு ஆட்படாதவராக நின்ற இடத்திலேயே நின்றார். பயத்தினால் பொதுமக்கள் எல்லாரும் புத்தரைக் காப்பாற்றுமாறு கூக்குரலிட்டார்கள். ஆனந்தன் புத்தரைக் காப்பாற்றுவதற்காக, நளகிரிக்கும் புத்தருக்கும் இடையே முன்னேறிப் பாய்ந்தான். திடீரென்று, புத்தரின் வாயிலிருந்து அதிகம்பீரமான ஒரு பிளிறல் ஒலி வெளிப்பட்டது. பாரிலேயகத்தில் ராதித வனத்தில் தங்கியிருந்த காலத்தில் புத்தரிடம் நட்புறவாயிருந்த ஒரு பெண்யானையின் பிளிறல் ஒலியை ஒத்திருந்தது அது. மதிமயக்கும் மந்திர வித்தை போல, ஒரு கணம் நளகிரி அசைவற்று நின்றது. பின்னர் மெதுவாக அமைதியாகி முன்னேறி நடந்த அது, புத்தருக்கு எதிரில் முழங்காலிட்டு வணங்கியது. புத்தர், நட்புறவுடன் யானையைத் தடவிக் கொடுத்தார்; தும்பிக்கை பிடித்து எழச் செய்து அதை அரண்மனைக் கொட்டடிக்குத் திருப்பி அனுப்பினார்.

பிக்ஷுக் குழுக்களின் துணையுடனான புத்தரின் வடதிசைப் பயணங்கள் பலன்களின் தொகுப்புபோலச் செறிவும் முழுமையும் கொண்டிருந்தன. ஜாதி இனப் பாகுபாடில்லாமல், எல்லா வாசற்படிகளுக்கும் சென்று

பிச்சை எடுப்பதும் அருளாசி கூறுவதுமாகப் பயணம் இருந்தது. காலடிகளில் பதிந்து வீசும் காற்றை அனுசரித்து, கட்டுப்பாடான அடக்கத்துடன் நடந்து செல்லும் பிக்ஷு குழுக்களின் பெருந்தன்மை யான தரிசன அனுபவம், கிராமந்தோறும் பொதுமக்கள் மனங்களைக் கவர்ந்தது. (மாவோவின் லாங் மார்ச்சுக்கு, புத்தருடைய இந்தப் பயண முறை தூண்டுகோலாக இருந்திருக்க வேண்டும்.) தம்முடைய தர்மோபதேசங்களில் (அறநெறி உரைகளில்), திருஷ்டாந்தங்களில் (எடுத்துக்காட்டு ஒப்பு உவமைகளில்) புத்தர் சொல்லிக்கொண்டிருந்தது- நட்பு, இரக்கம், சத்தியம், கருணை, அகிம்சை முதலான அடிப்படை நன்மைகளைப் பற்றியதாகவே இருந்தது. ஆன்மிகத்தையும், பிரம்மத்தையும் ஜீவனின் மரணம் வரையிலான போக்குகளையும் பற்றிய சந்தேகங்கள் எதற்கும் பதில் சொல்ல, அவர் தயாராக இல்லை. சாமானிய நெறியை உணர்த்தி, சாந்தி அடையப்பெறுவதான வழிகளைக் கூறுவதாக இருந்தது அவருடைய அறவுரைகளின் நோக்கம். பண்டிதன், பாமரன், விவசாயி, நெசவாளி, வியாபாரி, பிரபு, மன்னன், புரோகிதன் ஆகியோர் உள்பட மக்கள் சமூகம் முழுதும், அந்த அறநெறியின் சீர்மையை ஏற்றுக்கொண்டது. புத்த தாக்கத்தின் இந்தப் பெரிய வியாபகத்தைப் பற்றி, அன்றைய ஆட்சியாளர்களும் மன்னர்களும் பெரிதும் அறிந்திருந்தார்கள். எனவேதான், தனது மகுடாபிஷேகமும், தந்தை பிம்பிசாரனுடைய மரணமும் தொடர்ந்து மகதத்தில் நிலவிய சோக வேளையில், ராஜக்ருஹத்தில் புத்தருடைய பற்றற்ற சான்னித்தியம் என்பது, தனக்கு எதிராகத் திரும்பிய தன்னுடைய ஒரு சுட்டுவிரல்தான் என்று தெரிந்திருந்தும், அஜாதசத்ரு புத்தருக்கு எதிராக எதுவும் செய்ய முனையாமல் இருந்தான். மன்னன், ஒரு குறிப்பிட்ட காலம் வரை பயந்துகொண்டுதான் இருந்தான். புத்த பக்தர்களான பிற நாட்டு மன்னர்களின் நெருக்கடிகளுக்குப் பயந்தான்.

பிற்காலத்தில், ஒரு நீண்டகால மாற்றத்திற்குப் பிறகு புத்தர் மீண்டும் ராஜக்ருஹத்திற்குத் திரும்பி வந்தபோது, மன்னன் என்ற முறையில் அஜாதசத்ரு ஜீவகனுடைய மாந்தோப்புக்குச் சென்று அவரை வணங்கி, தந்தையைக் கொலை செய்தது உள்படத் தன்னுடைய எல்லாப் பாவச் செயல்களுக்கும் மன்னிப்பு வேண்டிக்கொண்டான். புத்தரின் தர்மத்தை (அறநெறியை) ஏற்றுக்கொண்ட மன்னன், புத்தருடைய மரணத்துக்குப் பின்னர், புத்தரின் பௌதிக உடம்பின் எச்சங்களின் ஒரு பகுதி வேண்டு மென்று உரிமை கோரினான். அதைச் சேகரித்து ஒரு ஸ்தூபி நிறுவி, அதைப் பராமரிக்கவும் செய்தான். மஹா பரிநிர்வாணத்துக்குப் பிறகு, தர்ம ஸம்ஹிதைகளைத் திரட்டித் தொகுக்க, புத்த சீடர்கள் கூட்டிய

முதலாம் பௌத்த மஹாஸம்மேளனத்திற்கு, ராஜக்ருஹத்தில் அரங்கம் அமைத்துக் கொடுத்ததும் விருந்தோம்பலை நிர்வகித்ததும் மன்னன் அஜாதசத்ருதான்.

சாயங்காலம் அரசினர் விருந்தினர் விடுதியையும் சுற்றுப்புற ஆகாயத்தையும் சூழ்ந்து நின்ற அளவிட முடியாத அயர்வுக் களைப்பு, பகல் வெளிச்சம் விடைபெற்றுக் கொண்டபோது கனமாகிக்கொண்டு வந்தது. நந்தியாவட்டத்தை நினைவூட்டும் வெள்ளைப் பூக்கள் ஏராளமாகப் பூத்த ஒருவகைக் குட்டை மரங்கள் பூங்காவில் நிறைந்து நின்றன. அவற்றில் ஒன்றின் சிமெண்ட் தரையில் எங்களுடைய இளவட்ட டிரைவர் லல்லன் சிந்தனைகளில் மூழ்கி நீண்டநேரம் உட்கார்ந்திருந்தான். தொலைவில் மரங்களுக்கிடையில் நடைபாதை வழியாக ஒரு சிறிய கும்பல் ஆண்பிள்ளைகள் வரிசையாக நடந்து சென்றார்கள். அருகில் எங்கேயோ இருக்கும் அநாதைப் பள்ளிக் கூடத்துப் பிள்ளைகள் அருவிக்குச் சென்று குளித்துவிட்டுத் திரும்பிக் கொண்டிருப்பதாக லல்லன் சொன்னான்.

சில ஆண்டுகளுக்கு முன்பு லல்லனும் அந்த அநாதை இல்லத்தில் தங்கிப் படிக்கும் ஒருவனாக இருந்திருக்கிறான். பாட்னாவில் ஒரு தொழிலாளர் குப்பத்தில் அம்மாவுடன் குடியிருக்கும் அவனுக்கு, ராஜ்கிரியுடனான இந்த நீண்ட காலத் தொடர்பு பற்றி எனக்குத் தெரிந்திருக்கவில்லை.

அந்தி நேரத்தில் நாங்கள் க்காஸ வாங்குவதற்காக, ஸியாலோ கடை வரைக்கும் போனோம். தற்புகழ்ச்சியின், ராஜ அதிகாரப் பரவலின் ஆரம்பக்கால மகாநாடகங்கள் பல அரங்கேறிய ராஜக்ருஹத்தில், அதன் நிகழ்கால வாழ்க்கை உணர்வுகளைத் தேடிக் கண்டுபிடிக்கச் செல்வதாக இருந்தது அந்தப் பயணம். ஸ்ரீகாளிஷா என்ற பழங்காலப் பலகாரக் கடைக்காரரின் குடும்பங்களும், பின்தொடர்ந்த வாரிசு உறவினர்களும் தான் இப்போதைய கடைகளில் க்காஸ வியாபாரிகள். சர்க்கரையோ உப்போ சேர்த்துப் பிசைந்த மைதாமாவை, உருட்டுக் குச்சிகளாக எண்ணெயில் பொரித்து எடுக்கப்படுவதுதான் க்காஸ. பலகாரக் கடைகள் தவிர, வேறு சில கடைகளும் தேநீர்க் கடைகளும் ஸியாலோ வில் இருக்கின்றன. என்னுடனிருந்த அரசாங்க ஊழியரை அடையாளம் கண்டுகொண்ட சில கிராமத்தாரும் கடைக்காரர்களும், எங்களைச் சுற்றிக் கூடிவிட்டார்கள். அவர்கள், எங்களுக்குக் குடிப்பதற்கு 'ஸ்பெஷல் டீ' கொண்டு வந்தார்கள். அதற்கான காசு கொடுக்க முனைந்தபோது, அதைப் பெரிதும் அவமானமாகக் கருதினார்கள். அழுக்கு ஆடைகளுடன் மங்கலான வெளிச்சத்தில் ஆள்கள் காத்துக் கொண்டும் ஓசைப்படாமல் தங்களுக்குள் சங்கதிகள் பேசிக்கொண்டும்

இருந்தார்கள். அந்திநேரச் சந்தையின் ஆரவாரச் சத்தம் கேட்டுக் கொண்டே இருந்தது. சீனச் சட்டிகளில் பலகாரக் கடைக்காரர்கள் சட்டுவத்தால் ஒலியெழுப்பி, க்காஸ வாங்கிச் செல்லுமாறு அந்த வழியாகப் போய்க்கொண்டிருந்தவர்களைக் கூவி அழைத்துக்கொண் டிருந்தார்கள். கடந்த சில நாள்களாக காரில் பல இடங்களுக்கும் என்னை இட்டுச் செல்லும் டிரைவர் லல்லன், உடன் பணிபுரியும் பாட்டக் ஆகியோரின் குடும்பங்களுக்காக, நாங்கள் இரண்டு ஓலைப் பெட்டிகள் நிறைய க்காஸ வாங்கிக்கொண்டோம்.

6

வழிகள், நபர்கள், நினைவுகள்

ஏர்ப்போர்ட்டிலிருந்து கௌஹாத்தி டவுனுக்கு டாக்சிக்காரர் கேட்ட பணம் அதிகமென்று தோன்றியது. அவருடன் தர்க்கம் செய்யவும் எனக்கென்னவோ எண்ணம் தோன்றவில்லை. எதிரில் விசாலமான ட்ரைவ் வே நெடுக, பட்டாளக்காரர்களும் அவர்களுடைய வாகனங் களும். பெய்து முடித்த ஒரு பேய்மழைக்குப் பிறகு நிலையற்று அடித்த வெயிலில் காய்ந்துகொண்டு, பட்டாளத்தார் அங்கே சுற்றிலும் நடந்து கொண்டிருந்தார்கள். நெஞ்சுக்குக் கீழே மெஷின் கன்களைச் சேர்த்துப் பிடித்துக்கொண்டு உலவிக்கொண்டிருந்த அவர்களைக் காணுகையில், அது சுகமானதொரு காட்சியாக இருக்கவில்லை. எதுவும் நிச்சயமில்லை என்பதைத்தான் அந்தக் காட்சி நினைவுபடுத்திக் கொண்டிருந்தது.

நகர எல்லையை நெருங்கியதும் வழியில் இருபுறங்களிலும், வியாபார நிலையங்களும் வசிப்பிடங்களுமாகச் செயற்கையாகத் தோற்ற மளிக்கும் கான்க்ரீட் கட்டடங்கள். அவற்றுள் பெரும்பாலானவை வேலை பாதியில் நிறுத்தப்பட்டவை. வேலை முடிந்திருந்தும் முக்கியத்துவமில்லாத அமைப்பு முறையினால் தனித்தன்மை அற்றவை சில. பத்துப் பன்னிரண்டு வருடங்களாக மேலெழுந்து வந்து கொண்டிருக்கும் கட்டடங்கள் அவை.

வழி நெடுக ஐந்தாறு கிலோ மீட்டர் இடைவெளி விட்டு நின்றதனால் ஏற்பட்ட வழித் தடங்கல்களினால், பட்டாளத்தாரின் வாகனங்கள் காத்துக்கொண்டிருந்தன. சிமெண்ட் சாக்குகள் கொண்டு உருவாக்கப் பட்ட சுவர் வளையத்தின் முகட்டில், போர்க்களங்களில் உள்ளது போல, அவர்களுடைய இரும்புத் தொப்பிகள் தென்பட்டன. பல இடங்களில் வண்டிகளை நிறுத்தி தங்களுடைய பயண நோக்கத்தைத்

தெரிவித்த அவர்களுடைய வெளிப்படையானதும் நட்பு பூர்வமானது மான உணர்வுக்கு முன்னால், நான் பணிவுள்ளவனானேன். பயம் காரணமாக அமையும் பணிவுக்கும், உதார குணத்தினால் அமையும் பணிவுக்கும் உள்ள வேறுபாட்டை, ஒவ்வொரு வழித்தடங்கலின் போதும் நான் அறிந்துகொள்ள முடிந்தது. என்னுடைய நினைவு களிலும் அனுமானங்களிலும் அஸாம் சமவெளியையும் கௌஹாத்தி யையும் பற்றி ஏற்பட்டிருந்த அபிப்பிராயங்கள் அத்தனையும், இந்த அரை மணி நேரப் பயணத்திற்கிடையில் கெட்டழிந்து போயின.

பதினைந்து, பதினாறு ஆண்டுகள் கடந்த நீண்ட இடைவேளைக்குப் பிறகு, இரண்டு ஆண்டுகளுக்கு முன்பு குளிர்காலத் தொடக்கத்தில் வடகிழக்குப் பிரதேசங்களில் மீண்டும் ஒருமுறை பயணம் செய்யச் சென்றிருந்தேன். தானாகவே ஒதுங்கிவிட்டிருந்த ஒரு பிரதேசத்தின் முகச்சாயையில், பதினைந்து வருட காலத்தில் முதுமைச் சுருக்கங்கள் அதிகரித்திருக்குமென்று நினைத்தேன். (அஸாம்காரர்கள் பொதுவாகவே படுசோம்பேறிகள் என்பது வழக்கு. ஒரு சராசரி அஸாம்காரர் தன்னுடைய வாழ்க்கையில் மிக அதிக தடவை உச்சரிக்கும் சொல் 'லெகெ. லெகெ' என்பதுதான். அதனுடைய பொருள் 'மெல்ல. மெல்ல' என்பதாகும். மேல் அஸாமில் 'தூதர் அலி' என்பதாக ஒரு நெடுஞ்சாலை இருக்கிறது. பிரம்மபுத்ரா சமவெளியை, முதன்முதலாக ஒன்றிணைந்த தேசிய ஆட்சியமைப்பின் கீழ் கொண்டுவந்தவர்கள் தாய்லாந்திலிருந்து வந்த சில மன்னர்களே. அவர்கள், அங்கு வாழ்ந்திருந்தவர்களின் சோம்பேறித் தனத்தைக் கண்டு சகித்துக்கொள்ள முடியாமல் இந்த நெடுஞ்சாலையில் தான் அவர்களைப் பலவந்தப்படுத்தி வேலைவாங்கினார்கள் என்பதாகக் கூறப்படுகிறது. 'தூதர் அலி' என்றால் 'சோம்பேறிகளின் வழி' என்று பொருள்.)

பழைய நண்பர்கள் முதுமையடைந்திருப்பார்கள்; அவர்களில் சிலருடைய இளம்பருவத்து அட்டகாசங்களை குடும்ப வாழ்க்கைக் கட்டுப்படுத்தியிருக்கும். நீதிமன்றக் கட்டட மைதானத்திலுள்ள ஓவியர்களின் பொழுதுபோக்கு அரங்கம், ஏதேனும் புதிய பொலிவு பெற்றிருக்கும். இவை போன்ற பிறவற்றையும் பார்க்க வேண்டு மென்று எனக்கு ஆர்வம் உண்டாயிற்று. தீவிரவாத அரசியல், இனப்பற்று, ராணுவத்தாரின் குறுக்கீடுகள் ஆகியவற்றின் காரணமாக அமைதி குலைந்த அஸாமைப் பற்றி அறிந்துகொள்ளும் ஆவலும் கூடவே ஏற்பட்டது.

நான் வழக்கமாகத் தங்கும் ஒரு 'மலபார் ஹோட்டல்' பான்பஜாரில் இருக்கிறது. தென்னிந்திய உணவு வகைகள் வழங்கும் வித்தியாசமான

ஒரு ரெஸ்ட்டாரன்ட் அது. மேலும் கீழுமாகச் சில அறைகள். கீழ் அறை ஒன்றில், முன்பு எப்போதோ ஒரு பட்டாளத்தான் தன்னுடைய காதலியை கழுத்தை நெரித்துக் கொன்றிருக்கிறான். அதனால் அந்த அறை பேய் அலையும் இடமாகக் கதை கேட்டவர்கள் நம்பிக் கொண்டிருக்கிறார்கள்.

எப்போதும் ஈரக்கசிவுடனும் பூஞ்சணம் பிடித்தும் காணப்படும் சுவர் களுடன் அமைந்த அந்த அழுக்கடைந்த அறையில், நான் மாதக் கணக்கில் தங்கியிருக்கிறேன். ஒரு விடிகாலையில் விழித்தெழுந்த போது, அறையில் முழங்காலளவு தண்ணீர். வராண்டாவில் தோசை மாஸ்டரும் மற்ற அடுக்களைப் பையன்களும் சேர்ந்து, கம்பும் வெட்டுக் கத்தியும் பிறவுமாக மீன் பிடிப்பதில் முனைந்திருந்தார்கள். நகரத்தில், வெள்ளம் பொங்கிப் பாய்ந்திருந்தது. பிரம்மபுத்ரா நதி கரையேறி, தெருக்களுக்கு வந்திருந்தது. வீட்டு முற்றங்களில், செத்த மான்கள் ஒதுங்கிக் கிடந்தன. வெள்ளப்பெருக்கைப் பார்க்க மழையில் நனைந்த படி, ஒருமுறை திரும்பக் கிடைத்த பாலபருவத்தின் உற்சாகத்துடன், அன்று தெருவெல்லாம் நடந்ததை நினைத்துப் பார்க்கிறேன்.

அதற்குப் பிறகு என்னுடைய தங்குதல், மேலே இருந்த அறைகளில் ஒன்றில் என்றானது. அங்கே மரப்பலகைச் சுவர்களில் அமைந்திருந்த எண்ணற்ற துளைகளின் வழியாக, அடுத்த அறைகளின் தனிமை வாழ்க்கையைக் காண முடிந்தது. அப்போதெல்லாம் கோட்டன்ஸ் கல்லூரியின் ஆண்பிள்ளைகள் தங்கள் காதலிகளுடன் வந்து தங்கும் ரெஸ்டாரன்ட் அது. மசால் தோசை சாப்பிட்டு முடித்த பிறகு, மேலே அறையை வாடகைக்கு எடுத்து பரஸ்பரம் சரீரக் கேளிக்கைகளில் ஈடுபடுவது அவர்களுக்கு வழக்கமாக இருந்தது.

இப்போது பான்பஜார் முற்றாக மாறிவிட்டது. புதிதாகப் பெரிய பெரிய கட்டடங்கள். நான் தங்கியிருந்த அறை நினைவுச்சின்னமாக மாறிவிட்ட தற்கான காரணம், மலபார் ஹோட்டல் இப்போது இல்லை என்பதுதான். ஒளி மங்கிய சுவர்களும், சுற்றிலும் காடாக மண்டிக்கிடக்கும் புதர் களுமாக கோட்டன்ஸ் கல்லூரி உதாசீனப்படுத்தப்பட்டதுபோல இருந்தது. ஆடை உடுத்துவதைப் பொறுத்தவரை, பரம்பரைப் பழக்கமாக வந்துகொண்டிருக்கும் ஒரு சீர்மை அஸாமில் இருக்கிறது. மலபார் பெண்களை விட்டால், மிகவும் நன்றாக ஆடை அணியும் பெண்கள் அஸாமில்தான் இருக்கிறார்களென்று காந்திஜி ஒரு சமயம் எழுதியிருக் கிறார். இந்தப் பாரம்பரியப் பின்னணியில் அஸாமியப் பெண்ணின் தூயதான தோற்றப் பொலிவை, கோட்டன்ஸ் கல்லூரியில் விழாக்கால சமயங்களில் பார்க்க முடியும். இடுப்பை ஒட்டி அணிவதான

இடுப்புக்கச்சைகளில் கஞ்சிப் பசை தோய்ந்த வெண்மை, கௌஹாத்தியின் தெருக்களிலிருந்து முற்றாக மறைந்துவிட்டது போலிருக்கிறது. விலை உயர்ந்த ஆடைகள் உடுத்திக்கொண்டு கூட்டமாக அங்கங்கே நின்றுகொண்டிருக்கும் பகட்டான இளைஞர்களும், சாலையோரங்களிலிருந்து பின்வாங்கியிருக்கிறார்கள். உல்ஃபா தேசிய வாதமும் சண்டைகளும் காரணமாக மற்றும் இளமை வாழ்க்கையின் மதர்ப்புகளும் நடையுடைப் போக்குகளும் நிராகரிக்கப்பட்டிருக்கின்றன என்பது நிச்சயம்.

டாக்சி டிரைவருடைய வர்ணனைகளை அனுசரித்து, பால்ட்டன் பஜாரில் ஒரு ஹோட்டலில் தங்க நான் தீர்மானித்தேன். பால்ட்டன் பஜார் நாலா திசைகளிலும் வளர்ந்திருக்கிறது. சத்திரங்களைப்போலத் தோற்றம் தருகின்றன பல ஹோட்டல்கள். அவற்றின் வாசல்களில், பெட்டிகளும் மூட்டை முடிச்சுகளும் பிறவுமாகப் பயணம் புறப்பட்ட க்காஸி, வங்காளி, லூஷாய் குடும்பங்கள். பஸ்களும் ட்ரக்குகளும் பிற வாகனங்களுமாக, சந்தடியான சூழலில் சிறிதும் பொலிவின்றி ஆரவார இரைச்சல்களுக் கிடையே வெள்ளை நிறத்தில் தனியான ஒரு தீவாக இருந்தது, நான் சென்றடைந்த ஹோட்டல். அஸாம் சம்பந்தப்பட்ட வரையிலும், சிறிதும் பொருத்தமற்ற அதிகப்படியான வாடகை.

அன்று சாயங்காலம், கௌஹாத்தியின் பி.டி.ஐ. நிருபரான ஏணாக்ஷியிடம், மலபார் ஹோட்டலைப் பற்றி விசாரித்தேன். பிரபாகர் பருவாவைச் சந்தித்து நீண்ட காலம் ஆகிவிட்டதென்றும், கலகத்தின் போது மலபார் ஹோட்டலை யாரோ தீ வைத்துக் கொளுத்திவிட்டார்களென்றும் ஏணாக்ஷி சொன்னாள். ஏணாக்ஷி விசாரித்தறிந்த செய்தி அது. நேரடியாக விசாரித்து அறிவதற்கான ஆர்வம், அவளுக்கு மலபார் ஹோட்டல் மீது இல்லாதிருந்தது. ஆனால் கல்லூரிப் பருவத்தில் அங்கே போய், மசால் தோசையும் இட்லி சாம்பாரும் சாப்பிட்டதை ஏணாக்ஷியும் அவ்வப்போது நினைவுபடுத்திக் கொள்வதுண்டு.

தென்னிந்திய உணவின் ருசியை வடகிழக்கு இந்தியாவுக்குக் கற்றுக் கொடுத்தது கேரளத்து ஒற்றைப்பாலத்துக்காரனான பிரபாகரன் நாயர்தான். இப்போது இந்தப் பகுதிகளில் பெரும்பாலான நகரங்களில் வித்தியாசமான முறையில் நடத்தப்படும் மதராஸி, மலையாளி ரெஸ்டாரன்டுகளும், மிலிட்டரி சார்ந்த வழிகள் நெடுக சந்தடிமிக்க வியாபாரம் செய்யும் முதல்தர தோசை ஸ்டால்களும் இருக்கின்றன. அந்த இடங்களிலெல்லாம், முன்னோடியாகவும் வழிகாட்டியாகவும் பிரபாகரன் நாயர் அறியப்பட்டிருக்கிறான்.

திக்போயியில் எண்ணெய்த் துரப்பண வேலை தொடங்கியதைக் கேட்டு, தொழில் தேடி அஸாமுக்குப் புறப்பட்டபோது, பிரபாகரன் நாயருக்கு வயது பதின்மூன்று. பல்வேறு வேலைகளைச் செய்தான். இட்லி, வடை தயாரித்துக்கொண்டு சைக்கிளில் சுற்றினான். கேன்ட்டீன்களில் அடுக்களை வேலை செய்தான். கொஞ்சகாலம் பட்டாளத்திலும் இருந்தான். பட்டாளத்திலிருந்து திரும்பிவந்த பிறகுதான், கௌஹாத்தியில் முதன்முதலாக ஹோட்டல் தொடங்கியது - மதராஸ் கஃபே. முதலாளியும் சமையல்காரனும் பரிமாறுபவனும் ஒரே ஆள்தான். அது மட்டுமல்லாமல், இரவு நேரங்களில் கடைக்குள் அட்டகாசமாக நுழைந்து பலகாரம் சாப்பிட்டு முடித்துவிட்டு, பணம் கொடுக்காமல் வெளியேறிப் போகும் வங்காளி குண்டர்களின் முகங்களில், மிளகாய்ப் பொடி தூவி அடித்து ஒடுக்கும் பொறுப்பும் அன்று பிரபாகரன் நாயருக்கு இருந்தது. எல்லாவற்றையும் அவன் ஒருவனே தனியாக இருந்து சமாளித்தான். ஒருநாள் இரவு, குண்டர்கள் அவனை அடித்து நொறுக்கி சாக்கில் மூட்டைக் கட்டி, பிரம்மபுத்ரா நதியில் தூக்கி எறிந்துவிட்டார்கள். யாரோ ஒரு பிஹாரிப் படகோட்டி அவனைக் கண்டெடுத்து கரைக்குக் கொண்டுவந்து சேர்த்தான். மறுநாளும் வழக்கம்போலக் கடை திறந்து, மிளகாய்ப் பொடியுடன் தயாராக நின்றிருந்த பிரபாகரன் நாயரைப் பார்த்ததும் அவனுடைய கடவுள் அனுக்கிரகத்தை நினைத்து வங்காளிகள் பிரமித்துப் போனார்கள். அதற்குப் பிறகு, அவனுக்கு ஒருபோதும் குண்டர்களை எதிர்கொள்ளவேண்டிய தேவை ஏற்படவில்லை.

பான்பஜாரில், மீண்டும் மலபார் ஹோட்டல் தொடங்கியது பல வருடங்கள் கழித்துத்தான். வடகிழக்கு மாநிலங்களிலிருந்து திரும்பி இந்தியாவுக்கு வருவதற்காக மீள்பயணம் செய்ய நேரும் எல்லாருக்கும், தவிர்க்கப்பட முடியாத ஒரு சந்திப்பு மையம் மலபார் ஹோட்டல். வட இந்தியாவில் காபி ஹவுஸ்கள் இருப்பதைப்போல, கௌஹாத்தியில் அறிவுஜீவிகளுக்காக நகர மத்தியில் இருக்கிறது இந்த உணவகம். பிரபாகரன் நாயர் மெல்ல மெல்ல பிரபாகரன் பரூவாவாக அறியப் பட்டான். இந்த மாற்றத்துக்கான செயல்பாடு எப்படி நிகழ்ந்ததென்று எனக்குப் புரியவில்லை.

இவை எல்லாமே, பிரபாகரன் நாயரைப் பற்றிக் கேள்விப்பட்டதுதான். அவன் நேரில் சொன்னதல்ல. வாழ்க்கையின் உச்ச நிலையிலிருந்த அவன், தான் கடந்து சென்ற வழியைத் திரும்பிப் பார்க்க ஆர்வம் காட்டவில்லை. பிரபாகரன் நாயருடைய மலபார் தேசப்பற்று, அதிதீவிரமாக இருந்தது. வியாபாரம், அதன் விளைவாக மங்கிக் குன்றியது. மலபார்க்காரனான ஒரு விருந்தாளி என்றுதான், என்னை

அவன் வரவேற்று உபசரித்தான். எங்களுக்கிடையில் குறிப்பிடும் படியான கணக்கு வழக்குகள் எதுவும் பதிவாகியிருக்கவில்லை.

நடுவே கொஞ்ச நாள்கள், நான் ஷில்லாங் போய் தங்கியிருந்தேன். ஸாவியன் என்ற ஒரு க்காஸி சிநேகிதனுடன், ஜைந்த்யா மலைகளுக்கும் சிரபுஞ்சிக்கும் போனேன். சிரபுஞ்சிக்குப் போகும் வழியில், மனோகர மான சில க்காஸி கிராமங்களைப் பார்க்கலாம். அவற்றின் சுற்றுப்புறங் களில் சில இடங்களில், புராதனமான மென்ஹிறுகளின் (ஒற்றைக் கல் தூண்) சேகரங்கள் இருக்கின்றன. பெரும்பாலான கிராமங்களில், அடர்த்தியாக வளர்ந்துள்ள மரங்கள் அடங்கிய சிறிய காடுகளைக் காணலாம். அவை பவித்திரமானவை. ஓர் இலையைக்கூட அங்கிருந்து பறித்தெடுக்க அனுமதி இல்லை. இந்தக் காடுகளிலிருந்து ஊற்றெடுக்கும் ஒடுக்கமான பிரவாகங்கள் மட்டும்தான் கிராமத்தின் நீரோடைகள். காடுகள் மற்றும் நீரோடைகளின் பராமரிப்பில் உருவாகும் பரஸ்பர உணர்வு, க்காஸி கிராமங்கள் சம்பந்தப்பட்டவரை எழுதப்படாத ஒரு புராதன சாசனமாகும்.

சிரபுஞ்சிப் பகுதியில், விசாலமாகச் செங்கல் பரப்பியது போன்று இரும்புத் தாதுப் படிவம் இருக்கிறது. இங்கிருக்கும் கிராமங்கள் அந்தத் தாதுவை உருக்கியெடுத்து இரும்பு ஆயுதங்களை உருவாக்கும் வழிமுறையை, நீண்டகாலத்துக்கு முன்பிருந்தே கைவரப் பெற்றிருக் கின்றன. பாதையின் இருபுறமும் தீ கனன்று எரியும் பெரிய அளவு உலைக்களன்களுடனான கொல்லர்களின் பணியிடங்களை ஏராள மாகக் காணலாம். அடைகல்லில் இரும்புச் சம்மட்டிகள் ஓங்கிவிழும் டங்கார ஒலிதான் இந்த நெடுஞ்சாலையின் சங்கீதம்.

நகரத்துக்குரிய கவர்ச்சிகள், ஷில்லாங்குக்கு நஷ்டப்பட்டுப் போ யிருந்தன. பழைய அழகான கட்டடங்கள், கொஞ்சமும் கவனிக்கப் படாமல் முற்றிலும் பழுதுபட்டிருந்தன. புதிய கான்க்ரீட் மாளிகை களும் வியாபார வீதிகளும், நகரத்தின் பழைய காலத்துக் கட்டுக் கோப்பான சுயரூபத்தை உடைத்து அழித்துவிட்டிருந்தன. அதனுடைய வளைவான சாலைகளில், வெற்றிலை வியாபாரப் பெண்களின் கூச்சலும் குப்பைக்கூள இலைதழைகளும் அதிகரித்துவிட்டதாகத் தோன்றுகிறது. இப்போது இந்தக் கடைகளை நிர்வகிப்பது பெண்கள் மட்டுமல்ல; ஒரு நல்ல சதவிகிதம் ஆண்கள் படாபஜாரை ஆக்கிரமித் திருக்கிறார்கள். க்காஸிகளின் சமூக - பொருளாதாரச் செயல்பாட்டில், பெண்களுக்கிருந்த முக்கியத்துவம் குறைவதற்கான அறிகுறிகள் ஏற்பட்டிருக்கின்றன. அழகிகளான க்காஸி, லூஷாய் யுவதிகளைச் சந்திக்கும் வாய்ப்புகளாக அதிக அளவில் மதுபான நிலையங்கள்,

உணவகங்கள் இந்த நகரத்தில் ஏற்பட்டிருக்கின்றன. அவையெல்லாம் சட்டத்துக்குப் புறம்பானவையென்று ஸாவியன் புலம்பினான். போலீஸ் பஜாருக்கு அருகில், நாங்கள் சாயங்கால நேரங்களில் சென்று உட்கார்ந்திருக்கும் ஒரு மதுபான பார் மட்டும்தான் சட்டத்திற்குட்பட்டு இயங்கிக் கொண்டிருந்தது. குலம் சார்ந்த படபடப்பு, ஷில்லாங்கில் பொதுவாழ்க்கையை அலைக்கழிக்கத் தொடங்கியிருக்கிறது. அதனுடைய தெருக்களிலும் உணவகங்களிலும், அனுசரித்து விட்டுக் கொடுக்கும் பண்பு, முற்றாகக் காணாமல் போயிருந்தது.

ஆனால் ஷில்லாங்கிலிருந்து கௌஹாத்திக்குத் திரும்பிய காலை நேரத்தில், என்னுடன் டாக்சி செலவைப் பங்கிட்டுக்கொள்ள முன்வந்த மூன்று பெண்பிள்ளைகள், பழைய க்காஸி மரபுக்குரிய நட்புணர்வை யும் பெருந்தன்மையையும் முழுமையாக விட்டொழித்து விட வில்லை. கௌஹாத்திக்கு ஷாப்பிங்குக்காகப் போய்க்கொண்டிருந்த அவர்கள், லேடி க்வின்ஸ் கல்லூரியில் மாணவிகள். போகும் வழியில் பழங்கள் விற்றுக்கொண்டிருந்த சின்னக் கடையாகிய நோங் போளில் வண்டியை நிறுத்தி, நாங்கள் சேர்ந்து மதிய உணவு சாப்பிட்டோம். அஸாமில், கிராமத்து வீடுகளில் கிடைக்கும் பருப்புக்கூட்டும் சப்ஜியும் பிறவும் அமைந்த மென்மையும் ருசிகரமுமான உணவு பரிமாறும் அந்த நேப்பாளி ஹோட்டலை அறிமுகப்படுத்தி என்னை அழைத்துச் சென்றது அவர்கள்தான்.

கௌஹாத்தியில், பால்ட்டன் பஜாரில் என்னுடைய ஹோட்டலுக்கு எதிரில் நான் இறங்கிக்கொண்டேன். தாங்கள் பார்க்க வேண்டியதை யெல்லாம் பார்த்து முடித்து, வாங்க வேண்டியவற்றை வாங்கி முடித்த பின்பு சாயங்காலம் நேரம் இருந்தால், திரும்பும்போது என்னை வந்து பார்ப்பதாக வாக்கு கொடுத்த பிறகுதான், அவர்கள் விடைபெற்றுச் சென்றார்கள். அந்த நட்புணர்வு மனமார்ந்ததாகத் தோன்றினாலும் அவர்கள் திரும்பி வருவார்களென்று எதிர்பார்க்கவில்லை. ஆனால், சாயங்காலம் என்னைப் பார்ப்பதற்காக லௌஞ்சில் மூன்று பெண் பிள்ளைகள் காத்திருப்பதாக ரிஸப்ஷனிலிருந்து தெரிவித்தார்கள். ஓரளவு பிரமிப்புடன் நான் கீழே இறங்கிச் சென்றபோது, அவர்கள் காத்திருந்தது பார் பகுதியில்.

பெருத்த உபசாரங்களுடன் மிக அதிக விலைக்கு மதுபானம் விற்கும் அந்த பாரில், கூட்டம் குறைவாகத்தான் இருந்தது. ஆனாலும் சந்தேகத் துக்கு உரியதான இத்தகைய நட்புறவுகளை உல்ஃபா தீவிரவாதிகள் ஆதரிக்கவில்லை என்பதை அறிந்திருந்த எனக்கு, அவர்களுடன் அங்கே சேர்ந்து உட்கார்ந்து மது அருந்த மனம் ஒப்பவில்லை. ஆனால் அவர்கள்

க்ளாஸ் மாற்றி க்ளாஸ்கள் என்பதாகத் தொடர்ந்து போதை ஏற்றிக் கொண்டிருந்தார்கள்.

ஒரு கட்டத்தில் குறுக்கிட்டு, கொஞ்சம் எல்லை மீறிய பில்லுக்கான தொகையைக் கொடுத்துவிட்டு, அவர்களை பாரிலிருந்து வெளியேற்றி லௌஞ்சில் கொண்டுபோய் விட்டேன். ஷில்லாங்குக்குத் திரும்பிப் போக இனிமேல் வாகன வசதி கிடைக்காது என்றும், அந்த இரவில் கௌஹாத்தியில் தங்குவதுதான் முடியுமென்றும் அவர்கள் தீர்மானித்து விட்டிருந்தார்கள். நல்லவேளையாக, நான் தங்கியிருந்த ஹோட்டலில், அறை எதுவும் காலியாக இல்லை. நீண்டநேர சிந்தனைக்கும் வெற்றிலைக் குதப்பலுக்கும் பின்னர், அவர்கள் அடுத்து எங்கோ இருந்த ஒரு சிநேகிதியைக் கூப்பிட்டுத் தெரிவித்து, அங்கே இரவில் தூங்குவதற்கு நிச்சயப்படுத்திக் கொண்டு விடைபெற்றுச் சென்றார்கள். இரவு நெடுநேரம் கடந்த பின்னும், அவர்கள் தாங்கள் தங்கியிருந்த இடத்திலிருந்து என்னைக் கூப்பிட்டுத் தங்களுடைய நட்பைத் தெரிவித்துக் கொண்டிருந்தார்கள்.

காலையில், சற்றே மங்கலான நினைவின் துணையுடன் ஆட்டோரிக்ஷா பிடித்து, ஸில்புக்ரி என்ற குளக்கரையிலிருந்த டாக்டர் ஹீரன் கோஹைன் குடியிருந்த இடத்தைத் தேடிப் போனேன். தற்கால அஸாமிய இலக்கியத்தில் மிகவும் புகழ்பெற்ற எழுத்தாளரான அவர், தேசிய அளவில் ஒரு விவாதத்துக்கு உள்ளானவர். மார்க்ஸிஸ்ட்காரரான கோஹைன் ஆல் அஸாம் ஸ்டூடன்ட்ஸ் யூனியன் சார்ந்த அரசியல் காரணமாக, பெரிய தொல்லைகளுக்கும் பயமுறுத்தல்களுக்கும் ஆளாக நேர்ந்தது. ஸில்புக்ரியின் கரையில் அவர் குடியிருந்தது, அறைகளாகப் பிரிக்கப்படாதிருந்த நீண்ட சதுர அமைப்பிலான ஒரு ஹாலாக இருந்தது. அந்த வீடு, அப்போது அங்கே தென்படவில்லை. யுனிவர்சிட்டி கேம்ப்பஸுக்கு கோஹைன் வீடு மாற்றிக்கொண்டு போய்விட்டரென்று அக்கம் பக்கத்தவர்கள் சொன்னார்கள்.

கேம்பஸுக்கான தூரத்தைக் குறித்து குழப்பத்தில் ஆழ்ந்தபடி திரும்பியபோது, மீண்டும் பான்பஜார். என்னுடைய கண்ணெதிரில், திடீரென்று மலபார் ஹோட்டல். புதிதாக வந்திருந்த ஒரு பிரும்மாண்ட மான ஹோட்டல் கட்டடத்தின் நிழலில், அதனுடைய அழகுக் காட்சி கொஞ்சம் அவமதிக்கப்பட்டது போலிருந்தது. அதனுடைய முகச்சாயலும் மாறியிருந்தது. முன்புறப் பிரதான வாசல்கதவு, இப்போது தானாகவே அடைத்துக் கொள்ளக்கூடியது. அந்தக் காலை நேரத்தில் ஆள் நடமாட்டம் இல்லாததால், அது அடைத்துக் கிடப்பதாகத் தோன்றியது. வாசல் கதவைத் தள்ளித் திறந்து உள்ளே போனபோது, அங்கேயும்

இருந்தது நவீன வேலைப்பாடு. பழைய மரநாற்காலிகளுக்குப் பதிலாக இப்போதெல்லாம் சோபாக்கள்தாம். அதிகாலை என்பதனால் போலும், எங்குமே ஆள்நடமாட்டம் இல்லாதிருந்தது.

அழுக்கான ஆடை உடுத்திய, நோய் பீடித்தவனான ஓர் அஸாமிய இளைஞன், என்னைப் பார்த்ததும் வெளிப்படையாக அலட்சியம் தெரிய வெளியே வந்தான். நான் ‘ஒரு கப் தேநீர் வேண்டும்’ என்றேன். எந்த வகையான உணர்ச்சியும் காட்டாமல் அவன் திரும்பி உள்ளே போனான். அவன் மறுபடியும் திரும்பி வரமாட்டானென்று நான் தீர்மானிக்கத் தொடங்கியபோது, அவன் தேநீருடன் வந்தான். ஹோட்டல் உரிமையாளரின் பெயரை நான் கேட்டேன்.

‘பிரபாகர் பருவா’ -அவன் சொன்னான்.

‘பருவா எப்போது வருவார்?’

‘அடுக்களையில் இருக்கிறார்.’

அவனுடைய திகைப்பைப் பொருட்படுத்தாமல் நான் அடுக்களை நோக்கி நடந்தேன். அங்கே ஒரு கைலியும் பனியனுமாக நின்றபடி, பிரபாகரன் நாயர் வடை சுட்டுக்கொண்டிருந்தார். முதல் தரமான உளுந்துவடை. உதவிக்கு வேறு யாருமில்லை. கலகத்தின் பின்னரான அமைதியின்மையைத் தொடர்ந்து அவருடைய மலையாளிகளான எல்லா வேலையாட்களும், சில வருடங்களுக்கு முன்பே தங்கள் தங்கள் சொந்தக் கிராமங்களுக்குத் திரும்பிப் போய்விட்டார்கள். பிரபாகரன் நாயர் மறுபடியும் தனியாளாகிவிட்டார். அடுக்களையில் எதுவும் செய்யத் தெரியாத இந்த அஸாமிய இளைஞன் மட்டும், துணைக்கு இருக்கிறான். காலையில் பிரபாகரன் நாயர் வந்து, வடையும் இட்லியும் சாம்பாரும் தயாரித்துக் கொண்டிருக்கிறார். மத்தியானச் சாப்பாடு போடுவதை நிறுத்திவிட்டிருக்கிறார். கலகக்காரர்கள் எரித்தது மதராஸ் கஃபேயை. மீண்டும் ஆரம்பத்தில் இருந்த நிலைமையில் மதராஸ் கஃபேயை நடத்திக் கொண்டிருக்கிறார். வியாபார வாழ்க்கையின் நடவடிக்கைகளை ஒழுங்குப்படுத்தி சக்கர இயக்கமாகத் தன்னுடைய தொடக்க நிலையிலேயே பிரபாகரன் நாயர் நிலைத்து நின்றுகொண்டிருக்கிறார்.

என்னைப் பார்த்ததும் அவர் மட்டற்ற மகிழ்ச்சியில் திளைத்தார். ‘இன்னிக்கு இவ்வளவு போதும்!’ வியாபாரத்திலும் தோற்றத்திலும் உதாசீனக்காரனான அந்த இளைஞன், விடுபட்ட உணர்வுடன் என்னுடன் சேர்ந்து வெளியே வந்தான்.

கௌஹாத்தியில் சொந்தமான ஓரிடத்தில், இப்போது மூன்று மாடிகளுடனான ஒரு வீடு பிரபாகரன் நாயருக்கு இருக்கிறது. நல்ல மனம் கொண்ட அவருடைய மனைவியின் பெயர் இணைந்த அந்த வீட்டின் பெயர் 'நாராயணியம்'. வயது வந்த இரண்டு ஆண்பிள்ளைகள், அவரைப் போலவே வியாபாரத்திலும் பிறவற்றிலும் வடகிழக்குப் பாணியில். ஒரே ஒரு மகள், ஹைதராபாத்தில் ஒரு புகழ்பெற்ற நிறுவனத்தில் உயர்ந்த உத்தியோகம் பார்க்கிறாள். இப்படியெல்லாம் இருந்தாலும், தன்னுடைய தொழில் பிடிமானத்தை விட்டுவிட இன்னும் தயாராக இல்லாத பிரபாகர் பருவா, தினமும் விடிகாலைப் பொழுதில் விழித்தெழுந்து ஹோட்டலின் அடுக்களைக்குச் சென்றுவிடுகிறார்.

சிறுமைப்பட்டு நிற்கும்போதும், வெற்றிகள் பெற்றிருக்கும்போதும், அடி ஆழங்களிலும் பெரும் உயரங்களிலும் இடைவிடாது தொடர்ந்து கடந்துசெல்ல நேரும்போதும், மனத்தின் இயல்பான நற்குணங்களைப் பாதுகாத்துத் தக்கவைத்துக்கொள்ள முயலும் பிரபாகரன் நாயருக்கு முன்னால், நான் மிகவும் சிறுத்துப் போகிறேன்.

அவருடைய வீட்டின் வரவேற்பறைச் சுவரில், என்னுடைய ஒரு பழைய காலத்து பிளாக் அண்ட் ஒயிட் படம் கண்ணாடியிட்டுத் தொங்கவிடப்பட்டிருந்தது.

வடகிழக்குஇந்தியாவில் பல மாநிலங்களின் டெலிவிஷன்களுக்காக வேண்டி, சில வாழ்க்கை நாகரிக நடைமுறைகள் பற்றிய ஆவணப் படங்களை ஷூட் செய்வதற்கான முயற்சியில் நான் இருந்தேன். அதற்காக, தேடி அலைந்து திரிந்தும் பலருடன் உரையாடியும் தன்னந்தனியே நடத்திய இரண்டு வார நீடித்த பயணத்தை முடித்து, நான் கௌஹாத்திக்கு மீண்டும் திரும்பி வந்தேன். அது ஒரு நவம்பரின் தொடக்கமாக இருந்தது. இரண்டு நாள்களுக்குப் பிறகு கொல்கத்தா விலிருந்து வந்த நான்கு பிரிவுகள் கொண்ட ஒரு டெலிவிஷன் க்ரூ, என்னுடன் சேர்ந்து கொண்டது.

அஸாமியப் பிரசித்தமான சில்க் நெய்யும் ஸால்க்குச்சி கிராமத்தின் வழியாக, நாங்கள் நல்பாரிக்கு முதலில் புறப்பட்டோம். நல்பாரி பகுதிகளில் புழக்கத்திலுள்ள காமரூபி தூலியா என்ற ஒரு கலப்பு வகைக் கலையைப் பற்றிச் சொல்லக் கேள்விப்பட்டிருக்கிறேன். நெருக்கமாக அடர்ந்து வளர்ந்த தென்னை மரங்களும் பாக்கு மரங்களும் பெரிய 'நாம்கறு'களும் உள்ள செழிப்பான கிராமம் ஸால்க்குச்சி. (நாம்கறுகள் என்பவை அஸாமில் மிகச் சிறப்பான வைணவ பஜனைக் கோயில் களாகும்) சாணமிட்டு மெழுகிய வீட்டு முற்றங்களில் இருந்தபடி,

நெற்றி நிறைய சாந்து தீட்டிக்கொண்டு காதுகளில் பெரிய கம்மல்கள் அணிந்த நடுவயதுக்காரர்களான குடும்பத் தலைவர்கள் நூல் நூற்கிறார்கள்; தங்க நிறமுள்ள பட்டில், கோத்ரா இனத்தில் பரம்பரையாக வருவதான ஓவிய உருவங்களை நெய்து கொடுக்கவும் செய்கிறார்கள். ஸால்க்குச்சியின் தனித்தன்மை அங்கே மட்டும் காணப்படும் பட்டுநூல் கூடுகளிலிருந்து உருவாகும் தங்க நிறத்திலான கூட்டுப்புழுக்களாகும் (ப்யூப்பாக்களாகும்). ஸால்க்குச்சி ஸில்க்குக்கு உயர்ந்த விலையுண்டு. நடுத்தரக் குடும்பத்துப் பெண்களுக்கும் கல்யாணத்துக்கு ஆயத்தமாக இருக்கும் பெண்களுக்கும் ஏற்றதான மாலை வடிவமைப்பிலான மேகலைகள், அலங்காரமான இடுப்புக் கச்சான சாதிறு போன்றவை அங்கு தயாராகின்றன. ஐயாயிரம் ரூபாய் முதல் ஐம்பதாயிரம் ரூபாய் வரை அவை விலை போகின்றன.

தூலியாவைத் தேடிச் செல்வதான பயணம், விசாலமான வயலோரங்களில் மூங்கில் காடுகளின் மறைவில் அமைந்துள்ள பல குக்கிராமங்களைத் தாண்டிச் செல்வதாக இருந்தது. வயல்களில் அறுவடை தொடங்கியிருந்தது. எங்களுடைய வண்டி, சில சமயங்களில் பிரதான பாதைகளை விட்டு விலகிப் பசுமையான கிராமங்களினூடே செல்லும்.

ஒரு கிராமத்தின், அந்த ஊர் மக்களின் நாகரிகத்தின் அடையாளங்கள் பல சமயங்களில் ஆடை வகைகளிலோ கலாரசனைகளிலோ வெளிப்படுவதில்லை. ஓரிடத்தில் நாங்கள் குறுக்கு வழியாக எங்கள் வண்டியைச் செலுத்தினோம். புழக்கத்திலிருந்த கிராமப் பாதை வழியாக ஆதிவாசிப் பெண்கள் ஒரு கும்பலாக வந்துகொண்டிருந்தார்கள். அவர்களைப் பார்த்ததும் வண்டியை நிறுத்தினோம். வட்ட வடிவில் முடையப்பட்ட பெரிய பிரம்பு அரிப்புக் கூடைகளைத் தலையில் சுமந்தபடி அதிவேகமாக நடந்து வந்தார்கள். உற்சாக பூர்வமான ஓர் ஊர்வலம் போல அது இருந்தது. வண்டியில் எங்களுடன் கௌஹாத்தியைச் சேர்ந்த ஓவியரான த்விலீப் தாமூலி என்ற ஒரு நண்பர் இருந்தார். அந்த ஆதிவாசிப் பெண்கள், கிராமத்திலிருந்து ஒரு கூட்டமாக மீன் பிடிக்கச் சென்றுகொண்டிருப்பதாக, த்விலீப் சொன்னார்.

நாங்கள் கேமராவை வெளியே எடுத்ததைப் பார்த்ததும் அவர்களுடைய உற்சாகம் அதிகரித்துவிட்டது. களங்கமில்லாத வெடிச்சிரிப்புடன் எங்களைக் கடந்து போனபோது, அவர்கள் என்னவெல்லாமோ உரத்துப் பேசியபடி போனார்கள். அவர்கள் நடந்து செல்லும்போது அமைந்த உள்ளோட்டமான நடன அசைவுகள், சில சிலிர்ப்புகளைத் தூண்டுவதான தாளகதி அமைந்திருந்ததை நான் ஆர்வத்துடன் கவனித்தேன். ‘சாயங்காலம் கிராமத்துக்கு வந்தால், நாங்கள்

உங்களுக்காக நடனமாடுவோம்' -அவர்களில் ஒரு பெண்மணி மிகுந்த மகிழ்ச்சியுடன் இதைச் சொன்னாள்.

தொலைவில் தொடுவான திசையில் அவர்களுடைய பயணம் தொடர்ந்ததும், மெதுவாக சூரியனின் தாக்கம் தணிந்து நிழலுருவங்களாகக் காட்சிகள் மாறியதை நாங்கள் கொஞ்ச நேரம் பார்த்தபடி இருந்தோம். அப்போது அமைதியான வயல்வெளிகளின் வழியாக வெளிப்பட்ட அவர்களுடைய கூட்டுக்குரலின் அர்த்தத்தைப் புரிந்து கொள்ள முடியவில்லையெனினும், உணர்வுபூர்வமானதோர் ஒலியாகவே அது எங்களுக்குக் கேட்டுக் கொண்டிருந்தது.

நாங்கள் பார்த்துக்கொண்டிருந்த அந்த வயல்வெளிகள், அவற்றின் வரப்புகள், சிவப்புத் திட்டுகளாகத் தோன்றிய ஆகாயப் படலம் ஆகியவற்றின் பின்னணியில், அகன்றகன்று போய்க்கொண்டிருந்த அந்த நிழலுருவங்கள் தவிர வேறெதுவும் தென்படவில்லை.

ஒருநாள் இரவு நடந்த நடனத்துக்கு இணையாக வேறெதுவும் இல்லை.

நல்பாரிக்கு இட்டுச் செல்வதான எங்கள் பயணத்தில் மற்றொரு வழித் திருப்பத்தில் தடங்கல் நேர்ந்தது. மிகத் தொலைவிலிருந்து வந்து கொண்டிருந்த ஒரு ட்ரக்குக்குக் குறுக்காக நிறுத்தி, மோட்டார் பைக்கிலிருந்து இரண்டு இளைஞர்கள் குதித்து இறங்கினார்கள். அவர்கள் துப்பாக்கியைக் காட்டி ட்ரக்கை நிறுத்தினார்கள். பைக்கை ஓரமாகச் சகதி நிறைந்த ஒரு சிறிய புதருக்குள் தள்ளிவிட்டு அவசர அவசரமாக அவர்கள் ட்ரக்கில் ஏறி மறைந்தார்கள். ட்ரக் முன்னைவிட அதிக வேகத்தில் ஓடத் தொடங்கியது. கண்ணிமைக்கும் நேரத்துக் குள்ளாக எல்லாமே நடந்து முடிந்தது. ஓடிக்கொண்டிருந்த காரிலிருந்த படியே இந்த நாடகம் முழுவதையும் எங்களால் பார்க்க முடிந்தது.

என்னுடன் முன்சீட்டில் உட்கார்ந்திருந்த த்விலீப் தாமூலியின் மூச்சு வேகம் அதிகரிப்பதை நான் உணர்ந்தேன்.

'வி ஆர் இன் எ ஷாக்' -ட்ரக் எங்களுடைய வண்டியைக் கடந்து கொஞ்ச தூரம் போனபிறகு த்விலீப் சொன்னார். 'தோஸ் பாய்ஸ் ஆர் பீயிங் சேஸ்டு. வி வில் பி ஸ்ட்டாப்டு.' ஆனால், ஐந்தாறு நிமிடங்களில் போலீஸ் வாகனங்கள் வந்து சேர்ந்தன. முன்னதாக வந்த ஆறு மோட்டார் பைக்குகளிலிருந்த பின்சவாரிக்காரர்கள் தூக்கிப் பிடித் திருந்தது சாதாரண மெஷின்கன்களாக இருக்கவில்லை. அதிகக் குறிபார்க்கும் திறமையும் சுட்டுத் தள்ளும் தன்மையும் கொண்ட

அவற்றின் பாரல்கள், வெள்ளைத் துணிகளால் மூடப்பட்டுக் கட்டப்பட்டிருந்தன. பைக்குகளுக்குப் பின்னால் ஜீப்புகளும் பெரிய ட்ரக்குகளுமாக, பத்துக்கும் மேற்பட்ட வாகனங்களின் ஒரு வரிசை. ஒரு புயற்காற்றுபோலக் கடந்துபோன அவர்களுக்கு, எங்களைப் பொருட்படுத்துவதற்கான தேவை இருக்கவில்லை.

அந்தப் பிவிலியன் ரைடர்ஸ் உண்மையில் மிலிட்டரி ஆட்கள் அல்ல என்றும், ஷார்ப் ஷூட்டிங் வகை தெரிந்த மிலிட்டரிக்காரர்களின் சிவிலியன் குண்டர்களின் ஒரு குழு என்றும் த்விலீப் சொன்னார். அவர்கள் சிவிலியன் உடைகளை உடுத்தியிருந்தார்கள்.

புல்வேய்ந்த பத்திருபது சிறிய வீடுகள் அடங்கிய ஒரு குக்கிராமத்தின் வெளித்திடலில், ஒரு பெரிய மரத்து நிழலில் நாம்கறு என்பதான பஜனைக் கோயிலின் எதிரில், தூலியா நிகழ்ச்சி அரங்கேறியது. நாங்கள் போனபோது, படுகிழங்களைத் தவிர அங்கே வேறு யாரும் இல்லை. த்விலீப் எங்கேயோ தேடிப் போய், அறுவடை நடந்துகொண்டிருந்த வயல்களிலிருந்து சுமார் பதினைந்து பேர் அடங்கிய தூலியா கலைஞர்களை அழைத்துக் கொண்டு வந்தார். அப்படி வந்தவர்கள் தங்களுடைய அழுக்கடைந்த, தொய்ந்துபோன, நிறம் மங்கிச் சாயம் போன உடைகளை அணிந்து வந்தார்கள்; முகத்துக்குப் பொலிவு தருவதான ரீதியில் சாயங்களைப் பூசிக்கொண்டார்கள். இப்படியெல்லாம் தங்களை ஆயத்தப்படுத்திக்கொண்டு அவர்கள் தங்களுடைய பல பெரிய துந்துபிகளும் பெரிய பறைகளும் பிறவுமாக நாம்கறுவுக்கு முன்னால் வந்தார்கள். இதனிடையே, இந்தக் கலைஞர்களின் புறப்பாட்டைத் தெரிவிப்பதான துந்துபி நாதத்தைக் கேட்டு, அருகிலுள்ள கிராமங்களிலிருந்து குழந்தைகளைத் தங்கள் இடுப்புகளில் தூக்கிக் கொண்டு பார்வையாளர்கள் வரத் தொடங்கினார்கள். பல வயதுக்காரர்களும், பல்வகை உடை தரித்தவர்களும், பல நிறத்தவர்களும் அடங்கிய கிராமத்தார்களின் உற்சாகம் பொங்கிய கூட்டம் அது.

தூலியா நடனம் என்பது, பல பயிற்சிகளின் சித்திகளின் சாமர்த்தியங்களின் ஒரு கலவை முயற்சியாகும். அதற்கு சர்க்கஸ் போன்று உடல் சார்ந்த வெளிப்பாடுகளும் உண்டு. வாய்ப்பாட்டும் வாத்தியமும் உண்டு. நாடகமும் அபிநயமும் கிண்டலும் ஜாலவித்தையும் உண்டு. இரண்டு மணி நேர அளவுக்கு, ஒரு கிராமக் கூட்டத்தினரை ரசிக்கச் செய்வதற்கான எல்லா அம்சங்களும் உண்டு. அவை எல்லாமே முன் தயாரிப்பின்றி பேச்சு-பிரசங்க பாணியில் அப்போதைக்கு அப்போதான வேகமிணைந்த கற்பனைகளாக வெளிப்படும். நாகரிக ரசனைகளுக்கு இந்த வெளிப்பாடுகள் அருவருப்பாகத் தோன்றலாம். ஆனால் தூலியா

வெளிப்படுத்தும் நாட்டுப்புறப் போக்கின் இழைப்பொருத்தம், இந்தக் கிராமங்களில் பழக்கத்திலுள்ள ஊடுபாவான செயல்பாட்டைக் குறைபாடற்றுத் தாக்குகிறது.

பெண்களையும் குழந்தைகளையும் உள்ளடக்கிய இத்தகைய கணக்கற்ற தூலியா நாடோடிக் குழுக்கள் காமரூப், நல்பாரி பகுதிகளில் உண்டு. அறுவடை முடிந்தவுடன் அவர்கள் ஊர் ஊராகச் சுற்றக் கிளம்பி விடுவார்கள்.

ஒரு சோதனைச் சாவடியில் ராணுவப் பரிசோதனைக்காக நிறுத்த வேண்டியிருந்த தடங்கலைத் தவிர்த்துவிட்டால், இளம் குளிர் கலந்த வெயிலை ரசித்துக்கொண்டு, தேஸ்பூருக்குக் கிளம்பிய பயணம் மகிழ்ச்சியாகவே இருந்தது. அது ஒரு வசிக்கத் தகுதியில்லாத பிரதேசம் என்பதுபோல, எங்கு பார்த்தாலும் ஆயுதம் ஏந்திய பட்டாளத்தார். பாதை ஓரத்து மறியல்களிலும் கடைகளிலும் மட்டுமல்லாது, இளம்பச்சையான நெல்வயல்களுக்குக் குறுக்கே தங்களுடைய கமோஃப்ளேஷ் ஜாக்கெட்டுகளை அணிந்து மெஷின் கன்களைச் சேர்த்துப் பிடித்தபடி, அவர்கள் சுற்றிச் சுற்றி நடந்தார்கள். அறுவடை முடிந்து காய்ந்து கிடக்கும் விசாலமான நெல் வயல் பரப்பில், அங்கங்கே பசுமையான முரட்டுக் குருத்துகள் உருவாகியிருந்தன. கூரைகள் கட்டி முடித்த, செம்மண் பூசிய சுவர்களாலான சிறிய கிடை வீடுகள் கொண்ட போடோ இனத்தாரின் எளிய கிராமங்கள்.

கிராமியத் தூய்மையும் நிசப்தமும் நிறைந்த இந்த இயற்கைப் பகுதி களில், சோகச் சித்திரமாகப் போடோ கலவரம் போன்ற வன்முறை இணைந்த பிரிவினைச் சிந்தனை பிறந்தது எப்படி? செந்தாமரைகளும் மற்றும் சில நீர்ப்பூக்களும் இடைவெளியின்றி மலர்ந்து நிற்கும் பல நீர்நிலைகள் கூடிக் கலந்திருக்கும் இந்த இயற்கை அரங்கில், போடோ பிஹு கானங்களின் சுருதி லயச் சூழல் அமைந்திருக்கிறது. இது கிராமத்து இயல்பான காதல் நாடகங்களின் அரங்கமாக இருந்திருக்க வேண்டியது. வழி நெடுக, மஞ்சள் மேகலைகளும் இடுப்புக் கச்சைகளான வெள்ளைச் சாதிருகளும் அணிந்து, தங்களுக்குள்கூட எதுவும் பேசிக் கொள்ளாமல் இறுமாப்புடன் நிமிர்ந்து நடக்கும் போடோ மாணவிகளின் குழுக்களைக் காண முடிந்தது. மகிழ்ச்சியான எதனுடனும் அவர்களுக்குத் தொடர்பில்லை என்பதுபோலத் தோன்றியது. இளமையின் மதர்ப்பும் ஆரோக்கியமும் அவர்களில் எவருக்கும் அமைந்திருக்கவில்லை.

அவர்களுடைய கிராமங்கள் செல்வச் செழிப்பின் எல்லையில்

இருந்தன. வேளாண்மைத் தொழில் அந்த இடங்களில் உற்சாகமாக நடந்து வருகிறது. தென்னை, கமுகு, வாழை, சேம்பு, கீரை முதலான காய்கறிகள் ஆகிய எல்லாமே விளைந்திருக்கின்றன. அந்த விளைச்சல் வளப்பத்தில், என்ன மாறுதல்கள் நிகழ்ந்துகொண்டிருக்கின்றன என்பது தெரியவில்லை. சில கடைகள் மட்டுமே உள்ள வட்டாரத்தில், ஒரு கடையில் காலைச் சிற்றுண்டி சாப்பிடுவதற்காக நாங்கள் இறங்கினோம். எளிமையான கிராமத்துக்குரிய எல்லா மரியாதைகளும் உள்ள ஒரு போடோ தேநீர்க் கடைக்குள் நாங்கள் சென்றோம். சீக்குப் பிடித்த ஒரு பெண் கிழட்டு நாய் ஈ மொய்த்த நிலையில் எங்கள் கால்களுக்கிடையில் நுழைந்து போனதைத் தவிர்த்து, கடையினுள்ளே பொதுவாக எல்லாமே சுத்தமாகத்தான் இருந்தது. சப்பாத்திக்கு வெஞ்சனமாகச் சேர்த்துச் சாப்பிட, சிவப்பு மிளகாய் வற்றலுடன் வெறுமனே வேகவைத்த பப்பாளிக்காய் மட்டும்தான் அங்கே இருந்தது.

நாங்கள் தேஸ்பூர் போய்ச் சேர நாலரை மணி நேரம் பிடித்தது. பிரம்ம புத்ரா சம்பந்தப்பட்ட புராணக்கதைகளில், பழைய பாணாரனுக்குச் சொந்தமான இந்த சைவ நகரத்தைப் பற்றி பல கதைகள் இருக்கின்றன. சிறிய தடாகங்கள் பல அமைந்ததும், அபூர்வமாக மட்டுமே இரண்டு மாடிகள் கொண்ட உயரமான கட்டடங்கள் அமைந்ததுமான இந்தப் பட்டணத்து வீதிகளில், நாகரிக வெளிப்பாடுகளான சத்தங்களோ வண்ண விளக்குகளோ இணைந்த ஆரவாரம் எதுவும் இல்லை. ஷில்லாங்கின் படா பஜாரின் அளவிலான சோக் பஜார் என்ற ஒரு பழைமையான கடை வரிசை இருக்கிறது. இந்தப் பிரதான வியாபார மையத்தைச் சுற்றித்தான் தேஸ்பூரின் அன்றாட நடவடிக்கைகள். சோக் பஜாரின் இடுங்கிய சுற்றுவழிகளில், சாயங்கால நேரங்களில் கூட்ட நெருக்கடியில் மட்டும் தேஸ்பூரின் சிறிய கலகலப்பு தென்படும். பஜாருக்கு உள்ளே பிரம்மபுத்ராவிலுள்ள பிரும்மாண்டமான மீன்கள் வந்து சேரும் ஒரு பெரிய மீன் சந்தையும் உண்டு. வாலிபக் களை எந்த இடத்திலும் தென்படாமலிருக்கும் இந்தப் பட்டணம், இப்போது 'ஆபரேஷன் ரைனோ'வின் தலைமையிடமாக இருக்கிறது.

என்னுடைய வங்காள சகபணியாளர்களுடன் தேஸ்பூரில் நான் தங்கியிருந்தது 'பாரிஜாதம்' என்ற நல்ல பெயரமைந்த ஒரு நடுத்தரமான ஹோட்டலில். முன்பின் தெரியாத பட்டணங்களுக்குப் போகும்போது, விடிகாலையில் நடைமேற்கொள்வது என் வழக்கம். எந்தப் பிரதேச மானாலும் விடிவதற்குச் சற்று முன்பான பொழுதில், ஒரு தனி உயிர்ப்பு இருக்கும். பால் விற்பனையாளர்கள், வெற்றிலைக் கடைக்காரர்கள், இரவு நேரத்துக் காவல்காரர்கள், எல்லாருக்கும் முன்னதாகத் திறக்கப்

படும் தேநீர்க்கடைகள் என்பதாக ஒருமித்துப் பங்களிக்கும் எல்லா வற்றினுடைய ஒரு கூட்டமைப்பு. தலைச்சுமையாக, கிராமங்களிலிருந்து வரும் காய்கறிகளின் உற்சாகமூட்டும் மணம்.

அப்படியொரு காலை நேரத்தில், பாரிஜாதத்துக்கு எதிரில் நான்கு சாலைகள் கூடுமிடத்தில் கிராமத்திலிருந்து வந்த தாய்மார்களின் பெரிய குழுக்கள் வந்து நிறைவதைப் பார்த்தேன். பறிகொடுத்துவிட்ட ஏதோ ஒன்றின் பிறகு என்பதுபோல, பயத்தோடும் பரபரப்போடும் அவர்கள் நடந்து வந்தார்கள். நாற்பதுக்கும் அறுபதுக்கும் இடைப்பட்ட வயதிலிருந்த அவர்களில் பலர், ஓசை வெளித் தெரியாமல் அழுது கொண்டிருந்தார்கள். நிமிஷத்துக்குள்ளாக அந்த சாலைச் சந்திப்பு அவர்களால் நிரம்பிவிட்டது. நடுவயதுக்காரர்களான சில ஆண்கள், ஆறுதல் சொல்லிக்கொண்டும், செய்திகள் பரிமாறியும் விவரங்கள் அறிந்து வந்து அவர்களுக்கிடையில் குழுமினார்கள். அவர்களில் அதிக வயதான சில தாய்மார்கள், இடையிடையே கட்டுப்பாட்டினின்றும் வழுவி அரற்றியபடி அழுதார்கள். எல்லாருடைய கண்களும் சாலைச் சந்திப்பிலுள்ள ஒரு பழைய பள்ளிக் கட்டடத்தை நோக்கித்தான் இருந்தன.

ராணுவத்தார், அந்தக் கட்டடத்தை ஒரு தாற்காலிகச் சிறைக்கூடமாக ஆக்கியிருந்தார்கள். முந்தின நாள் இரவு, முதலமைச்சர் ஹிதேஸ்வர் சைக்கியா தேஸ்பூருக்கு வந்திருக்கிறார். முன்னெச்சரிக்கை நடவடிக்கையாக ராணுவத்தார், எல்லைப் பகுதிகளில் எல்லாக் கிராமங்களிலும் ரெய்டு நடத்தியிருக்கிறார்கள். சகட்டுமேனியாக வயது வந்த எல்லா ஆண்பிள்ளைகளையும் பிடித்துக்கொண்டு வந்து, அந்தக் கட்டடத்துக்குள்ளே அடைத்துப் பூட்டிவிட்டிருக்கிறார்கள். கேள்விகள் கேட்டும் சரிவரப் பதிலளிக்காதவர்களை கஸ்டடியில் வைத்துவிட்டு, எஞ்சியவர்களைப் போவதற்கு அனுமதித்திருக் கிறார்கள். தங்களுடைய பிள்ளைகள் எங்கேயென்று விசாரித்தறிந்து அவர்களுடைய விதியைத் தெரிந்துகொள்ள காலையில் கிராமங் களிலிருந்து ஓடி வந்திருக்கிறார்கள் இந்தத் தாய்மார்கள். தாய்மையின் தவிப்புதானே தவிர, தேசியமென்றோ அரசியல் விடுதலையென்றோ குழப்ப இலக்கணங்கள் எதுவும் அறியாத நிலையில் அந்தச் சாலைச் சந்திப்பில் அழுதுகொண்டிருந்த தாய்மார்கள், இருதயத்தைத் தொடும் காட்சிப்பொருளாக இருந்தார்கள். தீவிரவாதத்துக்கு எதிரான சட்டதிட்டங்களின் நியாய வாதங்கள் எதுவானாலும், ஆபரேஷன் ரைனோ போன்ற ராணுவ நடவடிக்கைகள் இந்தக் கிராமத்தாரின் இதயங்களில் உருவாக்கியிருக்கும் துவேஷமும் பகையுணர்ச்சியும்

நீண்ட காலம் உயிர்ப்புடன் நிலைத்திருக்கும்.

நாங்கள் போய்க்கொண்டிருந்த வழியில் மீண்டும் மீண்டும் ஏற்பட்ட தடங்கல்களுக்கான பரிகாரம் தேடி, ஆபரேஷன் ரைனோவின் முக்கிய இயக்குநரான பிரிகேடியர் ஸ்ரீவாத்ஸவாவை, நான் அவருடைய ராணுவ அலுவலகத்துக்குச் சென்று பார்த்தேன். அவருடைய உயரமான மெலிந்த உருவம், பஸ்த்தரில் முரியாக் கொண்டு இனத்தவர், பெல்மெட்டல் என்பதான செம்பும் வெள்ளீயமுமான உலோகக் கலவையில், வார்த்தெடுக்கும் கழுத்து நீண்டு, முகம் கூம்பி, நரம்பு புடைத்துக் காணும் அஸ்வாரூட தெய்வச் சிலைகளை நினைவுபடுத்தியது.

போந்திலா, தவாங் பகுதிகளுக்கு நான் பயணம் போகிறேனென்று கேள்விப்பட்டதும், பிரிகேடியர் தாராளமாகப் பேசத் தொடங்கி விட்டார். போந்திலா, தவாங் மலைப்பாதைகளில் உள்ள புத்தவி ஹாரங்களைப் பற்றியும், கோத்ரா இனத்தவர்களைப் பற்றியும், பரவதானி வகை ஜமுக்காள நெசவு பற்றியும், அவருக்கு ஆழம் காணமுடியாத தகவல் அறிவு இருந்தது.

'நோ வொன் வில் பாதர் யு ஆன் திஸ் வே. நோ மிலிட்டரி பெர்சனேல்' -அவர் எனக்கு உறுதியளித்தார். 'தேர் இஸ் நோ ஆபரேஷன் ரைனோ இன் அருணாச்சல். ஜஸ்ட் அவாய்ட் மிலிட்டரி இன்ஸ்டலேஷன்ஸ்.'

பயணம் முடித்துத் திரும்பித் தேஸ்பூருக்கு வரும்போது, ஒரு மதியச் சாப்பாட்டை நாங்கள் சேர்ந்து சாப்பிடுவதாக வாக்குறுதி கொடுத்த பிறகுதான் அவர் எனக்கு விடைகொடுத்தார்.

'தேர் ஆர் மெனி ஃபஸ்ட் க்ளாஸ் தோசா ஸ்டால்ஸ் ஆன் தி வே' அவர் வெடிப்புறச் சிரித்துக்கொண்டு கூப்பிட்டுச் சொன்னார். 'யு ஆர் கோயிங் ட்டு என்ஜாய் திஸ் ட்ரிப்.'

தவாங் பயணத்தைப் பற்றி எனக்கு ஆர்வம் ஏற்பட்டிருந்தது. பத்து நாள்களுக்கு முன்பு, நான் அங்கே போய் வந்தவன்தான். தேஸ்பூரி லிருந்து வாரத்துக்கு இரண்டு தடவை ஒரு பஸ் தவாங்குக்குப் போய் விட்டுத் திரும்பி வரும். மலைகளில் பனி பெய்யத் தொடங்கியதைத் தொடர்ந்து, பயணங்கள் தற்போது நிறுத்தி வைக்கப்பட்டிருப்பதாகக் கேள்விப்பட்டேன்.

அன்றைக்கு தேஸ்பூரிலிருந்து மத்தியானம் புறப்பட்ட பஸ், மறுநாள் காலையில்தான் தவாங் போய்ச் சேர்ந்தது. பயணத்தின் முதல் பகுதியானது மலை உச்சிகளை உலுக்கி நடுங்கச் செய்துகொண்டு, கீழ்

நோக்கிக் குதித்து ஓடிய வண்ணம் இரைச்சலிட்டுக் கொண்டிருந்த காமெங் நதிக்கரையின் இருண்ட வனப்பகுதியாக இருந்தது. தென்படாத உயரங்களிலிருந்து விழுந்துகொண்டிருந்த சின்ன அருவிகள், எங்களுடைய பாதையை ஆபத்து விளைவிக்கும் விதமாக வழுக்கலாக்கிக் கொண்டிருந்தன. வாலிபப் பருவத்து டிரைவர்கள் மாறிமாறி, தங்களுக்கு அருகில் கேபினில் உட்கார்ந்திருந்த மொண்பாப் பெண்பிள்ளைகளிடம் அரட்டையடித்துக்கொண்டு, அந்த வழுக்கலான கொடும் வளைவுகளின் வழியாக எங்களுடைய நிரம்பித் தளும்பும் வண்டியை உயரப் பகுதிகளை நோக்கிச் செலுத்திக் கொண்டு இருந்தார்கள்.

பின்னர், இரவு வந்தது. வெளியே இருட்டில், நட்சத்திரங்கள்கூட இல்லை. பக்கத்தில் உட்கார்ந்திருந்த நிறைமாத கர்ப்பிணியான நேபாளப் பெண்மணி, என்னுடைய தோளில் தலை சாய்த்து வலுக்கட்டாயச் சூழலில் தூங்கிப் போனாள். வீடியோவில், தவிர்க்க முடியாத ஹிந்தி சினிமா. போந்திலா பள்ளத்தாக்கும் ஸேலா சிகரமும் இவ்வளவு பயங்கர உயரத்திலென்று எனக்குத் தெரியாது. பயணம் முடித்துத் திரும்பி வரும்போதுதான், அணுக இயலாததும் ஆழமானதும் அச்சமூட்டுவதாகவும், ஆனால் அதே சமயத்தில் அழகானதுமான மலைப்பகுதி அது என்பது எனக்குப் புரிந்தது. சுமார் பதினான்காயிரம் அடி உயர ஸேலா சிகரத்தில், அதிமனோகரமான ஒரு நீலநிறத் தடாகம் இருக்கிறது. தங்க நிறமான மூன்று அன்னப் பறவைகளை, நாங்கள் அன்று அதில் பார்த்தோம். வானுலக மானஸரஸ்ஸிலிருந்து வருவதான அந்த நீர்வாழ்ப் பறவைகளைப் பார்ப்பது, மகாபாக்கியமென்று சுற்றுலாப் பயணிகள் நம்புகிறார்கள்.

உயரப் பகுதிகளில் செல்வது எனக்கு ஒருபோதும் பிடித்தமானதாக இருந்ததில்லை. ஆனால் என்னவோ ஜன்மாந்தர வேண்டுதல் என்பதுபோல, நான் பல சமயங்களில் உயரப் பகுதிகளுக்குச் செல்ல நேர்ந்துவிடுகிறது. ஸேலா சிகரம் போன்ற உயரமான இடங்களுக்கு, ஆத்மார்த்தமான ஏதோ சில தூண்டல் காரணிகள் இருக்கும் போலிருக் கிறது. அங்கே பட்டாளத்துக்காரர்கள் நிறுவிப் பராமரிக்கும் ஒரு சிவக்ஷேத்ரம், சுற்றுலாப் பயணிகளுக்கு ஆஸ்திக நாஸ்திக பேத மில்லாமல் புகலிடம் கொடுத்து வருவதாகத் தெரிகிறது.

நான் எதிர்பார்த்தது போலவே, எங்களுடைய தவாங் பயணம் சிக்கலுக் குள்ளாயிற்று. எல்லைப்புறச் சாலைகள் போட்டுப் பராமரிக்கும் பட்டாளத்து இன்ஜினீயரிங் பிரிவான வர்த்தக்கில் உள்ள சில உத்தியோகஸ்தர்கள், எங்களுடைய பயணத்துக்கான வசதிகளைச்

செய்து கொடுப்பார்களென்று எனக்கு வாக்குறுதி கொடுத்திருந்தார்கள். தேஸ்பூர் - தவாங் மலைப்பாதையின் ஒரு நெடுந்தூரம், யுத்த காலத்து சைனீஸ் படைவீரர்கள் வெட்டிச் சீராக்கி உருவாக்கியது என்பதாகக் கூறப்படுகிறது. அதைச் செம்மையாக்கி இப்போது பராமரிப்பது 'வர்த்தக்' அமைப்பல்ல. மலைச்சிகரங்களைக் கடந்துசெல்ல சாத்தியப் படாத இந்தப் பாதை, 'வர்த்தக்'கின் கௌரவத்தின் அடையாளமாக மட்டுமே இருந்துகொண்டிருக்கிறது. இந்த மலைப்பாதையையும், சென்றடைய முடியாத மலைத்தொடர்களில் புதிதாக உருவாகிக் கொண்டிருக்கிற முன்னேற்றங்களையும் வாழ்க்கைப் போக்குகளையும் பற்றி ஒரு விவரணப் படம் எடுப்பதுதான் என்னுடைய நோக்கம் என்பதைக் கேள்விப்பட்டதும், வர்த்தக்கின் இளவட்ட இன்ஜினீயர் களுக்கு நான் மிகவும் பிடித்தவனாகிவிட்டேன்.

அவ்வாறுதான், டெங்காவாலி என்ற பட்டாளத்துத் தங்குமிட வளாகத் துக்கு, வர்த்தக்கின் ஒரு கான்வாயுடன் நாங்கள் போய் இணைந்து கொண்டோம். டெங்காவாலியில் அமைந்திருந்த வர்த்தகத்தின் பிரிகேடியருக்கு நாங்கள் ஈடுபட்டிருக்கும் தொழில் புரியவில்லை. தன்னால் எந்த உதவியும் செய்ய இயலாதென்று அந்தத் தமிழ் பிராமணர், திட்டவட்டமாகச் சொல்லிவிட்டார். டெங்காவாலியில், வளாகத்துக்கு எதிரிலுள்ள சாலை ஓரத்தில் எங்களை இறக்கிவிட்டார். இந்த வழியாக ட்ரக்குகள் வருவதற்கான வாய்ப்புகள் உண்டென்று அறிவுரையும் சொன்னார்.

அந்தி நேரம் ஆயிற்று. ட்ரக்குகளைப் பற்றி எனக்கு நம்பிக்கை ஏற்பட வில்லை. அது மட்டுமல்ல. முன்பின் அறிமுகம் இல்லாத வாகனங்களில், எங்கள் விலையுயர்ந்த உபகரணங்களுடன் பயணம் மேற்கொள்வதற்கு என்னுடைய க்ரூவை வற்புறுத்தவும் என்னால் முடியவில்லை. தேஸ்பூரிலிருந்து எங்களுடன் வந்தவர்களும், வழியில் வர்த்தக் மெஸ்களில் வசதி செய்து தருவதாக வாக்குறுதி அளித்தவர்களும், தங்களுடைய பிரிகேடியரின் கருத்தைத் தெரிந்துகொண்டு கண்ணுக்குத் தென்படாமல் போய்விட்டவர்களுமான உத்தியோகஸ்தர்களைப் பற்றிய விவரத்தைச் சேகரிக்க, நான் அவர்களுடைய மெஸ்ஸுக்குப் போனேன். சற்று நேரத்தில் பிரிகேடியருடன் இரவு நேர விருந்தில் கலந்துகொள் வதற்காக அவர்கள் போவதாக இருந்தார்கள். இரவு கழிந்து விடிகாலையில்தான் திரும்பி வருவார்கள்.

டெங்காவாலி என்பது-பழங்களும் காய்கறிகளும் பிறவும் விற்கும் மிகச் சிறியதொரு கடைவீதி. சென்ற தடவை பயணத்தில் இந்த இடத்தை, பஸ் கடந்து போனபோது, மலையாள எழுத்துகளில் போர்டு எழுதப் பட்ட ஒரு தேநீர்க் கடையை அங்கே நான் பார்த்திருக்கிறேன். ஓர் இரவு

தங்குவதற்கான இடம் கிடைக்குமாவென்று தெரிந்துகொள்வதற்காக, நான் அங்கே போகப் புறப்பட்டேன். தங்களுடைய சுமையான லக்கேஜ் களுடன், அந்தக் கடும் குளிரில் வங்காளிகள் அவ்வளவு நேரம் சாலையோரம் காத்திருக்க வேண்டி வந்தது. அப்போது பாரக்குகளின் இருண்ட வராந்தாக்கள் ஒன்றிலிருந்து காயாங்குளத்துக்காரர் ஒருவர் இறங்கி வந்தார்.

'சார் வந்திருக்கீங்கன்னு கேள்விப்பட்டேன்' -அவராகவே பேசினார். நாங்கள் ஏறி வந்த கன்வோயிலிருந்த ஒரு மலையாளி டிரைவர் தகவல் சொல்லியிருக்கிறார். நாங்கள் எதிர்கொண்டிருக்கும் சங்கடத்தைப் பற்றி அறிந்துதான் அவர் வந்திருக்கிறார்.

எந்தத் தயக்கமும் இல்லாமல், அவர் எங்களை மலையாளிகளான பல பட்டாளத்தாரின் அறைகளில் தங்க வைத்தார். அங்கிருந்த மலையாளி கள் எல்லாரையும் கூப்பிட்டனுப்பி வரவழைத்து, எங்களை அறிமுகப் படுத்தி கௌரவித்தார். மறுநாள் போந்திலா வரை செல்ல எப்படி யாவது வசதிகள் செய்துத் தர வேண்டுமென்றும், தவாங்குக்குப் போகும்போது அத்தியாவசியமானதாகக் கருதப்படும் தேவையான கம்பளி உடைகளும், பனிக்கட்டி தாக்காமலிருக்க பூட்ஸ்களும் கடனாக அவர்களுடைய ஸ்டோர்களிலிருந்து வாங்கி வரவேண்டுமென்றும் சொன்னார்.

ரம், ஆட்டிறைச்சி, ஊர்ச் செய்திகள் என்பதாக அன்றைய இரவு நீண்டது. அதாவது, எங்களுடைய பயணத்தில் முதன்முதலாக எனது வங்காள நண்பர்கள் என்னுடன் அமர்ந்து மதுபானம் அருந்தினார்கள். அவர்களுடைய சங்கோசம் எல்லாம், அந்த இரவில் முழுவதுமாகத் தளர்ந்து போயிற்று.

மறுநாள், பிரிகேடியர் டெங்காவாலி விட்டுச் செல்லும்வரை காத்திருக்க வேண்டியிருந்தது. அவருடைய வாகன வரிசை தேஸ்பூர் நோக்கித் திரும்பிய பிறகுதான், எங்களை போந்திலாவுக்கு இட்டுச் செல்வதற்கான ஓர் உந்துதல் வந்தது. கம்பளி ஆடைகளும் பூட்சுகளும் பிறவுமாக, ஸ்டோர் கீப்பர் மிஸ்டர் நாயர் வந்தார். முந்தின நாள் இரவு அறிமுகமான பறவூர்க்காரரான ஒரு வாலிப வயதுக்காரர்தான் டிரைவர்.

சிகரங்கள் ஏறி இறங்கி, ஆர்வத்தைத் தூண்டுவதும் அச்சமூட்டு வதுமான பள்ளத்தாக்குகளைத் தாண்டி, பல இடங்களில் காமெங் நதியின் உயிரோட்டமான வெள்ளப் பாய்ச்சலின் ஆரவாரத்தையும் தாண்டிக் கடந்து, நண்பகலில் நாங்கள் போந்திலாவுக்குப் போய்ச் சேர்ந்தோம்.

போந்திலா, தனிமைப்பட்டதும் மகிழ்ச்சிகரமானதுமான இடமாக இருந்தது. இட்டா நகரிலிருந்து, அருணாச்சல் பிரதேஷ் சீஃப் செகரட்ரி மிஸ்டர் டை என்பவர், எங்களுடைய பயணத்தைப் பற்றி முன்கூட்டியே போந்திலாவிலுள்ள துணை கமிஷனரைக் கூப்பிட்டுத் தகவல் சொல்லியிருக்கிறார். தங்கும் வசதிகளும் பிறவும் ஏற்பாடு செய்து, பத்தோன்கோட்காரரான அந்த நல்ல மனிதர் எங்களுக்காகக் காத்திருந்தார். ஆனால் தவாங் செல்வதற்கான பயணத்துக்கு, வாகனம் எப்படி கிடைக்குமென்று அவருக்கும் தெரியவில்லை. ஸேலா சிகரம் ஏறத்தாழ பனிமேகத்துக்கு நேர்க்கீழேதான். அதற்கான வழிகளைக் கடந்து போவதற்கான வாகனம் எதுவும் போந்திலாவில் இல்லை.

அருணாச்சல் பிரதேஷ் சுற்றுலாத்துறையின் ஒரு பஸ் போந்திலாவில் உண்டு. நாற்பது பேர் உட்காரத் தக்க அந்த வண்டியை எடுத்துக் கொண்டு, மறுநாள் தவாங்குக்குப் போவதாகக் கடைசியில் நாங்கள் முடிவு செய்தோம்.

தவாங்கில், பிரசித்தமான புத்தவிஹாரத்தில் புனருத்தாரண வேலைகள் நடந்துகொண்டிருந்தன. ஐந்தாம் தலாய்லாமா காலத்தில் கட்டப்பட்ட இந்த புத்தர் கோயில், முந்நூற்று அறுபத்தைந்து ஆண்டு தொன்மை யானது. சில நாள்களுக்கு முன்பு நான் அங்கே சென்றபோது பார்த்த பிரும்மாண்டமான பிரார்த்தனை மண்டபமும், எண்ணிலடங்கா பௌராணிக மதகிரந்தங்கள் பாதுகாத்து வைக்கப்பட்டிருந்த நூலகமும் இடித்துத் தகர்க்கப்பட்டிருந்தன. விஹாரத்தின் பாதுகாப்பிலிருந்த புகழ்பெற்ற 'ஸஹஸ்ர புத்தர்' என்று கூறப்படும் ஆயிரம் புத்தர் சிலைகள், இருண்ட கோடவுனுக்கு மாற்றப்பட்டு ஒதுக்கப்பட்டுக் கிடந்தன.

புனருத்தாரண நடவடிக்கைகளும் அதன் தொடர்பாகச் சில மாதங்களுக்கு முன்பாகவே ஆரம்பித்த அனுஷ்டானங்களும் இப்போதும் தொடர்ந்து கொண்டிருக்கின்றன. தவாங்கைச் சென்றடைந்த மறுநாள் நாங்கள் அங்கே சென்றபோது, இடிக்கப்பட்ட கட்டட மண் குவியல்களின் பக்கவாட்டில் உள்ள கோம்ப்பாவின் முற்றத்தில், ஒரு மஹாயாகம் நடந்து கொண்டிருந்தது. கண்ணைப் பறிக்கும் கிரீடங்களும், பெருஞ்சுமையான ஆடம்பர ஆடைகளும் அணிந்து ஸ்தூல, திடகாத்திர லாமாக்கள் ஓர் அரைவட்டமாக வரிசையாக உட்கார்ந்திருந்தார்கள். அவர்களுக்கு நடுவில் கொளுந்துவிட்டெரிந்த ஹோமகுண்டத்துக்கு முன்னால், உயரமான பீடம் ஒன்றில் அமர்ந்தபடி, மடாதிபதியான ரிம்போச்சே யாக திரவங்களை ஊற்றிக்கொண்டிருந்தார். வான் முகட்டில் அலைபாய்ந்து நிற்கும் மந்திர உச்சாடனங்களின் ஒலி.

இடம், பொருள், காலம் ஆகியவற்றைப் பொருட்படுத்தாத ஒரு வகை அலெளகிகம் அந்தக் காட்சியில் தெரிந்தது. அது விசித்திரமும் வியப்பும் திகைப்பும் ஏற்படுத்துவதாக இருந்தது. ஆனால் கிழக்கு, மேற்கு காமெங் மாவட்டங்களிலிருந்து புனருத்தாரணத்தைச் சேவித்துச் செல்வதற்காக வந்திருந்த மொண்பா குடும்பங்கள், அந்த யாகக் காட்சியால் ஈர்க்கப்படாமல் விட்டேத்தியாகத் தங்களுடைய மௌனச் சூழலில் மூழ்கிவிட்டிருந்தன.

எங்களுடைய எதிர்பாராத வருகை யாகத்தின் முனைப்பைப் பிறழச் செய்யுமென்றும், அது ரிம்போச்சேவைக் கோபத்துக்குள்ளாக்கு மென்றும் நான் கவலைப்பட்டேன். நிசப்தமான ஒரு மன்னிப்புக் கோரல் என்பதுபோல, நான் போய் அவருடைய கால்களில் விழுந்து வணங்கினேன். கம்பீரத் தோற்றத்துடனிருந்த அவர், அதைக் கண்டு கொண்டதாகவே காட்டிக்கொள்ளவில்லை. திபெத்திய லாமா பரம்பரையில் தொடர்ந்து வரும் மஹாயானா புத்த மதத்தை, தவாங் பின்பற்றுகிறது. லாஸாவிலுள்ள புத்தவிஹாரம் நீங்கலாக, மஹா யானா புத்த மதத்தின் மிகப் பெரியதான புத்த விஹாரம் தவாங்கில் உள்ளதுதான். விஹாரத்தின் தலைவர் ரிம்போச்சே, புத்தரின் மறு அவதாரம் என்பதாக நம்பிக்கை. நாங்கள் விஹாரத்திலிருந்து திரும்பும் போதும், யாகம் தொடர்ந்து நடந்துகொண்டுதான் இருந்தது.

தவாங் விஹாரத்தின் ஏறத்தாழ அதே உயரத்தில், பிராணவாயுகூட அரிதாக இருந்த மற்றொரு மலைச்சிகரத்திலிருந்த புத்தபிக்ஷுணிகளின் ஒரு மடத்துக்கு நாங்கள் மறுநாள் போக நேர்ந்தது. அந்தக் காட்சி அதிக வெதுவெதுப்பானதாகவும் பெண்மை நிறைந்ததாகவும் இருந்தது. செம்பழுப்பு நிற ஆடைகள் உடுத்தியிருந்த யுவபிக்ஷுகள், எங்களை அடுக்களைக்கு வரவேற்று ஜாம்ப்பூங் என்பதான வெண்ணெய் தேநீர்ப் பிரசாதங்களை எங்களுக்குச் சாப்பிடக் கொடுத்தார்கள்.

மலைச் சரிவுகளில் மோதிய உற்சாகமான பிரார்த்தனை ஓசைகள், எப்போதும் அலைபாய்ந்து கொண்டிருந்தன. அந்த மடமும் அங்கிருக்கும் வெவ்வேறு வயதினரான பிக்ஷுணிகளும், மிகவும் தொன்மையான ஓர் இயற்கை வளத்தை உருவாக்கித் தக்க வைத்துக் கொண்டிருந்தார்கள்.

7

நினைவுக்கு வரும் ஒரு சவ ஊர்வலம்

'மொண்பா வம்சத்தைச் சேர்ந்த நாங்கள், சவங்களை வெட்டித் துண்டங்களாக்கி ஆற்றில் எறிவது வழக்கம்.' ஸெறிங் விவரித்தான். 'உங்களுக்கு விசித்திரமாகத் தெரியலாம். ஆனால் காமெங்கில் புத்த மதத்தவர்களின் வழக்கம் அதுதான்.'

சுற்றிலும் சோம்பேறிகள் தள்ளாடித் திரியும் ஓர் இரவு வேளையில், கெந்துலாமா என்ற யுவதியின் அடுக்களையில் இதமான வெப்பத்தில் இருந்தபடி, நாங்கள் பேசிக்கொண்டிருந்தோம். தேநீரும் உப்புப் பலகாரங்களும் விற்பதாகச் சொல்லி உள்ளறையில் தன்னுடைய வாடிக்கையாளர்களுக்குக் கள்ளத்தனமாக ரம்மும் பிராந்தியும் அவள் விற்றுக்கொண்டிருந்தாள். கெந்துவின் மொழியில் 'கஞ்ஜூஸ்'களான கருமித்தனப் பட்டாளத்தார், தங்களுடைய ரேஷன் அளவுகளிலிருந்து அவளிடம் விற்கும் மதுபானம்தான் அது. ரம்மின் இரட்டிப்பு விலை கொடுத்து பிராந்தி குடிப்பவர்களிடம், கெந்துவுக்குத் தனிப்பட்ட பிடிமானம் உண்டு. அடுக்களை வரையிலான இந்த விருந்தோம்பலுக்கான காரணம் இதுதான்.

அன்று பகல், தவாங்கிலிருந்து ஏறத்தாழ ஒன்றரை மணி நேரப் பயண உயரத்தில் தமாதங்சூ எனப்படும் புத்தபிக்ஷுணி விஹாரத்துக்குச் சென்று திரும்பும்போது, மலைப்பாதையில் கத்திகள் அணிந்த இரண்டு மொண்பாக்களை நான் பார்த்திருந்தேன். எங்கேயோ வேகமாகப் போய்க்கொண்டிருந்த அவர்கள், ரோமங்கள் சிலும்பியிருக்கும் யாக் எருமையின் முரட்டுத் தோலாலான மேலாடைகளை உடுத்தியிருந்தார்கள். தவாங்கில் நாகரிக மொண்பாக்கள் பொதுவாக நிராகரித்து ஒதுக்கும் யாக் ரோமத்தாலான பழங்காலத்துத் தலைப்பாகைக் குல்லாக்களை அணிந்திருந்தார்கள். அவர்களுடைய அந்த அவசரத்தைக் கவனித்தபோது, கல்லாய் இறுகிப்போன அந்தப் புராதன முகங்களிலும் பயப்படத்தக்க ஏதோ ஒன்று இருப்பதாக எனக்குத் தோன்றியது. அதனால்தான் அவர்களைப் பற்றி ஸெறிங்கிடம் சொன்னேன்.

சிறிது தூரத்திலுள்ள கிராமத்தில் ஒரு சாவு நிகழ்ந்திருக்கிறதென்றும், சவ அடக்கத்துக்குப் போய்க்கொண்டிருந்த மொண்பாக்களைத்தான் தான் பார்த்திருக்கிறேனென்றும் ஸெறிங் சொன்னான். அவன் குடித்து முடித்த கிளாஸில் மதுவை ஊற்றி, கெந்துவின் பிளாஸ்டிக் ஜாடியிலிருந்து நிறையத் தண்ணீர் கலந்து, அதைத் தன் கையில் எடுத்து ஏதோ ஒரு சம்பிரதாய முறைப்படி என்னுடைய முகத்துக்கு நேரே உயர்த்தினான். ஸெறிங்கின் விருந்தோம்பலில் குழப்பம் ஏற்படுத்தும் ஒரு செயலாக இருந்தது அது. ஒவ்வொரு தடவையும் தான் முந்திக்கொள்ளாவிட்டால், நான் குடிக்காமல் தவிர்த்துவிடுவேனென்று எதனாலோ அவன் சந்தேகப்படுவதாக எனக்குத் தோன்றியது.

மரணத்தையும் ஈமச்சடங்கையும் பற்றிச் சொல்லத் தொடங்கியபோது, ஸெறிங் ஒரு நிமிடம் மௌனமானான். மொண்பாக்களிடையே தந்தை - மகன் உறவு மிகவும் நெருக்கமானது. இரண்டு வருடங்களுக்கு முன்புதான் அவனுடைய தந்தை இறந்திருக்கிறார். பனி உறைந்து கிடக்கும் மலை இடுக்குகளின் ஊடாகப் பனிப்பொழிவுகளைத் தாண்டிப் போன நீண்டதொரு சவ ஊர்வலத்தின் நினைவால், அவனுடைய முகம் சட்டென்று களையிழந்துப் போனது. தன்னுடைய அரைகுறையான ஆங்கிலத்தில் பேசும்போது, அவனுடைய குரல் வேதனையில் ஆழ்ந்தும் தெளிவற்றும் இருந்தது.

மொண்பாக்களின் ஈமச்சடங்குகளை நிச்சயிப்பது லாமாக்கள்தாம். அவர்களிடத்தில் எல்லாருடைய பிறப்பு - இறப்பு பற்றியும் ஏற்கெனவே குறிப்பு எழுதப்பட்ட கிரந்தத் தொகுப்புகள் உண்டு. ஒரு மொண்பா இறந்துவிட்டதாகத் தெரிந்ததும் லாமா இந்த ஜாதகக் குறிப்பைப் பரிசீலித்து, சடலம் எத்தனை துண்டங்களாக வெட்டப்பட வேண்டுமென்றும், ஆற்றங்கரையில் எப்போது எந்த இடத்தில் அந்தத் துண்டங்கள் எறியப்பட வேண்டுமென்றும் தீர்மானிப்பார்.

ஸெறிங்கின் தந்தையின் தேகம் 221 துண்டங்களாக வெட்டப்பட வேண்டுமென்று விதி எழுதப்பட்டிருந்தது. மற்ற கிராமங்களிலிருந்தான உறவினர்களும் நண்பர்களும் வந்து சேர்ந்தார்கள். ஈமச்சடங்குக்கான பயணத்தில், கிராமம் முழுவதும் சவத்தைப் பின்தொடர்வதுதான் வழக்கம். அது நவம்பர் மாதக் கடைசியாக இருந்ததாக ஸெறிங் நினைவு படுத்திக்கொண்டான். மலையின் உச்சி, அடிவாரம் என்ற பாகுபாடில்லாமல், அடைமழைக்குப் பின்னரான பனிப்படலம் பரவியிருந்தது. நான்கு கிலோமீட்டருக்கு அப்பாலான தொலைவில், காமெங்கின் வெள்ளம் ஒடுங்கிய நிலையில், பள்ளம் நோக்கிக் குதிக்கத் தொடங்கிய ஒரு மலை இடுக்கு நோக்கி லாமா அவர்களை இட்டுச் சென்றார்.

முன்னால், பாடையைச் சுமந்து சென்ற வாள்காரர்கள். சற்றுப் பின்னால் பிரேதத்தவனின் மகன்கள். அவர்களுக்குப் பின்னால் உறவினர்களும் உற்ற நண்பர்களுமான ஆண்கள். மிகவும் பின்னால்- மனைவி, மகள்கள், சகோதரிகள் மற்றும் அவர்களுக்குத் துணையாக வந்த கிராமத்துப் பெண்களும் குழந்தைகளும். பாதி வழி போனதும், பெண்களும் குழந்தைகளும் திரும்பிவிடுவார்கள். பின்புறத்தில் மலைச்சரிவுகளில் மோதிப் பெருகும் அந்தப் பிரிவாற்றாமைப் புலம்பல் ஒலி, நீண்ட நேரம் கேட்டபடி இருக்கும். பயணத்தின் இரண்டாம் பகுதி முடியும்போது, கிராமத்து ஆண்கள் திரும்பிவிடு வார்கள். அடுத்து, உறவினர்களும் நண்பர்களும் மேலும் கொஞ்ச தூரம் சடலத்தைப் பின்தொடர்வார்கள். பின்னர் அவர்களும் ஓசைப்படாமல் திரும்பிவிடுவார்கள். பிரேதமும் வாள்காரர்களும் மகன்களும் மட்டுமே எஞ்சியிருப்பார்கள்.

கடைசியில் இரண்டு தம்பிமார்களும் திரும்பி நடந்தார்கள். சடலத் துக்குப் பின்னால், மூத்த மகனான ஸெறிங் மட்டும் தனித்துவிடப் பட்டான். மீண்டும் பதினைந்து நிமிட நேரம் அவர்கள் நடந்திருக்க வேண்டும். பிரேதத்தைத் தோளிலிருந்து இறக்கிய பின் வாள் பிடித்திருந்தவர்களில் ஒருவன் அதன் முகத்தை மூடியிருந்த துணியை எடுத்தான். உயிர் பிரிந்திருந்த தந்தையின் முகத்தைப் பார்த்தபடி, ஸெறிங் சிறிது நேரம் நின்றிருந்தான். பின்னர், அவனும் திரும்பினான். ஒரு தடவைகூடத் திரும்பிப் பார்க்க அனுமதியில்லாது தனிமைப் படுத்தப்பட்ட அந்த மீள்பயணத்தில், கிராமத்து எல்லையில் தனக்காகக் காத்துக்கொண்டிருந்த நண்பர்களைப் பார்க்கும்வரையும் தான் அழுது கொண்டிருந்ததாக ஸெறிங் சொன்னான். துக்கத்தால் மட்டுமல்ல, அச்சத்தாலும். மலைகளில், இருண்ட சாயங்காலங்களில் பனிபாரம் சுமந்து நிற்கும் பெரும் சிகரங்களுக்கிடையில், கம்பீர இரைச்ச லுடனான காமெங் மலையாற்றின் கரை வழியாக அவனுடைய மீள் பயணத்தின் தனிமையை என்னால் ஊகிக்க முடிந்தது.

கிளாஸை எடுத்து மீண்டும் என்னுடைய முகத்துக்கு நேராக உயர்த்திய படி ஸெறிங் தொடர்ந்தான்: 'இருநூற்று இருபத்தொரு துண்டங்களாக நறுக்கப்பட்ட சடலத்தை ஆற்றில் எறிந்த ஒரு மணி நேரத்துக்குப் பிறகு அவர்கள் திரும்பி வந்தார்கள்.' கெந்துலாமாவின் அடுப்பின் மீது வெந்துகொண்டிருந்த யாக் இறைச்சியின் ருசிகரமான மணம் அடுக்களையில் எங்களைச் சுற்றிலும் பரவத் தொடங்கியிருந்தது.

'காமெங் ஆற்றின் மீன்களுக்கு, ருசி அதிகமென்று கேள்விப்பட்டது ஏனென்று இப்போது புரிகிறதல்லவா?' -பழைய உணர்வுடன் அவன்

கேட்டான். 'எங்கள் மொண்பாக்கள் காமெங்கில் தண்ணீர் குடிக்க மாட்டோம்' -அந்தச் சொல்லமைப்பின் உட்பொருள் என்னை சட்டென்று தளரச் செய்தது. காமெங் ஆற்றங்கரையில், பல ஆதிவாசி கிராமங்களின் பெட்டிக்கடைகளில், பல சமயங்களில் நான் சாப்பிட்ட உணவும் குடித்த தண்ணீரும் சேர்ந்தாற்போல் தொண்டைக்குப் பெயர்ந்து எழுந்ததாக எனக்குத் தோன்றியது. இரைச்சலுடன், வேகமாக மலைச்சிகரங்களிலிருந்து ஆர்ப்பரித்து இறங்கும் அந்தத் தெள்ளத் தெளிவான தண்ணீரைத் தவிர, வேறொரு நீர்நிலை அந்தப் பகுதியில் இருப்பதாக எனக்குத் தெரியவில்லை.

8

தவாங் விஹாரத்தில் மராமத்துப் பணி

தவாங்கில் 'பஜார் லைனி'லிருந்து பார்க்கும்போது, புத்தவிஹாரம் கூப்பிடு தூரத்தில்தான். வாகன வழியில் சிகரங்களைச் சுற்றி வளைந்து போகும்போது, அதனுடைய புராதனமான நுழைவாயிலைச் சென்றடைய ஐந்து கிலோ மீட்டராவது போயாக வேண்டும். சுற்றிலும் மலைத்தொடர்களில் பனிபெய்யத் தொடங்கி, அடிவாரங்களில் தேவதாரு மரக்கூட்டங்களின் மீது மேகத் திரட்சி இருட்டாக மண்டிக் கிடந்த டிசம்பர் கடைசியின் அந்த விடிகாலையில், விஹாரத்தின் பக்கவாட்டில் சூரியக் கதிர்களின் வெளிச்சத்தைத் தொலைவிலிருந்து பார்க்க தூசி படர்ந்ததுபோல் மங்கலாக இருந்தது.

அந்தக் காட்சியின் அலங்கல் மலங்கலான தன்மை, என்னுடைய உத்தேசப் பயணத்தின்போது சரியாகிவிடுமென்று தோன்றியது. பொது வாகவே சந்தேகப்பிராணிகளான ஐந்து வங்காளிகள் அடங்கிய ஒரு வீடியோக் குழுவை அழைத்துக்கொண்டு, ராணுவ ட்ரக்குகளும் ஜுங்கங்களுமாக மாறி மாறி ஏறி, பாரக்குகளில் இறங்கி, பதினைந்தாயிரம் அடி உயரத்திலான பனி படர்ந்த ஸேலா சிகரம் தாண்டி, ஆபத்தான மலைப்பாதைகளில் பயணம் செய்து, கடந்த இரவில் நான் தவாங் வந்து சேர்ந்தேன். மூன்றரை நூற்றாண்டுகளுக்கு மேலான தொன்மை கொண்ட தவாங் புத்தவிஹாரத்தில், இப்போது மராமத்துப் பணி நடந்து கொண்டிருக்கிறது. திபெத்திய சிற்ப முறையில் அமைக்கப்பட்டிருந்த பிரும்மாண்டமான பிரார்த்தனை மண்டபமும், பல பௌராணிக புத்த மத கிரந்தங்கள் பாதுகாப்பாக வைக்கப்பட்டிருந்த நூலகமும் இடித்துத் தகர்க்கப்பட்டிருக்கின்றன. கிழக்கு மற்றும் மேற்கு காமெங் மாவட்டங்களி லிருந்து, புத்த மத விசுவாசிகளான மொண்பா குடும்பங்கள், நல்லுறவுடன் அந்த மராமத்துப் பணியை மேற்கொள்ள விஹாரத்துக்கு வந்து சேர்ந்திருக்கின்றன. புனர்நிர்மாணத்துக்காகக் குறிக்கப்பட்ட மாதங்களுக்கு முன்பாக ஏற்கெனவே தொடங்கி விட்ட அனுஷ்டானங்களும் விசேஷ

உபசாரங்களும், இடைவிடாது தொடர்ந்து நடந்துகொண்டிருக்கின்றன. கிழக்கு இமாலயத்தில் எட்ட முடியாத உயரத்தில் நடக்கும் இந்த மிக அபூர்வமான சம்பவங்களைப் பற்றி, தூர்தர்ஷனுக்காக ஒரு கல்ச்சுரல் ஸ்டோரி படம் பிடிப்பது (ஷூட்டிங் நடத்துவது) எங்கள் நோக்கம். மூன்று மணியுடன் இருளத் தொடங்கிவிடும் இந்த ஒரு பகல் பொழுதுக்குள், அதைச் செய்து முடித்தாக வேண்டும். அடுத்த விடிகாலையில் தவாங்கிலிருந்து புறப்பட்டாக வேண்டும்.

'யு கான்ட் டு இட்' - டிப்ரோ (டிஸ்ட்ரிக்ட் பப்ளிக் ரிலேஷன்ஸ் ஆபீஸர்) சொன்னார்: 'யு ஹேவ் டு கெட் தி பெர்மிஷன் ஆஃப் ரிம்ப்போச்சி. தி அபோடு ஃபார் தட், யு மஸ்ட் ஃபஸ்ட் கெட் அன் அப்பாயின்ட்மெண்ட் டு மீட் ஹிம்.' -அந்த மாநிலத்தின் முதலமைச்சர்கூட காத்திருந்து அனுமதி பெற்றுத்தான் அவரைச் சந்திக்க முடியும். டிப்ரோ விவரித்த உத்தியோக விதிமுறை, நடப்பதற்கில்லை என்பது புரிந்தது. அவருடைய திட்டப்படி செலவழிப்பதற்கான பணத்தைப் பற்றியதான பேச்சை எடுத்தபோது, இறங்கிப் போய்விட்டார். தவாங்கில் வாடகை வாகனங்கள் எதுவும் கிடையாது என்பதுதான் பிரச்னை. பட்டாளத் தாரின் அல்லது மாவட்ட அதிகாரிகளின் உதவியில்லாமல் முடியாது. மாவட்ட சட்ட ஒழுங்கு அதிகாரியான டிஸ்ட்ரிக்ட் கலெக்டர் விடுப்பில் இருந்தார்.

ஒரு மொண்பா வீட்டின் மாடிப்படிக்குக் கீழே இருந்தபடி, மசாலா தோசை தயாரித்து பட்டாளத்தாருக்கு விற்கும் அம்பலப்புழைக்காரர் தான் டி.ஆர்.டி.ஓ. நாயரைப் பற்றிச் சொன்னார். டிஸ்ட்ரிக்ட் கலெக்டருக்கு அடுத்து தவாங்கில் பிரதான ரெவின்யு அலுவலர் அவர். கேரளத்தைச் சேர்ந்த பெரும்பாவூர்க்காரர். பி.கோவிந்தப்பிள்ளைக்குப் பழக்கமானவர். சில நிமிட நேரத்தில், ஒரு ஜீப்பும் ஒரு மொண்பா வழிகாட்டியும் சர்க்யூட் ஹவுசில் எங்களுடைய அறைக்கு முன்னால் வந்தாயிற்று.

செங்குத்தான உயரங்களில் விஹாரத்தை வலம் வரும் புல்வெளிப் பாதை, ஆபத்தை விளைவிப்பதாகப் பாழ்பட்டுக் கிடந்தது. விஹாரத்தை நிறுவிய மீர்லாமா, ஐந்தாம் தலாய்லாமாவின் காலத்தில், திபெத்திலிருந்து குதிரை மேலேறி தன்னுடைய துறவிகள் கூட்டத்தையும் அவர்களுடைய சுமை தூக்கும் கழுதைகளையும் அழைத்துக்கொண்டு தவாங்குக்கு வந்தது, இந்த நடைபாதை வழியாகத்தான் இருக்க வேண்டும். 'தவாங் கான்டென் நாம் க்யால் லாட்ஸெ லிங்' என்பதுதான் விஹாரத்தின் முழுப்பெயர். திபெத்திய மொழியிலான இதன் பொருள்- 'குதிரை கண்டுபிடித்த சொர்க்கமான தேவபூமி' என்பதாகும். விஹாரம் இருக்கும் மலை சார்ந்த

புல்வெளியைக் கண்டடைந்தது மீர்லாமாவின் குதிரைதான் என்பதாகக் கதை.

மதில் சுவரை அடுத்துத் தென்படும் பயங்கரமான பள்ளத்தாக்குகளின் கண்ணுக்கெட்டாத ஆழமும், வழியில் வரிசையாக நின்ற பைன் மரங்களின் ராட்சதத் தோற்றங்களும் மன தைரியத்தை அலைக்கழிக்கும். வழிநெடுக அலட்சியமாக உலவிக்கொண்டிருந்த லாமாக்களின் தூய்மையற்ற உடைகளும் கண்விழிக்க முடியாதபடியான மாமிசப் பொதும்பல் முகங்களும், கொஞ்சமும் விரும்பத்தக்கனவாக இல்லை. உம்பர்த்தோ ஈச்சோவின் 'நேம் ஆஃப் தி ரோஸ்ஸி'ல் வரும் துறவியை நினைவுபடுத்தும் ஆகாயக் காட்சி. மடாதிபதியின் சந்திப்பு சம்பந்தமான எனது சந்தேகத்தை அது மேலும் அதிகமாக்கியது.

உச்சி கடந்து இரண்டு மணிக்கு, நாங்கள் விஹாரத்தின் நுழைவாயிலை அடைந்தோம். ஜீப்பை நிறுத்திவிட்டு, நானும் வழிகாட்டி கெல்ஸாங்கும் ரிம்போச்சியின் செயலாளரைச் சந்திக்கச் சென்றோம். பிரார்த்தனைக்கூடம், பாடசாலை, விலையுயர்ந்த பொருள்கள் பாது காத்து வைக்கப்பட்டிருந்த பண்டகசாலை, லாமாக்கள் தங்களுடைய சீடர்களுடன் தங்கியிருந்த பல வசிப்பிடங்கள் ஆகியன அடங்கிய திபெத்திய வடிவமைப்பிலான பல கட்டடங்களின் ஒரு பெருந் தொகுப்புதான், தவாங்லுள்ள புத்தவிஹாரம். லாஸயிலுள்ள விஹாரத்தைத் தவிர்த்தால், உலகின் மிகப் பெரிய இரண்டாவது பௌத்த மடம் இதுதானென்று கூறப்படுகிறது. சுமார் ஐந்நூறு பிக்ஷுகள், இப்போதும் தவாங் விஹாரத்தில் இருக்கிறார்கள். திபெத்திய லாமா சார்ந்த மஹாயான புத்த மத சம்பிரதாயங்கள் இங்கு பின்பற்றப்படு கின்றன. மடாதிபதி ரிம்போச்சி மறு அவதாரம். அருணாச்சலப் பிரதேசத்தில் மொண்பா இனத்தாரைப் பொறுத்தவரை, கண்கண்ட புத்தர் அவர். மராமத்து நடந்த கட்டடங்களின் மண் குவியல்களுக்கிடையில் விளையாடிக்கொண்டிருந்த பாலபிக்ஷுக் கூட்டத்திலிருந்து, ஒரு குழந்தை எங்களைப் பார்த்து மகிழ்ச்சியுடன் ஓடி வந்தது. ஆறோ ஏழோ வயதேயான அந்தக் குழந்தை, விஹாரத்தில் தங்கியிருக்க நேர்ந்த கெல்ஸாங்கின் ஒரு மகனாவான். எல்லா மொண்பாக் குடும்பங்களிலும் இரண்டாவது ஆண் சந்ததி, விஹாரத்துக்குத் தத்து கொடுக்கப்பட்டு விடுமென்று கெல்ஸாங் விவரித்தான். ரிம்போச்சியும் முக்கிய லாமாக்களும் கோம்பே முற்றத்தில் இருப்பதாக, கெல்ஸிங்கின் மகன் சொன்னான்.

கண் கவரும் கிரீடங்களுடன் வெளியே தொங்குவதாக அமைந்த துறவற ஆடைகள் உடுத்திய சுமார் பன்னிரண்டு லாமாக்கள், கோம்பே

முற்றத்தில் பழைய கட்டடங்களின் தூசி பறக்கும் சிதைவுகளுக்கிடையில் கூடி இருந்தார்கள். அவர்களுக்கு நடுவில் பற்றி எரிந்துகொண்டிருந்த ஹோமகுண்டத்தில், பல்வேறு தானியங்களும் தர்ப்பைப்புல்லும் நெய்யும் வெண்ணெய்க்கட்டிகளும் பெய்துகொண்டு, உயரமான ஆசனத்தில் மடாதிபதியின் அதிஸ்தூலமான சரீரம். வான்வெளியில் தீர்மானிக்கப்பட்டதொரு ஆரோகண - அவரோகண முறையில், அலைபாய்ந்த மந்திர உச்சாடனங்களின் ஓசை. நிகழ்கால நடைமுறைகளினின்றும் வேறுபட்ட ஒருவகை அலௌகிகம், அந்தக் காட்சியில் தெரிந்தது. வடகிழக்கு மலைப்பிரதேசங்களிலான என்னுடைய நீண்ட பயணம், இந்தக் காட்சியினால் எதிர்பாராத வகையில் பயனடைந்து விட்டதாக எனக்குத் தோன்றியது.

யாகத்தின் இடையே மடாதிபதியுடன் பேச விரும்பவில்லை. யாகத்துக்குப் பிறகு அவரிடமிருந்து அனுமதி கிடைக்கும்போது, ஆர்வத்துக்குரிய யாகக் காட்சிகள் முடிந்திருக்கும். எவருடைய அனுமதியும் எதிர்பார்க்காமல் நாங்கள் ஷூட்டிங்கைத் தொடங்கினோம். ஷூட்டிங்கின் நடுவே, ஒரு சமரச நோக்கத்துடனோ மன்னிப்புக் கோரும் வகையிலோ, நான் போய் ரிம்போச்சியின் கால்களில் விழுந்து வணங்கினேன். அது அவருடைய யாக முனைப்பை எந்த வகையிலும் திசைதிருப்பியதாகவோ மந்தப்படுத்தியதாகவோ தோன்றவில்லை. ஆனால், எங்களுடைய இருப்பினால் ஆகர்ஷிக்கப்பட்ட லாமாக்களின் ஜப உச்சரிப்புகள் அடிக்கடி உதாசீனப்படுத்தப்பட்டபோது, கரடுமுரடான ஒலிகள் காரணமாக அவர் எங்களிடம் கோபித்துக்கொள்ள நேர்ந்தது. ஒருவகையில் நாங்கள் அந்த அனுஷ்டானத்தின் தனித்தன்மையை மிச்சம் மீதியில்லாமல் சிதிலமாக்கிக் கொண்டிருந்தோம். எந்த நிமிடமும், மடாதிபதி கடுங்கோபக்காரராக மாறலாம் என்பதாக நான் பயந்தேன்.

தவறு செய்த பயத்தின் காரணமாக, யாகம் முடிந்து மடாதிபதி தனிப்படுவதற்கு முன்பாக, விஹாரத்தைவிட்டு வெளியேறிவிட நாங்கள் அவசரப்பட்டோம். பகல் வெளிச்சமும் மங்கிக்கொண்டிருந்தது. மடத்தில் 'ஸஹஸ்ர புத்த' விக்ரகங்கள் போன்ற புகழ்பெற்ற சேகரிப்புகள், கொஞ்சம்கூட வெளிச்சம் நுழையாத இடுக்குகளில் வரிசைப்படுத்தப்பட்டிருந்தன.

இரவில் சர்க்யூட் ஹவுசில், மடாதிபதி சொல்லி அனுப்பிய ஒரு லாமா எங்களைச் சந்திக்க, விஹாரத்திலிருந்து வந்திருப்பதாகக் கேள்விப்பட்டபோது, நான் பிரமித்தேன். நாங்கள் போயிருந்தபோது, பூஜை

யினுடைய நெருக்கடி காரணமாக விரும்பியபடி வரவேற்கவும் உபசரிக்கவும் இயலாதிருந்த நிலைமைதான், ரிம்போச்சியை வருத்தப் படவும் மன்னிப்புக் கோரவும் வைத்தது என்பதைத் தெரிவிக்கவே அந்த லாமா வந்தார் என்பதை அறிந்தபோது, என் மனம் அந்தப் பெருந் தன்மையான பணிவுக்கு முன்னால் கைகூப்பியது.

9

பிரம்மபுத்ர மஹாபாஹு...

ஜோர்ஹாட் நகரிலிருந்து நீமாத்தி கட் என்ற இடத்துக்குச் செல்வதான பயணத்தின்போது, ஓரிடத்தில் பாய் முடைவோர் கும்பல் ஒன்று பஸ்ஸில் ஏறியது. அவர்கள், சுமார் முப்பது பேர் இருப்பார்கள். பொதியான இலவம்பஞ்சுக் கட்டுகளும் தங்களுடைய பழைய உபகரணங்களுமாக வந்த அந்தத் தொழிலாளர் பரம்பரையை, ஆரம்பத்திலிருந்தே பயணிகளாலும் அவர்களுடைய இரைச்சலாலும் நெருக்கடிக்கு உள்ளாகியிருந்த எங்கள் பஸ், எப்படி உள்ளே ஏற்றுக்கொள்ளப்போகிறதென்று வியப்பிலாழ்ந்தேன். தொடர்ந்துகொண்டிருந்த பயணத்தின் மணம் சட்டென்று மாறியது. அது மழைச்சாரலடித்த ஓலைக் குடிசைகளின் மணமாக இருந்தது. விரல்நுனியால் மூட்டைப்பூச்சியைக் கொன்று அதன் இரத்தத்தைத் தடவியதால் உண்டான நாற்றத்தை உள்ளடக்கிய சுவரின் மணமாகவும் அது இருந்தது.

கடைசியாக ஏற்பட்ட வெள்ளப்பெருக்கினால் காணாமல் போயிருந்த பாதையின் வழியாக, பழைய ஞாபகத்தை அடிப்படையாகக்கொண்டு ஏறி இறங்கியும் சில சமயங்களில் ஆபத்தான நிலையில் சரிந்தும் நிமிர்ந்தும், பஸ் போய்க்கொண்டிருந்தது. வசிப்பிடங்கள் வந்தபோது, சற்று நிதானமாக நின்று சென்றது. நதியை நெருங்கும்போதெல்லாம் இயற்கைச் சூழல் ஆள்நடமாட்டம் இல்லாத விசாலமான சதுப்பு நிலமாக மாறியது. கண்ணுக்கெட்டாத பரப்பிலான அந்தச் சதுப்புகளுக்கிடையிலும், எங்கோ இட்டுச் செல்கிற ஒற்றையடிப் பாதைகளும் பஸ் நிறுத்தங்களும் இறங்குவதும் ஏறுவதுமான பயணிகளும் இருந்தார்கள். வாசனை சந்தனப்பொட்டும், கவனத்தை ஈர்க்கும் தலைமுடி அலங்கார அமைப்புடன் சலவை ஆடைகளும் பூண்டு காத்துநின்ற பிரம்மசாரிகள். தாம்பூலம் தரித்து, ஸால்குச்சி சில்க் உடுத்தியபடி, பல குழந்தைகளுடன் பஸ் ஏறிய எழில்வதனப் பெண்மணிகள். அவர்கள் எல்லாருமே மஜுலிக்குப் போய்க்கொண்டிருக்கிறார்கள் என்பது

நிச்சயம். பிரம்மபுத்ராவிலுள்ள அந்தத் தீவில், மறுநாளிலிருந்து ராஸமகோத்ஸவம். வெள்ள விபத்துகள் பலவற்றை மீறி, தப்பிப் பிழைத்துக்கொண்டிருப்பதாகத் தோன்றும் ஒரு மீனவக் குப்பத்து வீடுகளுக்கிடையில் பஸ் நின்றது. அசாதாரணமான குரல் எழுப்பியபடி பஸ்ஸிலிருந்து இறங்கிய பயணிகள், அந்த வழுக்கலான சகதிப் பரப்பில் பரவலாகச் சிதறி ஆற்றை நோக்கி வேகமாக நடந்தார்கள். சகதி மண்ணில் படகுத்துறை நோக்கி நடக்கும்போது நான், என்னுடன் அழைத்துச் செல்வதற்காகப் பல தடவை தருண் கோஸ்வாமிக்காகக் காத்திருக்க நேர்ந்தது. ஜோர்ஹாட்டில் பஸ் ஸ்டாண்டில் வைத்து அறிமுகமான ஒரு பிரம்மச்சாரி இளைஞர் அவர். முடி வளர்த்து ஒதுக்கிக் கட்டிய பாங்கும் உடுத்திய ஆடையின் தனித்தன்மையும் பார்த்து, அவர் கமல்பாரி சத்திரத்தில் தங்கியிருப்பவராக இருக்க வேண்டுமென்று அடையாளம் புரிந்துகொண்டேன். மஜுலித் தீவில் இருக்கும் அறுபதுக்கும் மேலான வைணவச் சத்திரங்களில், மிகவும் பழைமையானதும் புகழ்பெற்றதுமான சத்திரம் கமல்பாரி. களியாட்ட நடனங்களில் அதிக மேன்மையானதாகக் கருதப்படுகின்ற ச்சாலி நடன வகை, இன்றைக்கும் அடிப்படையானதாகப் பரிசீலிக்கப்படுவது கமல்பாரியில்தான். பெயர்பெற்றவரும் பண்டிதருமான கமல்பாரி சத்திர அதிகாரி நாராயண் சந்த்ர கோஸ்வாமியை, சில நாள்களுக்கு முன்பு கௌஹாத்தியில் சத்திரம் வகைத்தான தர்மசாலாவில் பார்த்திருக்கிறேன். ராஸ உற்சவத்தில் பங்கெடுத்துக்கொள்ள, மஜுலிக்கு வரும்படி என்னை அழைத்தது அவர்தான். என்னை அடையாளம் கண்டு கொண்டதாகவும், கமல்பாரியில் அவர் என்னை எதிர்பார்த்துக் கொண்டிருப்பதாகவும், தனது சொந்த கிராமத்துக்குப் போய்விட்டு மஜுலிக்குத் திரும்பிக்கொண்டிருந்த தருண் கோஸ்வாமி, நீண்டநேரம் சிரமப்பட்டு கைஜாடை மூலமாக எனக்கு விளக்கியிருந்தார்.

உச்சி கடந்துவிட்டிருந்தது. படகுத்துறையில் தேநீரும் உப்புப் பலகாரங்களும் விற்கும் கடைகளிலும் வெளியிலும் கூட்டமாகக் கூடிய உற்சவப் பயணிகள், படகு புறப்படுவதற்காகக் காத்திருந்தார்கள். மார்போடு சேர்த்துப் பிடித்திருந்த ஏ.கே. 47 துப்பாக்கிகளுடன் ராணுவத்தினர், சந்தேகப் பார்வையுடன் அவர்களுக்கிடையில் நடந்து கொண்டிருந்தார்கள்.

ஆரவாரமான நீரோட்டங்களை அடியில் ஒளித்து வைத்திருந்த நதி, தன் மேற்பரப்பில் எப்போது கலங்கிச் சிவந்திருந்தாலும் அமைதியாகவே தென்பட்டது. நீலநிறத் தூசு படிந்த குப்பைகளுடன், பக்கத்தில் என்னவெல்லாமோ கரையோரம் ஒதுங்கியிருந்தன. மோட்டார் படகில் தீவுக்கான பயணக் காலம் இரண்டு மணி நேரம் ஆகும். போய்ச்

சேரும்போது, நாலரை மணிக்குக் குறையாமல் ஆகும். அப்போது, மஜுலி இருண்டுவிடும். இந்தப் பருவகாலங்களில் இரவு சீக்கிரமே வந்துவிடும். மொழியறிவு போதாமையால் எங்களுக்கிடையில் கருத்துப் பரிமாற்றத்தில் குறைவு தென்பட்டாலும், தன்னுடைய சொந்த மொழியில் செயல்பாடுகளை விவரித்தபடி, கோஸ்வாமி என்னுடன் நின்றிருந்தார். உபசாரங்களின் மூலமாகவும் இயற்கையான பணிவு பிரகாசிக்கும் முகபாவங்களுடனும், மனத்தில் மலர்ந்த விருந்தோம்பலை அவர் வெளிப்படுத்திக் கொண்டிருந்தார்.

இரண்டு பெரிய படகுகளைக் கட்டி இணைத்த மிகப் பெரியதொரு படகுக்கு, மரப் பலகைகளால் பாத்திகள் அமைத்து விசாலமான பிளாட்ஃபாரமும் தகர மேற்கூரையும், உள்தளங்களும் அமைக்கப் பட்டிருந்தன. கார்கள், ஜீப்புகள் இருசக்கர வாகனங்கள் ஆகியவற்றால் பிளாட்ஃபாரம் நிறைந்திருந்தது. மேற்கூரையின் உச்சியிலும் பக்கவாட்டுப் பகுதிகளிலும் பயணிகள். நாங்கள் உட்கார்வதற்காக உள்ளே ஓரிடத்தைக் காலாகாலத்தில் கோஸ்வாமி கண்டுபிடித்து வைத்திருந்தார். படகு கரையைவிட்டு விலகிப் புறப்படும்போது, படகுத்துறையிலிருந்த பிஹாரி ராணுவத்தார் எவரும் எங்களுடன் படகில் ஏறவில்லை என்பதை அறிந்து நான் நிம்மதியடைந்தேன். அவர்களுடைய பயங்கர இருப்பு, இதுவரையான பயணத்தில் மந்தத்தனத்தை உருவாக்கிவிட்டிருந்தது.

பயணிகளில் பெரும்பாலானவர்கள், அந்தத் தீவுவாசிகளாகவோ தீவில் உறவினர்களைக் கொண்டவர்களாகவோ இருந்தார்கள். பிரம்மபுத்ரா சமவெளியில், குடிபுகுந்த வீடுகளிலிருந்து மஜுலியில் பெருங்கும் பலாகப் பிறந்த வீடுகளுக்கு, குழந்தைகளும் குடும்பங்களுமாகப் போகும் குடும்பப் பெண்மணிகள். ஒவ்வோர் ஆண்டும் வழக்கமாகக் குடும்ப உறவினர்களைச் சந்திக்கக் கிடைக்கும் வாய்ப்பு இது. கௌஹாத்தியில் அரசு அலுவலகங்களிலும், வட அஸாமில் தேயிலைத் தோட்டங்களிலும் என்பதாக, வெளியில் அங்கங்கே வேலை பார்த்து பிழைப்பு நடத்தும் தீவுவாசிகள், இந்த உற்சவ நாள்களில் மஜுலிக்கு வந்து போவார்கள்.

உலகத்தில் மிகவும் பெரிய நதித்தீவுகளில் ஒன்றான மஜுலி என்பது, பிரம்மபுத்ரா சமவெளியில் ஹிந்துக்களுக்கான பல சத்திரங்களாலும் நாம்கறுக்களாலும் உயிர்ப்புடனான வைணவ ஆசாரங்களாலும் பவித்திரமாக்கப்பட்டிருக்கும் புண்ணிய பூமியாகும். பதினைந்து பதினாறாம் நூற்றாண்டுகளில் அஸாமில் வாழ்ந்திருந்த வைணவக் குருவும் சித்தருமாகிய சங்கரதேவ் என்ற புத்த துறவி, விஹாரங்களின்

கட்டமைப்பில் நிறுவிய ஆசிரம ஏற்பாடுகள்தாம் அஸாமில் வைணவச் சத்திரங்கள். துதிப்பாடல்கள், நடனம், நாடகம் முதலான அரங்கக் கலைகள் மூலமாக, தெய்வ ஆராதனை செய்யும் பிரம்மச்சாரிகளின் இந்தச் செயல்பாடுகளிலிருந்துதான் அஸாமிய மறுமலர்ச்சித் தொடங்கியது. சங்கரதேவ் அறிமுகப்படுத்திப் பரப்பிய நியோ வைஷ்ணவ ப்ரஸ்தான அமைப்பினால், பிரம்மபுத்ரா சமவெளியில் கோத்ரா இனச் சமூகங்கள் ஃப்யூடல் சமூகங்களாகப் பரிணமித்தன. தேசிய மறுமலர்ச்சி வாழ்க்கையில், நூற்றாண்டுகளாக இருந்தவற்றின் தாக்கம் இல்லாமல் போய்விட்டாலும், இருநூறுக்கும் அதிகமான வைணவச் சத்திரங்கள் இப்போதும் அஸாமில் உயிர்ப்புடன் இருக் கின்றன. அதனால், மஜூலி போன்றதான அஸாமிய கிராமப்பகுதி களில், இப்போதும் சத்திரங்களில் உயர்ந்தெழும் கைத்தாளங்களின் ஜங்கார இசையொலி இரவு முழுவதுமாக, புலர்வேளை வரை எதிரொலித்துக் கேட்பது சாதாரணம்.

கௌஹாத்தியிலோ ஜோர்ஹாட்டிலோ கல்லூரிகளிலிருந்து வரும் கோத்ரா ஆடைகள் உடுத்திய மிஷிங்க யுவதிகள், ஒரு கும்பலாகப் படகில் இருந்தார்கள். அவர்களுடைய நளின அங்க அசைவுகளும் பேச்சுகளும் நடவடிக்கைகளும் தொந்தரவு படுத்தாத ஒழுங்குமுறை யும் பயணத்தை மனோகரமாக்கின.

படகில், பயணிகளின் குரல் திடீரென்று ஒன்றிணைந்து ஓர் ஆபத்து ஓலமாக உயர்ந்தது. முகங்களில் பயம். பக்கத்தில் தென்பட்ட மற்றொரு படகிலிருந்து ஆயுதம் தாங்கிய ராணுவத்தார், கைகளை வீசியும் கூக்குரல் இட்டும் எங்களுடைய படகை நிறுத்துமாறு கட்டளை யிட்டார்கள். 'ஆபரேஷன் ரைனோ' என்பதாகத் தருண் கோஸ்வாமி என்னிடம் சொன்னார்.

ரைபிள்கள் சுட்டிக்காட்டி, ஆக்ரோஷமாக எதிரிகளைத் தாக்குவது போல, அவர்கள் எங்களுடைய கூட்டத்துக்கு நடுவில் ஏறிப் புகுந்தார்கள். நெருக்கித் தள்ளி நொடிப்பொழுதில் அவர்கள் பயணி களுக்கிடையில் நிறைந்து நின்றார்கள். பதினைந்துக்கும் ஐம்பதுக்கும் இடையிலான வயதுக்காரர்கள் எல்லாரிடமும் அதட்டலாக, பரிகாச மாக, சில சமயங்களில் உடம்பைப் பிடித்து உலுக்கியபடியாக அவர்கள் கேள்விகள் கேட்டார்கள். எங்களிடையேயிருந்து சுமார் இருபது பேரைப் பிரித்தெடுத்து, பிடித்திழுத்துத் தள்ளிக்கொண்டு போய், தங்களுடைய படகில் ஏற்றிக்கொண்டார்கள். ஹிந்தி மட்டுமே புரிந்து கொள்கிற அந்த பிஹாரி ராணுவத்தார்களுக்குப் பயந்து அரண்ட இளைஞர்களின் குழறுபடியான புலம்பல்கள், புரியும்படியாக இல்லை.

தன்னுடைய கிராமத்தின் பெயரைச் சொல்லாமல் இருந்திருந்தால், தருண் கோஸ்வாமியை அவர்கள் கொண்டு போயிருக்க மாட்டார்கள் என்பதாக எனக்குத் தோன்றியது. போக்கா கட் என்ற இடத்துக்கு அடுத்துள்ள அவருடைய கிராமத்தில், உல்ஃபாவின் வேர்கள் இருந்திருக்க வேண்டும். தங்களுடைய படகுக்குள் ராணுவத்தார் அவரைப் பிடித்துத் தள்ளியபோது, அவர் என்னைத் திரும்பிப் பார்க்கக்கூட இல்லை. பயம், அந்தப் பிரம்மச்சாரியை அந்த அளவுக்குச் செயலிழக்கச் செய்துவிட்டிருந்தது. கோஸ்வாமி எனக்குத் தெரிந்தவ ரென்றும், வழிகாட்டி என்றும், அவர்களிடம் நான் எடுத்துச்சொல்ல முயற்சி செய்தேன்.

'சுப் சாப் பைட்டோ' -அவர்கள் என்னைப் பார்த்துத் திரும்பி கோபப் பட்டார்கள். ஆபரேஷன், அரைமணி நேரத்துக்கும் அதிகமாக நீண்டது.

மிலிட்டரி பேட்ரோல் கடந்து போனபின் எங்கள் பயணம் மீண்டும் தொடங்கியது என்ற போதிலும், எங்கள் படகில் மரண அமைதி நிலவியது. சுடரும் ஒரு தங்கக் கோளமாக, சூரியன் நதிப்பரப்பை நெருங்கிக் கொண்டிருந்தது. அதனுடைய அக்னி தேஜஸ், வியக்கத் தக்கதான ஒரு நெடுந்தூணாக நதிக்குக் குறுக்கே மின்னிப் பளபளத்தது. புலன்களுக்கு ஆட்படாத இருண்ட ஆழமானதோர் இடமாக, மெதுவாக ஆறு மாறிக்கொண்டிருந்தது. அதனுடைய தங்க நிறமான மேற்பரப்புகளில், இடையிடையே பருத்த மீன்கள் உயரே தாவி எட்டிப் பார்த்தன. மீண்டும் ஆழப் பகுதிகளுக்குக் குதிக்கும்போது, அவை எழுப்பிய சத்தம், எங்களுடைய மௌனத்தைத் தொடர்ச்சியாகப் பங்கப்படுத்திக் கொண்டிருந்தது.

'பிரம்மபுத்ர மஹாபாஹு...' என்று தொடங்கும் பூபன் ஹஸாரிகாவின் பாடல் ஒன்று உண்டு. 'எங்களுடைய துயரங்கள், எங்களுக்கு எதிரான அக்கிரமங்கள் ஆகியவற்றை நீண்ட கரங்களுடைய பிரம்மபுத்ராவே, நீ அறிய மாட்டாய்!' என்பதாகச் சோகத்தை வெளியிடும் ஓர் அஸாமியப் பாடல் அது.

இடையில், மக்கள் குடியிருப்பில்லாத மற்றொரு தீவு. 5 மஜுலியைச் சென்றடைந்தபோது மணி ஆறைத் தாண்டியிருந்தது. மூங்கில் காடுகளின் அடர்ந்த நிழல்கள் மறைத்த நாட்டுப்பாதை வழியே தேடிச்சென்று, கடைசியில் இன்ஸ்பெக்ஷன் பங்களாவைச் சென் றடைந்தோம். அறையின் சாவியை எங்களிடம் கொடுத்துவிட்டு அவசரமாக வெளியேறிப் போகும்முன்பு சௌகீதார் சொன்னான்:

'இரவு பதினொன்றைத் தாண்டும்போது, சிவிலியன் உடையில் அவர்கள் வருவார்கள். வாசல் கதவைத் தட்டுவார்கள். விதண்டாவாதம் பேசாதீர்கள். அவர்கள் சில சமயம் குடித்திருப்பார்கள்.'

சாப்பாட்டுக்கு எந்த வழியும் இல்லாதிருந்தது. கடைகளை நான்கு மணிக்கெல்லாம் அடைத்துவிட்டு, எல்லாரும் தங்கள் வீடுகளுக்குச் சென்றிருப்பார்கள்.

ஆபரேஷன் ரைனோ பற்றி கௌகீதார் விவரித்தான். தூக்கத்தின் அரவணைப்புக்கூட இல்லாதிருந்தத் தனிமையில், அவதிப்படுவதான ஒரு கெட்ட கனவாக இருந்தது அந்த இரவு.

அடுத்த நாள் காலையில், கோடைப் பனியும் புலர் வெளிச்சமும் கலந்த பனிப் பின்னணியுடன் வழி கேட்டறிந்து, நான் நூதன் கமல்பாரி சத்திரத்தைச் சென்றடைந்தேன். அங்கே விசாலமான ஒரு தளத்தின் வாசலில், சங்கரதேவின் ஒரு முதல்தரமான கோட்டுச் சித்திரம் அமைந் திருந்தது. அந்தப் படத்துக்குக் கீழிருந்த அறையில், தனியாளாக முகக் களை கொஞ்சமும் இல்லாத சத்திர அதிகாரி நாராயண சந்திர கோஸ்வாமி இருந்தார்.

தருண் கோஸ்வாமியை ராணுவத்தார் பிடித்துக்கொண்டு போன செய்தி, முந்தின நாள் இரவிலேயே கமல்பாரி வட்டாரத்துக்குச் சென்று விட்டிருந்தது. எதுவும் செய்வதற்கில்லை. வேறு பல பிரம்மச்சாரி களும் ராணுவத்தின் கஸ்டடியில் இருந்தார்கள்.

'லா அண்ட் ஆர்டர் சிச்சுவேஷன் காரணமாக, மஜுலியில் சத்திரங் களில் இந்தத் தடவை ராஸ உற்சவங்கள் வேண்டாமென்று ஒதுக்கி யிருக்கிறோம். நினைவுதெரிந்து இதுதான் முதல் தடவை!' -சத்திர அதிகாரி சொன்னார்.

10

ஹைதராபாத்

பஸ் மூலமாக சென்னைக்கு ஒரு நீண்டதூரப் பயணம் புறப்படுவதற்குச் சற்று முன்பாக நான், ஓவியனும் பழைய நண்பனுமான லக்ஷ்மா கௌடாவைச் சென்று பார்த்தேன். ஹைதராபாத்தில் பணக்காரக் குடும்பங்களின் வசிப்பிடப் பகுதியான பஞ்சாரா ஹில்ஸில், ஏதோ ஒரு முஸ்லிம் குடும்பம் லக்ஷ்மாவுக்கு ஒரு முதல்தரமான ஸ்டுடியோ வசதியைச் செய்துகொடுத்திருந்தது. ஓவியக் கலையில் புதிய க்ளிக்குகளைப் பற்றியும், அண்மையில் தேக்கம் கண்டிருக்கும் தெலுங்கு மறுமலர்ச்சிக் கவிதையைப் பற்றியும், சில பழைய நண்பர்களைப் பற்றியும் நாங்கள் அங்கே உட்கார்ந்து நீண்டநேரம் பேசிக் கொண்டிருந்தோம். தென்னிந்திய மாநிலங்களில் உள்ளவர்களுக்கு, வாழ்க்கையும் வீட்டுச் சூழலும் சம்பந்தமாக நுட்பமும் உணர்வும் கலந்த உயர்ந்த நுகர்வு உண்டென்பதாக, லக்ஷ்மாவின் அபிப்பிராயம். பொருள்களையும் வாழ்க்கையையும் பின்னிப் பிணைக்கும் செயல்பாட்டில் இந்தப் பகுதியிலிருந்து வரும் ஓவியர்களிடம் வட இந்திய ஓவியர்களை வியப்பிலாழ்த்தும் ஒருவகை அடிப்படைத் தெளிவு இருக்கிறது எனலாம். ஓரளவு சந்தேகம் உண்டென்ற போதிலும், பரோடாக்காரரான ஷேக்குக்கும் இதே அபிப்பிராயம்தான் என்று சொல்லக்கேட்டபோது, எனக்கு மகிழ்ச்சி ஏற்பட்டது.

இருபது மணி நேரத்துக்கும் அதிகமாக நீள்வதான என்னுடைய பயணத்தைப் பற்றி, எனக்கு நல்லவிதமான எதிர்பார்ப்பு இல்லா திருந்தது. சில நாள்களுக்கு முன்பு, ஏறத்தாழ இருநூறு கிலோமீட்டர் வேகத்தில் ஒரு புயல் கடந்துபோன நெல்லூர், சித்தூர், செங்கல்பட்டு முதலான கரையோர மாவட்டங்களினூடே பஸ் போக வேண்டி யிருந்தது. அடுத்த இருபத்து நான்கு மணி நேரத்துக்குள் கரையைத் தாண்டிக் கடக்க இருக்கும் மற்றொரு புயலைப் பற்றிய அச்சமும்

அப்போது நிலவியது. இரவில் நல்கொண்டாவில் குளிர்க்காற்றும் இருக்கும்.

ஆயத்தப்படுத்திக்கொண்டு, நாங்கள் பஞ்சாரா ஹில்ஸை விட்டு செகந்தராபாத்திலுள்ள ஒரு பழைய சந்திப்புக்கு வந்தோம். வாடிக்கை யாளர்களிடையே மோன்ட்டீஸ் என்ற செல்லப் பெயரில் அழைக்கப் படும் மோன்ட் கோமரீஸ் பார். ஹைதராபாத்தில் மட்டுமே காணப் படும் ஒருவகைக் கிறுக்குத்தனமான ஜாயிண்ட். முன்பு எப்போதோ நிராகரிக்கப்பட்ட ஒரு முரட்டு கோதிக் முறைக் கட்டடத்தின் வெளிப்புறத் தளம் இது. சுவர்களில், ஈரக் கசிவின் பழைய வாசனை தங்கிவிட்டிருந்தது. வேலைக்காரர்களாக இருந்தவர்கள், அழுக்கு ஆடைகள் உடுத்திய கிராமத்துக் கிழவர்கள். மோன்ட்டீஸ் வட்டாரத்தில் உள்ளேயும் வெளியேயும் நடமாடித் திரியும் ஏராளமான புறா, வாத்து, மயில், வான்கோழி, கோழி, நாய், கழுதை, பன்றி என்ப தாக ஒரு பறவை - விலங்குக் கூட்டமே இருந்தது. மூன்று வருடங் களுக்கு முன்பு, நான் கடைசியாக மோன்ட்டீஸுக்கு வந்திருந்தேன். அப்போது சாப்பாட்டு மேசைக்கு அடியில் இவ்வளவு கூட்டமாக ஒரு விலங்கியல் வாழ்க்கை இடம்பெற்றிருந்ததாக நினைவு இல்லை. பெருந்தன்மை சார்ந்த உடைமையாளரின் மனோபாவங்களில் உண்டான லிபரலிசம், இப்போது இதற்குக் காரணமாக இருக்கலாம். இல்லாவிட்டால், சுற்றுச்சூழல் வாழ்க்கைப் பற்றி மேலதிகப் புரிதலுடன் கூடிய ஒரு சமரச உணர்வுக்கு, மோன்ட் கோமரின் வாடிக்கையாளர்கள் தயாராகிவிட்டார்கள் என்பதாகவும் இருக்கலாம். என்னவானாலும், மேசையைச் சுற்றிலும் சூழ நின்று எதிர்பார்ப்புடன் நின்றுகொண்டிருக்கும் அவற்றின் நடமாட்டம் எந்தவிதத்திலும் தொந்தரவாக இல்லை.

புறநகர் பஸ் பயணிகளுக்கிடையில் பொதுவான ஒரு மானசீகமான அவஸ்தை உண்டென்றால், அது ரசனையற்று அயர்வு கொள்வதுதான். அதாவது, அறிமுகமில்லாத பிரதேசங்களினூடே பயணம் நிகழும் போது, மாறிவரும் இயற்கைக் காட்சிகளும் வேறுபாடான வாழ்க்கை முறைகளின் விசித்திரங்களும் தொலைவு பற்றிய நினைப்பும் அடிப் படையான மனித ஆர்வத்தைத் தூண்டக்கூடிய வாய்ப்புகளை ஏற்படுத்தும். பஸ்ஸிலிருந்தபடி வெளியே பார்க்க நாம் ஆயத்தமாக இருந்தால், அப்போது பயணம் நிச்சயம் மகிழ்ச்சிகரமானதாகவே இருக்கும். ஆனால் பஸ் ஒரு பிரைவேட் லக்ஸரி -வீடியோ கோச்சாக இருந்தால், சுற்றுச்சூழல் முற்றாக மாறிவிடுகிறது. ஜன்னல் வழிக் காட்சிகளுக்குப் பதிலாக நாம் காண்பது அமிதாப் பச்சன், ஜிதேந்திரா, ஜீனத் அமன் ஆகியோரின் சாயம் பூசிய முகங்களாக இருக்கும்.

ஹைதராபாத்துக்கும் சென்னைக்கும் இடையே ஓடும் எல்லாத் தனியார் பஸ்களும் வீடியோ கோச்கள்தாம்.

சிதைந்த மினார்களின் எச்சமான விநோதங்களைத் தாண்டி, எங்களுடைய பஸ் நகரப் பகுதிகளைவிட்டு எல்லைப்புறத்துக்குள் நுழைந்ததும் வெளியே வானம் இருளத் தொடங்கியது. சந்தடியற்ற கிராமத்து வழிகளில் ஓயின் ஷாப்புகளுக்கு முன்னால் மட்டும் ஒளி அலங்காரம். தொலைவில் அடர்ந்து நிற்கும் புளியமரங்களும் அவற்றின் பின்புலத்தில் ஒற்றை விளக்குகள் எரியும் கிராமத்து அடையாளங்களும், சிந்தனைகளைச் சலனப்படுத்தின. அங்கே சில இடங்களில், நான் நடந்த பாதைகள் இருக்கின்றன. உறங்கிய லம்பாடித் தண்டகள் (லம்பாடிக் கூட்ட வசிப்பிடங்கள்) உண்டு. பகலாக இருந்திருந்தால், அடுப்பு பற்ற வைக்க உதவும் பலாசு மரங்கள் ஒருவேளை தென்பட்டிருக்கலாம்.

வீடியோ திரையில், நிறங்கள் தெளிவாகத் தெரிகின்றன. பயணத்தின் போதான காட்சிகளில், பல சமயங்களில் வளர்வதற்கான அன்பையும் களங்கமற்ற அறிமுக உறவுகளையும் முழுவதுமாக மறுத்து ஒதுக்கிவிட்டு, மனமானது நிகழ்காலத்தில் மட்டும் நிலைத்துவிடுகிறது. மனம் திரைப் பக்கம் திரும்பி முனைப்பாயிற்று. அங்கே ராஜேஷ் கன்னாவும் அமிதாப் பச்சனும் தங்களுடைய நட்புறவை நடித்துக் காட்டிக் கொண்டிருந்தார்கள். சிந்திக்கவும் ஆர்வம் கொள்ளவும் கிடைக்கப் பெறும் அபூர்வங்களான இந்த நேரக்கூறுகள்கூட, தப்பித்துக் கொள்ளலைத் தூண்டிவிட்டுவிட்டு, உங்களைத் தாண்டி ஹிந்தி சினிமா சென்றுகொண்டிருக்கிறது.

அமிதாப் பச்சன் ஒரு ஃபேக்டரி முதலாளி. அவருடைய ஆத்மார்த்த நண்பரான ராஜேஷ் கன்னா அதே ஃபேக்டரியில் தொழிலாளர் தலைவன். போராட்டம். என்னே ஒரு கிளர்ச்சியூட்டும் ஸிமட்ரி! வண்டி விஜயவாடாவில் பிரகாசம் அணைக்கட்டைச் சென்றடையும் முன்பு, இந்த மாதிரியான சினிமாக்கள் இரண்டு முடிந்துவிட்டன.

தெரு விளக்குகளின் கந்தக வெளிச்சத்தில், அணைக்கட்டில் வழிந்து பாயும் கிருஷ்ணவேணி தெரிந்தது. கடந்த புயலும் அடர் மழையும் நதியை வளப்படுத்தியிருந்தன. கரையோர மணல் திட்டுகள் காணாமல் போயிருந்தன. ஆற்றின் இரைச்சலைத் தாண்டி ஒரு கடற்பாலம் போலக் கட்டப்பட்டிருக்கும் கல் கட்டுமானத்தின் கடைசியில், அநாதையாக நிறுத்தப்பட்டிருக்கும் ஒரு மோட்டார் சைக்கிள். இந்த நள்ளிரவில், அங்கே வந்த சவாரிக்காரனாக இருக்கலாம். கரையில் பெரிய பாறைக்குன்றுக்குக் கீழேயுள்ள குப்பங்களுக்கு முன்னால்,

நாட்டுப்பாதை வழியாக யாரையோ ஏற்றிக்கொண்டு ஒரு சைக்கிள் ரிக்ஷா தவழ்ந்து போய்க்கொண்டிருந்தது.

புலரும் வேளையில், பஸ் நெல்லூர் டவுனைச் சென்றடைந்தது. சஞ்சலமான ஒரு விடிகாலையாக இருந்தது அது. நல்ல குளிருடன், வெளிச்சக் குறைவான காலநிலை. அன்று சாயங்காலம் நான்கு மணி அளவில் புயல் தாக்கக்கூடுமென்ற அறிவிப்பு. காலை எட்டு மணிக்குச் சென்னையைச் சென்றடைய வேண்டிய நாங்கள், அப்போதே நான்கு மணிநேரம் தாமதமாகிவிட்டிருந்தோம். ஆனால் பயணிகள் அதையெல்லாம் பொருட்படுத்தியதாகத் தெரியவில்லை. திரையில் அடுத்தடுத்து வந்த சினிமாக்களில், அவர்கள் எல்லாவற்றையும் இழந்த நிலைமையில் இருந்தார்கள். நெல்லூரைவிட்டுப் புறப்பட்டபோது, மழைச்சாரல் தொடங்கியது. மெதுவாக காற்றுக்கும் சக்தி அதிகரித்தது. கடந்த புயலின் தாண்டவம் நடந்த பகுதிகளுக்குள் பஸ் நுழைந்தது. பாதை போகப் போக புரிந்துகொள்ள முடியாததாக இருந்தது. பல இடங்களில் சாலைகளுக்குண்டான அடையாளச் சின்னங்கள்கூட இல்லை. பசைபோல வழுக்கும் ஒருவகை அழுக்குச் சகதியினூடே, மிகவும் எச்சரிக்கையுடன் ஊர்ந்து செல்லும் ட்ரக்குகள். ராணுவத்தார், இருபுறமும் நின்று போக்குவரத்தை முறைப்படுத்திக் கொண்டிருந் தார்கள். மக்கள் நடமாட்டத்துக்கான எந்த அறிகுறியும் இல்லாத விசாலமான அந்தச் சகதிப் பரப்பில், மணிக்கணக்காக அங்கங்கே தென் பட்டுக் கொண்டிருந்தது இந்தக் காக்கி உடை அணிந்தவர்கள் மட்டுமே.

திரையில் இப்போது அமிதாப் பச்சனின் டான் என்ற சினிமா. ஒரு க்ரைம் த்ரில்லர். ஒரு டான் இறந்ததும் மற்றொரு டான். பயணிகள் ஜன்மசாபல்யம் அடைந்ததுபோல், திரையை உற்றுப் பார்த்துக் கொண்டிருந்தார்கள். சில பகுதிகளில், பஸ்ஸுக்குள் மைக் சரியாக வேலை செய்யாததால் சத்தம் சிதறிக் கேட்டது. அமிதாப் பச்சனின் டயலாக், இடையிடையே எங்கோ விழுங்கப்பட்டது போலிருந்தது. இது, பயணிகளைப் பொறுமை இழந்து கோபப்பட வைத்தது. கோச் அட்டெண்டரை அவர்கள் வைது தீர்த்தார்கள்.

வெளியே முற்றாக நசித்துப்போன கிராமங்களில், எஞ்சியிருக்கும் அடையாளங்களைக் காண முடிந்தது. விசித்திர ரீதியில் வளைந்து ஒடிந்து முகம் கவிழ்ந்து நிற்கும் விளக்குக் கம்பங்கள். அடித்துக் குழப்பிய புது மண்ணிலிருந்து, வெளியே நீட்டிக்கொண்டிருக்கும் வர்ணம் பூசிய சுவரின் சில பகுதிகள். புதிதாக ஊற்றெடுத்த நீரோட்டங் கள். உயிரினங்களின் புழங்குதலை அனுபவித்தறியாத அவற்றின் கரைகள். ஓரிடத்தில் தகர்ந்துபோன ஒரு ரயில் பாலம். இன்ஜினும் சில

போகிகளும் வெள்ளத்தில் நட்டுக்குத்தலாகத் தொங்கிக்கொண்டிருந்தன. மீதி போகிகள், மறுகரையில் விபத்துக்குள்ளாகி நிறுத்தப்பட்டிருந்தன. பசுக்கள், பன்றிகள், எருமைகள் ஆகியவற்றின் சடலங்களை, கழுகுகள்கூட ஏறெடுத்துப் பார்க்காத நிலையில் சிதறிக்கிடந்தன. தடா என்ற ஊரை அடுத்திருந்த பகுதியில், இடிந்து விழாமல் நிற்கும் ஒருபக்கத்துச் சுவரில் யாரோ ஒட்டவைத்துச் சேர்த்ததுபோல ஒரு பன்றியின் உருவம் பற்றிக் கொண்டு நின்றது.

சில ஆண்டுகளுக்கு முன்பு ஆந்திராவின் கரையோரங்களில் சுழன்றடித்த புயற்காற்று, பதினாயிரக்கணக்கான உயிர்களைப் பறித்தது. அன்றைக்கும், வாரங்கள் கழிந்த பின்னரும், மனிதச் சடலங்கள் பாதையோரங்களில் ஒதுங்கிக் கிடந்ததை டிவியில் பார்த்ததுண்டு. ஆனால் எதனாலோ, நெல்லூரில் இப்போதான புதிய காட்சிகள் அதிகத் தீவிரமானதொரு சோகத்தைப் புலப்படுத்துவதுபோலத் தோன்றுகிறது. இது முற்றாகவும் அநாதையாக்கப்படும் இயற்கைச் சார்ந்த விந்தைதான். நவம்பர் மத்தியில் சித்தூருக்கும் நெல்லூருக்கும் செங்கல்பட்டுக்கும் குறுக்கே வீசிய காற்று, நாற்பத்தெட்டு மணிநேரம் வரை பயங்கரமாக நிலைநின்றது. நெல்லும் புகையிலையும் விளையும் இந்த விசாலமான பிரதேசத்தை, அது களிமண்ணின் ஒரு மகாசமுத்திர மாக மாற்றியிருக்கிறது. ஒரு லட்சம் ஹெக்டேர் சார்ந்த விளைபொருள் நாசமாகியிருக்கிறது. முன்னறிவிப்புகள் மிகவும் முன்னதாகவே கொடுக்கப்பட்டிருந்தும், சுமார் நானூறு பேர் இறக்க நேர்ந்திருக்கிறது. வேரோடு பிடுங்கி எறியப்பட்ட பெரிய முரட்டு மரங்கள், மக்கள் கூட்ட இழப்பு, இயற்கைச் சீரழிவு ஆகியவற்றால் நெல்லூர் ஒரு குப்பைக்கூடைபோல, அட்டூழிய சோகமாக மாறியிருக்கிறது. வேதனைப்படுத்துவதும் சோகமுறச் செய்வதுமான ஒரு காட்சிதான் அது.

எஞ்சியிருப்பவை - இலை உதிர்ந்த நிலையில் பணிந்து நிற்க கற்றுத் தரப்பட்ட சில பெருமரங்கள்; தங்களுடைய பெயர்களை மட்டுமே அடையாளமாகக் கொண்டிருக்கும் கிராமங்கள்; உடைமைகளின் சிதைவு எச்சங்களைக் கூட்டிப்பெருக்கத் திரும்பியிருக்கும் கிராமத் தார்கள். தூற்றல் மழையில், சேர்ந்து நிற்பதும் நோக்கம் எதுவுமின்றி அலைவதுமாக, நோயுற்ற சரீரங்களுடன் அந்தக் கிராமத்தார்கள் இருந்தார்கள். ஒடுங்கிய முகங்கள். நெல்லூரின் நெடிய திடகாத்திர மான ஆண்களும், லக்ஷ்மாகௌடாவின் ஓவியங்களில் காணப்படு வதான விலங்குத் திண்மை தோற்றம் கொண்ட கருப்பு நிறப் பெண் களும் நடந்த பாதைகள் இவை. சூளைமரங்களுடனும் பனை ஓலைத் தடுக்குகளுடனும் மயானத்தை ஒட்டி நின்றபடி, வழி நெடுக ஹிந்தி

சினிமாப் பாடல்களை ஒலிபரப்பிக்கொண்டு கடந்துபோன எங்களுடைய பஸ்ஸை, அவர்கள் திகைப்புடன் பார்த்துக்கொண்டிருந் தார்கள்.

‘பான்பனாரஸிவாலா...’ -வீடியோ திரையில் மிகையாக வளைந்து நெளிந்து புடலங்காய் போன்றதான தனது உடம்பை அசிங்கமாகச் சுழற்றியபடி அமிதாப் பச்சன் பாடிக்கொண்டிருந்தார். பயணிகள், சின்னதான முணுமுணுப்புடன் அதைப் பின்பற்றிப் பாடினார்கள். அவர்களுடைய கண்கள் ஒரு தடவைகூட வெளியே திரும்பவில்லை. அவர்கள் புயலடித்து ஓய்ந்த நெல்லூரையும் வர இருப்பதான புயலின் கொடுமைக் கருமையையும் காண்பவர்களாக இல்லை.

ஒரு வெள்ளைக்காரப் பெண்மணியைத் தவிர, எங்கள் பஸ்ஸில் இருந்த எல்லாருமே தென்னிந்தியர்கள் என்றே தோன்றியது. வாழ்க்கையும் வீட்டுச் சூழலும் சம்பந்தமாக, அவர்களுக்கு இருப்பதாகச் சொல்லப் படுகிற உயர்ந்த பொறுப்புணர்வுக்கு என்னவாயிற்று? திரைச்சீலையில் ஒளியும், அமிதாப் பச்சனின் முகமும் பார்க்கும்போது, நஷ்டம் ஏற்படும்போதுகூட அதை அறிந்துகொள்ள முடியாத அளவுக்கு அவர் களுடைய சுற்றுச்சூழல் இப்போது மாறிவிட்டதோ?

11

க்ஷேத்ர எச்சங்களின் நகரம்

சென்னை - ஹௌரா ரயில் பாதையில் இருக்கும் ஒரிஸாவின் தலைநகர் புவனேஸ்வர், இந்தியாவின் பிற மாநிலத் தலைநகரங்களிலிருந்து பல வகைகளில் வித்தியாசமானது. பகல் நேரத்தில் அங்கே வண்டியிறங்கும் ஒரு நடுத்தரச் சுற்றுலாப் பயணியிடம், இந்த நகரம் உருவாக்கும் முதல் உணர்வு ஆர்வத்தைக் குறைப்பதாகத்தான் இருக்கும். வறண்டு தரிசாகக் கிடக்கும் பூமியில், சற்றுத் தூரத்தில் ஒதுங்கியிருக்கும் உத்தியோகச் சார்புக் கட்டடங்களும், குவார்ட்டர்ஸுும், அங்கு ஆள்சந்தடி இல்லாத தெருக்களும் வளமில்லாத வியாபார நிலையங்களும், ஒரு தலைநகரத்துக்கு உண்டான அடையாளங்களைக் கொண்டிருக்காது. ஒன்றிரண்டு மணிநேரப் பயண தூரத்தில் இருக்கும் பழைய தலைநகரமான கட்டாக், இப்போதும் ஆள்சந்தடியும் உயிர்ப்பும் கொண்டிருக்கிறது. அந்த மாநிலத்தின் முக்கிய நகரம் அதுதான்.

புவனேஸ்வர், திட்டமிட்டுக் கட்டப்பட்ட ஒரு நகரம். அது அதனுடைய நோய்வாய்ப்பட்ட குழந்தைப் பருவத்தைப் பின்தள்ளுவதற்காகத் தொடங்கப்பட்ட முயற்சி. தங்கும் வசதி, போக்குவரத்து வசதி ஆகியவை இப்போதும் குறைவுதான். உண்மையில் ஒரு நடுத்தர பட்ஜெட்டில் அடங்குபவையல்ல செலவினங்கள். பாதையோரங்களில் மறித்துக் கட்டிய தாற்காலிக ஷெட்டுகள்தாம், தங்களுக்குள்ளேயே சற்று வித்தியாசப்படுத்திக்கொள்ளும் உணவகங்கள்.

ஆனாலும் புவனேஸ்வர், ஏராளமான சுற்றுலாப் பயணிகளை ஈர்க்கிறது. இந்தியாவின் புராதன வரலாற்றில் ஆர்வமுள்ள சுற்றுலாப் பயணிகளைப் பொறுத்தவரையில், தவிர்க்கப்பட முடியாத ஒரு நகரம் இது. சிற்பக் கலையிலும் தொல்பொருள் ஆராய்ச்சியிலும் ஆழ்ந்த

ஈடுபாடு கொண்டவர்களுக்கு, விலை மதிப்பற்ற ஒரு புராதன எச்சங்களின் மையம் புவனேஸ்வரும் அதன் சுற்று வட்டாரங்களும். பண்டையக் காலங்களிலும் இந்த நகரம், ஏராளமான யாத்ரீகர்களைக் கவர்ந்திருக்க வேண்டும். ஜைன, பௌத்த, ஹிந்து மதங்களின் பல பரிணாம நிலைகளுக்கு இந்த மாநிலம் சான்று வகிக்கிறது. வைணவ நம்பிக்கையாளர்களின் பிரதான தீர்த்தாடனக் கேந்திரமாக இருந்த பூரி, இந்தப் புவனேஸ்வரிலிருந்து அதிகத் தொலைவில் இல்லை. கோனார்க்கில் உள்ள அதிகப் பிரசித்தமான சூரியக்ஷேத்ரம், புவனேஸ்வரிலிருந்து தென்கிழக்கில் நாற்பத்திரண்டு மைல் தூரம்தான்.

சுற்றுலாப் பயணியின் வரைபடத்தில் புவனேஸ்வரின் தொடர்பு, ஒரு மாநிலத்தின் தலைநகரம் என்பதனால் அல்ல. அதனுடைய வளமான வரலாற்றால் ஆகும். இந்தியாவில் வேறெந்த சுற்றுலா மையத்துக்கும் அமைந்திருக்காத ஒரு சிறப்பு புவனேஸ்வருக்கு இருக்கிறது. இந்த மாநிலத்தில், வரலாற்றுக் காலத் தொடக்கம் முதல் ஹிந்து அரச வம்சங்களின் இறுதிக் காலம் வரையிலான வரலாற்றின் எச்ச நினைவிடங்கள் இன்னும் இருக்கின்றன. புவனேஸ்வரில் இருந்து ஐந்து மைல் தெற்கே, உள்ள தனலியில் அமைந்துள்ள அசோகச் சக்கரவர்த்தியின் கல்வெட்டுகள் கி.மு. முதலாம், இரண்டாம் நூற்றாண்டு அளவிலான தொன்மை கொண்டவை. புவனேஸ்வரிலிருந்து எல்லாமே அருகில் உள்ளவைதாம். ஏறத்தாழ கி.பி. நான்காம் நூற்றாண்டு வரை மக்கள் குடியிருந்ததாக நம்பப்படும் சிசுபால நகரத்தின் சிதைவுகளும் கண்டு எடுக்கப்பட்டிருக்கின்றன.

ஒரு சராசரி சுற்றுலாப் பயணி, இவ்வாறு மிகப் பழைமையான நினைவுகளில் ஆர்வம் கொள்வதை எதிர்பார்க்க முடியாது. ஆனால் புவனேஸ்வரில் வியப்புக்குரிய கோயில்களின் எண்ணிக்கையானது எவரிடத்தும் திகைப்பையும் உற்சாகத்தையும் தூண்டப் போதுமானதாகும். நகர எல்லையிலிருந்து தொடங்கி சில மைல்கள் சுற்றளவில், மிக உயரமான, சிற்ப வேலைப்பாடமைந்த கோபுரங்கள் அமைந்த நூற்றுக்கணக்கான அதிமனோகரமான கோயில்களின் ஒரு குழுமம் அந்த இடம். இந்தப் புராதனக் கோயில்களில் ஏறத்தாழ ஒரு மேம்போக்கான பிரதட்சணம் செய்து வருவதற்கே, குறைந்தது ஒரு வார காலமாவது வேண்டும்.

இந்தியக் கோயில் சிற்பக் கலையில், ஒரு முக்கிய வழிமுறைப் பட்டதாகக் கணக்கிடப்படுவது கலிங்கத்துச் சிற்பக்கலை. சிற்ப அழகியலாலும், சுவர் வேலைப்பாட்டு மனோகரத்தாலும் மிகச் சிறப்பானதாகக் கருதப்படுகின்ற இந்த வழிமுறையின் பிறப்பும்

வளர்ச்சியும், புவனேஸ்வரில் உள்ள கோயில்களின் நிர்மாணத்தினால் உருவாகின. கி.பி. நான்காம் நூற்றாண்டு வரை கலிங்க நாட்டை ஆண்டு கொண்டிருந்த அரச குலத்தவர்கள், ஜைன மதத்தைப் பின்பற்றுபவர் களாக இருந்தார்கள். புவனேஸ்வருக்கு அருகில் உதயகிரி, கண்டாகிரி என்ற குன்றுகளிலுள்ள ஜைனக் குகைகள், இந்த ராஜவம்சத்தின் காலத்தில் நிறுவப்பட்டவையாகும். ஜைன பிக்ஷுகள் தங்குவதற்காக, இரண்டு அடுக்குகளில் அமைக்கப்பட்ட இந்தக் குகைகள்தாம், அக்காலத்திய கிழக்கிந்தியச் சிற்பிகளின் மேதைமையைப் புலப் படுத்திக் கொண்டிருக்கின்றன. சிலை வடிவமைப்பின், சிற்ப நுணுக்க வேலைப்பாட்டின் அடிப்படையில், இவ்வளவு தொன்மை வாய்ந்த, இவ்வளவு முதன்மையான ஜைனம் சார்ந்த பழைமையான எச்சங்கள் இந்தியாவில் அரிதானவையாகும். ச்சேதி அரசர்களின் ஆட்சிக்காலம் முடிவடைந்ததுடன், கலிங்கத்தில் ஜைன மதத்தின் வேர்களும் அற்றுப் போயின. அதைத் தொடர்ந்து புழக்கத்துக்கு வந்தது சைவ மதம். ஏறத்தாழ ஆறாம் - ஏழாம் நூற்றாண்டுகளில், சைவம் அதிகாரம் செலுத்தும் மதமாக மாறியது. பின்னர் பதின்மூன்றாம் நூற்றாண்டில் வைணவம் தலைதூக்கும் வரை பிரபலமாகி நிலைத்து நின்றது.

சைவ ஆட்சிக் காலத்தில்தான், கலிங்கத்துக் கோயில் சிற்பக்கலை தன்னுடைய தங்கக் கோபுரங்களை அமைத்தது. ஏழாம் நூற்றாண்டி லிருந்து குப்த சிற்பக்கலையின் வடிவமைப்பினின்றும் நுணுக்கமாக வழிவிலகிச் சொந்தப் பாணியை ஏற்று கலிங்கத்துச் சிற்பிகள் சுயச்சார்பு கொண்டவர்களானார்கள். கோயில் சிதைவு எச்சங்களை அவை நிர்மாணிக்கப்பட்ட கால வரிசையைக் கொண்டு பார்க்கும்போது, இந்தக் கலை மரபு மலர்ச்சியின் முன்னேற்றம் தெளிவாகும். பரசு ராமேஸ்வரம், ஸ்வர்ண ஜ்வாலேஸ்வரம், சத்ருக்னேஸ்வரம் ஆகிய இடங்களிலுள்ள தொன்மையான என்பதான தொடக்ககாலச் சிற்பங் களின் சுவர்கள் அலங்கரிக்கும் ரிலீஃபுகள், நாட்டுப்புறக் கலைவடிவங் களைப் புலப்படுத்துகின்றன. பாரம்பரியம் சார்ந்த ஒருவகை இனிமை, மனோகரம், இயல்பான குதூகல உணர்வு மற்றும் ஆடம்பரமின்மை ஆகியன குறிப்பிடத்தக்கவை. அவற்றுள் பெரும்பாலானவை, கதை விளக்கங்களை ஆதாரமாகக் கொண்டிருக்கின்றன. சிவனுடைய திருமண ஊர்வலம், கிராதார்ஜுன யுத்தம், ராவணனுடைய கைலாய ஆக்கிரமிப்பு, ராமருடைய மாரீச வதம் என்பவைதாம் அந்தக் கதைகள். இந்தச் சிற்ப வேலைப்பாடுகள்தாம், பின்னர் சிசிரேஸ்வரக் கோயிலி லும் மார்க்கண்டேஸ்வரக் கோயிலிலும் காணப்படும் முதிர்ச்சியும் தனித்தன்மையுமான முழுமை பெற்ற சிற்பங்களாக மலர்ந்தன.

இந்தச் சிற்பங்கள், அதி நாகரிகமான இலக்கிய வழிமுறையைக்

குறிப்பிடுகின்றன. அவை, முற்கால ரிலீஃபுகளைக் காட்டிலும் உணர்வு கலந்த இன்னோசைகளாகும். ராஜாராணி, பிரம்மேஸ்வரம், லிங்கராஜா என்ற கோயில்களின் காலத்தின்போது, விக்ரகச் சிற்பக்கலை நடனம் சார்ந்து உணர்வுகளை வெளிப்படுத்துவதாக வளர்ந்தது. தற்போதையக் கோயில்களில் காணப்படும் நாயகி வடிவங்கள், உணர்வுகளின் வேறுபாடுகளையும் மனச்சலனங்களின் பலவித போக்குகளையும் வெளிப்படுத்தும் கருவிகளே. அவற்றின் உணர்வு, ஓர் உயிர்ப்பான தோற்றமாகப் புலப்படும். இவற்றுக்குப் பின்னர் வந்த சிற்பங்கள், என்ன காரணத்தாலோ ஒருவகை கலைசார்ந்த சிதைவுக்கு அடிமை யாகின. சிற்பிகள் அளவற்ற அலங்காரக் கலைகளில் நாட்டம் கொள்ளத் தொடங்கினார்கள். பொருத்தமற்ற மதிமயக்கும் கலை வடிவங்கள் இடம்பெற்றன. இந்த உண்மைகளைத் தெளிவுபடுத்துவதான பிற்காலத்துக் கோயில்களும் இந்தக் குழுமத்தில் உண்டு.

நிர்ணயிக்கப்பட்ட காலக்கிரமத்தின் அடிப்படையிலும் சிற்பக்கலை மலர்ச்சியின் அடிப்படையிலும், புவனேஸ்வர் கோயில் குழுமத்தைத் தொடக்ககாலச் சிற்பங்கள் என்றும், பிற்காலச் சிற்பங்கள் என்றும் பெரும்போக்காக வகைப்படுத்தலாம். இவற்றில் முக்தேஸ்வரம் கோயிலை, இரண்டு வகைப்பட்டவற்றுக்கும் இடையில் இருப்பதாகக் கொள்ளலாம். கலிங்கத்து தேவாலயச் சிற்பக் கலையினின்றும் வழி பிரிந்ததாகவும் இதைக் கருதலாம். ஒரிய சிற்ப மேன்மையின் ஒரு பவழ-முத்தாக இந்தக் கோயிலைக் கருதுபவர்கள் உண்டு. பரசு ராமேஸ்வரம், ஸ்வர்ண ஜ்வாலேஸ்வரம், சத்ருக்னேஸ்வரம், மோஹினி, உத்தரேஸ்வரம், கௌரிசங்கரம், பஸ்ச்சிமேஸ்வரம், சிசிரேஸ்வரம், மார்க்கண்டேஸ்வரம், கௌரி என்பவைதாம் தொடக்கக் காலக் கோயில்களில் மிகவும் முக்கியமானவை. இவற்றில் சத்ருக்னேஸ்வரக் குழு அமைப்பில் சத்ருக்னேஸ்வரம், பரதேஸ்வரம், லக்ஷ்மணேஸ்வரம், ராமேஸ்வரம் என்பதான நான்கு கோயில்கள் சேர்ந் திருக்கின்றன. பரமேஸ்வரம் கோயிலைத் தவிர, மற்றவையெல்லாம் பெயரளவில் மட்டும் இருக்கின்றன. பஸ்ச்சிமேஸ்வரம், சிசிரேஸ்வரம், மார்க்கண்டேஸ்வரம் ஆகிய கோயில்களின் நிலைமையும் ஏறத்தாழ இதுதான். அருங்காட்சியகத்துறை இந்த சிற்ப எச்சங்களை கவனமாகச் சுத்தப்படுத்தி வைத்திருக்கிறது. இழந்த பெருமையை நிரூபிக்க இந்த எச்சங்கள் உதவும். இந்தச் சிற்பங்களில் பலவும், பிந்துஸரோவர் முதலான தடாகங்களின் கரைகளில் நிர்மாணிக்கப்பட்டிருக்கின்றன.

ஸித்தேஸ்வரம், கேதாரேஸ்வரம், ராஜாராணி, பிரம்மேஸ்வரம், லிங்கராஜா, பார்வதி, மேகேஸ்வரம், ஆனந்தவாசுதேவம், சித்ர காரிணி, யமேஸ்வரம், பாஸ்கரேஸ்வரம் என்பவைதாம் பிற்காலச்

சிற்பங்களில் மிகவும் கவனத்துக்குரியவை. பிந்துஸரோவரின் கிழக்குக் கரையில் உள்ள ஆனந்தவாசுதேவக் கோயில் என்பது, புவனேஸ்வரக் கோயில் குழுவைச் சேர்ந்த ஒரே ஒரு வைணவக் கோயிலாகும். சிற்ப வடிவமைப்பில், லிங்கராஜாவுக்குச் சமானமான இந்தக் கோயிலின் சுவர்கள் நேர்த்தியான முறையில் அலங்கரிக்கப் பட்டிருக்கின்றன. பூரியில் ஜகந்நாதர் கோயிலில் உள்ளதைப் போல, இங்கே பிரதிஷ்டையில் இருப்பது கிருஷ்ணனும் பலராமனும் சுபத்திரையும். விசாலமான நெல் வயல்களுக்கு நடுவில் உயரமான மனோகரத் தோற்றம் கொண்ட ராஜாராணி கோயிலின் கோபுரம், பெரிதும் மனம் கவரும் ஒரு காட்சியாகும். புவனேஸ்வரில் உள்ள மற்ற சிற்பங்களிலிருந்து நுணுக்கமான அம்சங்களில் வேறுபட்டது ராஜாராணியின் சிற்பமுறை. மோகம் ததும்பும் கலவி ஓவியங்களினால், சுவர்கள் அலங்கரிக்கப்பட்டிருக்கின்றன. சிற்பங்களுக்குப் பயன் படுத்தப்பட்ட தனி வகைக் கல்லின் பெயர்தான் ராஜாராணி என்பது.

இந்தியக் கோயில் சிற்பக் கலையின் அபூர்வப் படைப்பில் ஒன்றாகக் கூறப்படுவது லிங்கராஜா கோயில். நூற்றாண்டுகளில், சிற்ப உணர்வுக்கும் சிறப்புக்கும் ஒப்புக்கொள்ளப்பட்டதொரு படைப்பு தான் இந்தக் கம்பீரமான கோயில். இந்தக் கோயில் சுவர்களின் ஒவ்வோர் அங்குலமும், அரியதான சிற்ப வேலைப்பாடுகளால் தன்னிகரற்று விளங்குகின்றன. லிங்கராஜாவினுடையது, வேறெந்த சிற்பத்தையும் போன்றதன்று. அற்புத ஸித்திகள் அமையப்பெற் றிருந்த சிற்ப வல்லுநர்கள், அழகுணர்ச்சியுடன் உருவாக்கிய ஓர் அபூர்வமான சிற்பத் திரட்டு அது. அதனுடைய பல சங்கிலித் தொட ரான சிற்பங்களும், அலங்கரிக்கும் நளினத்துடனான கன்னிப்பெண் சிலைகளும், ஓர் அரும் நினைவாகப் பார்வையாளனில் பிரமிப்பு உணர்வை உண்டாக்குகின்றன. ஆனால் பழைய மத ஆசாரங்களின் படி, இன்றைக்கும் ஹிந்து மதத்தைச் சாராத மற்றவர்களுக்கு இந்தக் கோயிலுக்குள் நுழைய அனுமதியில்லை. கோயில் மதில் சுவருக்கு அப்பால் ஒரு பிளாட்ஃபார்மில் நின்று பார்த்தால், அப்படிப் பட்டவர்களுக்குக் குறைந்த அளவிலானதொரு காட்சி கிடைக்கும்.

இவ்வளவு உயர்வானதொரு கோயில் குழுமம் முழுவதையும் பார்த்து வருவது என்பது எளிதானதல்ல. ஒரு டாக்ஸியின் வசதி இருந்தாலும், ஒரு பகல் நேரத்துக்குள் பாதியளவு சிற்பங்களைக்கூடப் பார்த்துவிட முடியாது. ஆனால் புவனேஸ்வரம் சென்றடைந்த ஒரு சுற்றுலாப் பயணி அவற்றில் சிலவற்றையாவது பார்க்காமல் போவது என்பது, அதிக வியக்கத் தக்கதான ஓர் அனுபவத்தை, தானே வலிய

ஒதுக்கியதாகிவிடும். சிலவற்றை என்று குறிப்பிடும்போது - உங்களுக்கு ஹிந்துக் கோயில் சிற்பக் கலையில் தீவிர ஆர்வம் எதுவும் இல்லையென்றாலும், தவறாமல் பார்க்கத் தக்கவை லிங்கராஜா, ராஜாராணி, ஆனந்தவாசுதேவம், முத்தேஸ்வரம், பிரம்மேஸ்வரம் ஆகியனவாகும். இத்தனை சிற்பங்களும் ஒரு பழைய காலத்தின் வரலாற்றை எடுத்துரைக்கும். கோயில் நிர்மாணம் மீதிருந்த ராஜகுடும்பங்களின் பற்றுதலைக் குறித்தும், வல்லுநர்களான அந்தக் காலத்துச் சிற்பிகளைக் குறித்தும், அதிசயிக்கத்தக்கதான சிற்ப சாஸ்திர அறிவைக் குறித்தும், கல்வெட்டுக்கான கனமான கல் பாளங்களைத் தோண்டியும் சுமந்தும் களைத்துப்போன அன்றைய சாமானிய மனிதனைக் குறித்தும், ஒரு குறைந்த அளவு உணர்வையாவது அவற்றால் எடுத்துரைக்க முடியும்.

12

ஒரு சுருள்படத்தின் கதை

வரவேற்பு அறைச் சுவரில், ஔஷத புத்தர் என்பதாகக் கருத்தமைந்த சுருள்படம் ஒன்று இருக்கிறது. வழக்கமான தடிமனுடன் சம்பிரதாயப் படியான ஒரு திபெத்தியத் தாங்கர் வகைப்படம் அது. மடியில் ஔஷதக் கும்பத்துடன் பத்மாசனத்தில் அமர்ந்த நிலையிலான புத்த விக்கிரகம். அடர் நீல நிறத்தில் அந்தப் படம் அமைந்திருக்கிறது. பச்சை, சிவப்பு ஆகிய நிறங்களில் இடத்துக்கு ஏற்றவாறு மெலிதாகவும் அடர்த்தியாகவும், வெவ்வேறு நிறக் கலவைகளில் மஹாயான பௌத்தக் கருத்துகளை அந்தப் படம் உள்ளடக்கியிருந்தது. திபெத்திய முறைப்படி - தாவரம், கொடி, மலர்கள் ஆகியன பூச்சாடிக்குள் வைக்கப்பட்டது போன்றும், ஆகாய மேகங்களை அடையாளச் சின்னங்களாக்கி சட்டத்தினுள் அடைத்து வைத்தது போன்றும் அந்தப் படம், பிரயாசையுடன் வரையப்பட்டிருந்தது. கலவையான ஒளி வீச்சுடனான உருவ அமைப்புகள் மெஸ்மரிசத் தன்மையால் ஈர்த்தன. அந்த வட்டாரத்து வகைப் படம்தான் அது என்றாலும், மாந்த்ரீகத் தன்மையான ஒரு சூக்ஷ்மஸ்பர்சம் அந்தச் சிறிய சுருள்படத்தில் இருக்கிறது. தூசியும் காலப்போக்கும் சேர்ந்து மங்கச் செய்துவிட்டன என்றாலும், சுவர் இருக்கும் திசையில் அது இப்போதும் வண்ணங்களுடனும் தோற்றப் பொலிவுடனும் சிலிர்ப்பை உண்டாக்கிக் கொண்டுதான் இருக்கிறது. ஏறத்தாழ எட்டு வருஷங்களுக்கு முன்பு போந்திலா போய் வந்தபோது நான் வாங்கி வந்தது இந்தப் படம்.

ஒரு படம் என்பதற்கு அப்பால், இந்த வைத்திய புத்தர் என்னுடைய நினைவுகளில் சேகரித்து வைத்திருக்கும் பழைய அனுபவங்கள், சிலவற்றின் சாட்சியாகும். காட்சியின் வழக்கமான விவகாரங்களுக்கு அந்நியமானவையும், பிற பண்பாடுகளின் ஜீவித மண்டலங்களிலிருந்து நேரடியாகச் சேகரிக்கப்பட்டவையுமான பொருள்களுக்குச் சிறப்பான சில பயன்பாடுகள் உண்டு. பல சமயங்களில், நீண்ட தூரங்களில் அபூர்வ

மான அனுபவங்களின் அசாதாரணமான இடர்ப்பாடுகளின் சாட்சியங்கள் என்ற நிலையில், நினைவுகளை உயிர்ப்புள்ளதாக்கி நிலைநிறுத்துவதற்கு அவை காரணங்களாகிவிடுவதுண்டு. தொடர் பற்றுப் போன செய்திகளைக்கூட கடந்த காலத்தின் அடர் நிறங்களைக் கொண்டு பொலிவுறச் செய்ய அவற்றால் முடியும். குறிப்பிட்ட ஒரு பொருள் - எல்லையற்றதொரு வாழ்க்கை, தரிசனம், பாரம்பரியச் சின்னம் ஆகியவற்றின் வெளிப்பாடாக இருந்தால், அதுவே எல்லை யற்றத் தன்மையை அடைந்துவிடுகிறது. எடுத்துக்காட்டாக, மருந்துப் பாத்திரத்துடன் இருக்கும் இந்த நீலபுத்தர், ஆதியிலிருந்த இனப்பாகு பாடுகளை அவை ஏற்கெனவே இருந்த மனங்களிலிருந்து அகற்றியதை நினைவுப்படுத்தும். சரீர உணர்வு, பராமரிப்பு, ஆரோக்கிய சிசுருஷை ஆகியவற்றை வெளிச்சத்துக்கு இட்டுச்சென்ற கருணாமூர்த்தியான ஒரு தேவதூதனை, புத்தர் காலப் பின்னணியில் நினைவுப்படுத்தும்.

அபூர்வப் பொருள்களைச் சேகரிக்கச் சிலர் வெளிப்படுத்தும் ஆர்வம் என்பது, வரலாற்றோடும் நூற்றாண்டுகளோடும் அனுபவிக்க முனையும் விருப்பமாக இருக்கவேண்டும். அருங்காட்சியகத்தைப் பார்ப்பவனின் உள்ளக்கிடக்கையும் அதுதான். சத்தீஸ்கட்டில் வாரச் சந்தைகளுக்கு வரும் பலவகை விசித்திரமான உலோக விளக்குகளும், பிரம்மபுத்திரா சமவெளியில் - குறிப்பாக, நல்பாரியிலும் கோல் பாராவிலும் - காணப்படும் டெர்ரகோட்டா வகை பகவதி உருவச்சிலை களும், நாக வம்சத்தாரின் குலச் சின்னங்களான பிரம்புக் கூடைகளும் போன்ற பரம்பரை வழியில் வந்த படைப்புகள், சுற்றுலாப் பயணங்களின்போது பார்த்து ஆசைப்பட்டாலும் சேகரிப்பவனிடமும் தீவிர ஆர்வம் இருக்க வேண்டும். அத்தகைய ஆர்வம் என்னிடம் இல்லாததனால் அத்தகைய சேகரங்கள் எதுவும் என்வசம் இல்லை.

பேமா ஓஜீர் என்ற படுகிழவரான ஒரு திபெத்திய ஓவியர்தான், என்னுடைய ஔஷத புத்தர் படத்தை வரைந்தவர். பிக்ஷுகள் பரிவாரத் துடன் தலாய்லாமா இந்தியாவுக்குத் தப்பித்துக் கடந்து வந்ததற்கு முன்பு, தவாங் வழியாகப் போந்திலாவுக்கு வந்து குடியேறினார் ஓஜீர். உயரமான நிழல் மரங்களுக்குக் கீழே, இமாலயச் சரிவுகளில் இளம் மஞ்சள் வெயிலில் பிரகாசித்து நிற்கும் ஒரு பௌத்த தேவாலயம் போந்திலாவில் இருக்கிறது. ஏற்கெனவே நிச்சயிக்கப்பட்டது போன்ற ஒரு கீழிறங்கு போக்கில், இடைவிடாமல் உதிர்ந்துகொண்டிருந்த பழுத்த இலைகளின் மறுபுறத்தில் தங்கக் கும்பத்துடன் நிமிர்ந்து நிற்கும் சற்றுப் பெரிய கோயிலுக்குக் கீழே, வெள்ளை நிறச் சுவர்களுடனான நான்கு மூலை மேடை மீது அமைந்த கோயில் சிற்பம் ஒரு மாறுபாடான காட்சியாகும். புழக்கடைப் பக்கவாட்டில் பிரும்மாண்டமான இரண்டு

பிரார்த்தனை மண்டபங்கள் இருக்கின்றன. பெரிய கொடிமரத்தின் பாதியில், சரிந்துவிழுந்து சோம்பலாய் அசைந்தாடிக் கொண்டிருந்த வர்ணக் கலவையான கொடியும் தென்படுகிறது. மரங்களுக்கிடையில் நடைபாதையில் எனக்கு நேராக நடந்து வந்த லாமாவின் மொட்டைத் தலையும் ஸ்தூல சரீரமும் சேர்ந்து, அந்தத் தேவாலயக் காட்சி ஒரு பகல் கனவுபோல் பொருத்தமற்றதாகத் தோன்றியது. இந்தக் கோயில், சூழல் பின்னணியின் உள்ளடக்கம் ஆகியன புலன் நுகர்ச்சிக்கு உட்படுமென் றால், திபெத்தியத் தாங்க்கர் ஓவியங்களின் கலவைச் சேர்க்கையான ஓவிய மொழியைப் புரிந்துகொள்வது எளிதுதான். ஏனென்றால், ஏதோ உயிரோட்டமான ஒரே தொடரின் இரண்டு பிரத்தியட்சங்கள் அவை. ஒன்று, இடமும் காலமும் சார்ந்த சாதாரண அனுபவம். மற்றொன்று, அந்த அனுபவத்தைப் பற்றியதான மெட்டஃபர்.

இந்தியா - சீனா யுத்த காலம் முதல் சமவெளிப் பகுதிகளில் அறிமுக மாகத் தொடங்கிய இந்தப் போந்திலா, வடகிழக்கு இமாலயத்தில் ஒரு மலைப்பாதைச் சந்திப்பாகும். எல்லைப்புறத்துக்கு அருகில் திட்ட மிட்டு உருவாக்கப்பட்ட யுத்த தந்திரத் தொடர்புள்ள பிரதேசம் இது. அதிக நெருக்கடி இல்லாத ஒரு சந்தைத் தெரு, சில சிவிலியன் அரசுக் கட்டடங்கள், ஒரு பள்ளிக்கூட வளாகம், பச்சை நிறத்தில் இரும்புத் தகட்டுக் கூரைகளால் வேயப்பட்டு, ஒளிந்திருக்க வசதியாக மறை விடங்களில் பின்வாங்கி நிற்பதற்கான ராணுவ அமைப்புகள் ஆகியன சுற்றிலும் இருக்கின்றன. தேஸ்பூரிலிருந்து தொடங்குவதும் ராணுவப் பாதுகாப்பில் இருப்பதுமான ஒரு நெடுஞ்சாலை போந்திலாவைக் கடந்து செல்கிறது. பயணத்துக்குச் சாத்தியப்படாத மலைச்சிகரங்கள் ஏறியிறங்கி தவாங்கிலுள்ள பழம்பெருமை வாய்ந்த புத்தவிஹாரத்தை யும் கடந்து, எல்லைப்புறத்திலுள்ள ராணுவ முகாம் பகுதி வரை அந்த நெடுஞ்சாலை செல்கிறது. வழக்கமாகக் கடந்து செல்லும் ராணுவத் தளவாடங்களான ஜுங்ககளும், பனிப்பொழிவால் வழி மறிக்கப்படாத மாதங்களில் தேஸ்பூரிலிருந்து எப்போதாவது வரும் ஒரு சுற்றுலா பஸ்ஸும், தூரத்து நாகரிகங்களின் செய்திகளை இந்த மலைப்பகுதி களுக்கு எடுத்துக்கொண்டு வருகின்றன.

போந்திலாவில் புத்தர் கோயிலில் சந்தித்த கெல்ஸாங் என்ற ஓவிய மாணவர்தான், குன்றின் உச்சியிலிருந்த பேமா ஓஜீரின் வீட்டுக்கு என்னை அழைத்துச் சென்றார். குளிர்காலத் தொடக்கத்தின் ஒரு சாயங் காலமாக இருந்தது அது. யாக் எருமைகளை அறுத்து, வெட்டிச் சிறிதாக்கிய ரத்தம் புரண்ட இறைச்சித் துண்டங்கள், வீடுகளின் தகட்டுக் கூரைகளில் உலர வைக்கப்பட்டிருந்தன. முற்றங்களில் பூந்தோட்டப் பூக்களும் இலைகளும் உதிர்ந்து, வறளத் தொடங்கியிருந்தன. சிறிதாக

இருந்தாலும் மரச்சுவர்களும் கண்ணாடி ஜன்னல்களும் சிம்னிக் கூண்டுகளும் பிறவுமாக, ஓஜீரின் வீடு ஓர் ஓவியக் கற்பனை போல அழகாக இருந்தது. மண்பாத்திரங்களும் கம்பளி ஆடைகளும் நிறைந்திருந்த வீட்டின் உட்புறக் கம்பளி விரிப்பில் அவருடைய இரண்டோ மூன்றோ வயதேயான பேத்தி ஒரு தேவதையைப் போல ஆடாமல் அசையாமல் உறங்கிக் கொண்டிருந்தாள்.

வாலிப ஆரம்பத்தில் சொந்த திபெத்திய கிராமத்தை ஒதுக்கிவிட்டு, எல்லை தாண்டி தவாங்கில் புத்தவிஹாரத்துக்கு வந்துசேர்ந்த ஓஜீர், திருமணப் பிணைப்புக் காரணமாக போந்திலாவில் மொண்பா சூழலில் வசிக்கத் தொடங்கினார். போந்திலாவுக்கும் தவாங்குக்கும் இடையிலுள்ள மலைச்சிகர கிராமங்களில், ஆதி மலைவாசிகளான மொண்பாக்கள் புத்த மதத்தைப் பின்பற்றுகிறார்கள். ஜாதி, இனம் ஆகியவற்றின்படி திபெத்காரரான ஓஜீரின் மொண்பா பிரிவு என்னவென்று புரியவில்லை. ஒருவேளை, நாடுகளின் எல்லைகளைக் கடந்த விசாலமான புத்த மதத் தலைமுறையைச் சார்ந்தவராகக் கொள்ளலாம். ஓவியப் புலமை மீதான தன்னம்பிக்கை, அவரை மொண்பா கிராமங்களுக்கு வேண்டப்பட்டவராக்கிவிட்டது. இமாலயப் பள்ளத்தாக்குகளிலுள்ள மஹாயான பௌத்தக் குழுவினருக்குத் தாங்க்கர் வகை ஓவியங்கள் வாழ்க்கை மேம்பாடும் ரோகசாந்தியும் இடர்ப்பாதுகாப்பும் நிச்சயமாகத் தருகிற மாந்த்ரீகத் தன்மையுடையன. தாங்க்கர் ஓவியன் என்பவன் அருந்திறன் பெற்ற கலைஞன் என்பதற்கும் மேலே, தெய்வ கடாட்சம் பெற்ற மாந்த்ரீகனாவான். தவாங், போந்திலாப் பகுதிகளில் மொண்பா கிராமத்தவர்க்கு நன்கு அறிமுகமான ஓவியப் புலமையின் பரம்பரை ஊற்று, இந்த எண்பது வயதைக் கடந்த பேமா ஓஜீர். போந்திலாவிலும் தவாங்கிலும் ஓஜீருக்குப் பல சீடர்கள் இருக்கிறார்கள்.

நாங்கள் போனபோது, பேமா ஓஜீர் தன்னுடைய அறையில் ஜன்னலோடு ஒட்டியிருந்த கட்டிலில் சம்மணமிட்டபடி உட்கார்ந்து, பாதி முடித்திருந்த ஓர் ஓவியப் படைப்பில் பிரஷ் செய்துகொண்டிருந்தார். சுருள்சித்திரம் என்பதான அந்தப் படத்தில், சரடுகள் ஜன்னல் கம்பிகளாக அமைக்கப்பட்டிருந்தன. அந்தக் கம்பிகளில் ஜன்னல் கண்ணாடி வழி வந்த வெயில், படிந்து ஒளிர்ந்தது. அளவில் பெரியதும் கலவையானதுமான ஓர் ஒழுங்குமுறைக்கு உட்பட்டிருந்தது, அவர் வரைந்து கொண்டிருந்த தாங்க்கர் ஓவியம். நுணுக்கமும் அடர்த்தியுமான கோட்டு உருவமைப்பினால், அது பொலிவு பெற்றுக்கொண்டிருந்தது. மையமான புத்த விக்ரகம், அதைச் சூழ்வதான பின்னணித் தோற்றம், கோடுகளின் அமைப்புமுறை என்பதாக எல்லாம் சேர்ந்து

இறுதி முடிவான கணித ரீதியில் முற்ற முடிவான ஒரு கட்டுத்திட்டம் திபெத்திய தாங்க்கர் ஓவியங்களுக்கு உண்டு. பேமா ஓஜீரின் முதிய மூளைக்கும் விரல் நுனிகளுக்கும் அந்தக் கணித கட்டுத்திட்டம் அநாயாசமாகப் பொருந்தி வந்தது. ஆனாலும், ஒரு தாங்க்கர் ஓவியம் நிறைவுபெறக் குறைந்தது மூன்று மாதங்களாவது வேண்டும்.

ஜன்னல் வழியாக வெயில் கதிர்கள் இடையீடின்றிப் பொழிய நேர்ந்ததால், ஓஜீர் கட்டிலிலிருந்து இறங்கினார். அதனிடையே அவருடைய மகள் மீண்டும் மீண்டும் ஊற்றித் தந்த பல கோப்பை பட்டர் சாயாவை நாங்கள் குடித்து முடித்திருந்தோம். அவயவங்களுக்கு ஆயாசம் தோன்றியிருந்ததனால், ஓஜீர் வீட்டுக்கு வெளியே, சிறிய மரங்களுக்கும் செடிகளுக்கும் இடையே நடக்கத் தொடங்கினார். வயதுக்கு ஒத்துவராத வேகத்தோடும் நடுக்கம் கலந்த நடையோடும் அன்றாட வேலைகளில் மூழ்கியிருந்த அவருடைய மனைவி, ஒரு கட்டு விறகைச் சுமந்துகொண்டு வீட்டை நோக்கி நடந்து வந்துகொண்டிருந்த போது, ஓஜீர் அவளைக் கூப்பிட்டு ஏதோ சொன்னார். பேச்சு விஷயத்தில் மட்டும் பேமா ஓஜீர் சற்றும் தாராளமானவராக இல்லை; சிக்கனக்காரராக இருந்தார். ஆனாலும் தனக்குத்தெரிந்த அளவிலான வரையறைக்குட்பட்ட ஹிந்தியில், நீண்ட மௌனத்துக்கு இடையே அவர் என்னிடம் பதில் சொல்லிவிட்டுப் போயிருந்தார். கால் வழுக்கினால் பெரும் ஆழத்தில் உருண்டு விழ வாய்ப்பிருந்த ஒரு குன்றின் சரிவில் இருந்தது அவருடைய அந்த வசிப்பிடம். ஒவ்வொரு காலடி வைப்பிலும் கவனம் செலுத்தி நிதானமாக நடந்த ஓஜீர், ஒவ்வொரு மரத்தின் கீழும் ஒரு நிமிடமாவது தங்கி நின்றார். மரத்தைக் கீழிருந்து மேலே வரை பார்த்தார். சில சமயம் அவற்றை மிருதுவாகத் தடவிக் கொடுத்தார். வெளியே கேட்காதபடி அவற்றிடம் ஏதோ முணுமுணுத்தார். அங்கிருந்த எல்லா மரங்களுடனும் செடிகளுடனும் அவருக்குச் சிறிதும் பெரிதுமான தனிப்பட்ட உறவுமுறைகள் ஏற்பட்டிருப்பதாகத் தோன்றியது.

நாங்கள் வீட்டுக்குத் திரும்பிச் சென்றபோது, கனல் வீசும் ஒரு நெருப்பு மூட்டத்தைச் சுற்றிலும் மூங்கில் இருக்கைகள் இட்டு, மதுபானக் குப்பியும் கிளாஸ்களுமாக, ஓஜீரின் மனைவி காத்திருந்தாள். ஏதோ தானியங்களிலிருந்து அவளே சலித்து எடுத்துத் தயாரித்த ஒரு வகை ரக்ஸியாக இருந்தது அந்த மதுபானம். அந்த வயதான தம்பதிகளின் எல்லா நாள்களும் இப்படியான ஒரு மதுபான உபசாரத்துடன் முடிவடைவதாக இருந்தது. என்னைப்போல ஒரு விருந்தாளி, அவர்களுக்கு அவ்வப்போது அபூர்வமாகக் கிடைப்பார்கள் போலிருக் கிறது. எங்களுடைய பேச்சுகளும் மதுபானக் குப்பிகளும் முடிந்து இரவு

நீண்ட நேரம் சப்த அலைகளால் நீடித்த அந்தச் சிறிய அறை, நிரம்பி வழிவது நிற்கவில்லை. பலவகைத் தானியங்களும் பருப்பும் வறுத்தெடுத்து எங்களுக்கெதிரே இடையிடையே கொண்டு வந்து வைத்தாள். ஓஜீரின் மகளும் என்னுடன் வந்திருந்த சீடன் கெல்ஸாங்கும் மது அருந்துவதில் பங்கெடுத்துக் கொள்ளவில்லை. இரவின் குளிர்த் தாக்குதலுக்கு இதமான நெருப்பு மூட்டத்திலிருந்து கிளர்ந்தெழுந்த வெப்ப அலைகளுடன், இதயமும் இதமாக இருந்த அந்த வீட்டுக்குள் கருணையும் பெருந்தன்மையும் குடிகொண்டிருந்தன. அது மலைவாசி இனத்தாரின் விருந்தோம்பல் பண்பை மட்டும் வெளிப்படுத்துவதாக இல்லை. ஆயிரக்கணக்கான ஆண்டுகளையும் தாண்டி வழியும் புத்த அம்சமாக அந்தக் கருணையும் பெருந்தன்மையும் தெரிந்தன.

காலையில் வெயிலில் காய்வதற்காகத் தோட்டம் நோக்கி நடந்த போது, உட்காரும்படி உபசாரமாகச் சொல்லிக்கொண்டு ஓஜீரின் மகள் பிரம்பு நாற்காலியுடன் பின்னால் வந்தாள். உயர்குலத்து நளினமும் மலர்ச்சியும் இணைந்ததாக இருந்தது அவளுடைய அழகு. கண்கள் சதா ஏறியிறங்கிக் கொண்டிருந்தன. திடமான கணுக்கால்கள். புதிய தாய்மையின் நம்பிக்கை நிறைந்த, தடைபடாத நடையுடை பாவனைகள். நான் அவளுடைய குழந்தையின் தகப்பனைப் பற்றிக் கேட்டேன். அவன் போந்திலாவுக்கு அருகில் பட்டாளத்தில் இருந்தான். பெரும்பாலான வாரக் கடைசிகளில் வீட்டுக்கு வந்து போவான்.

வெறிச்சோடியிருந்த பூந்தோட்டத்தைச் சுட்டிக்காட்டி, என்னிடம் மன்னிப்புக் கேட்டுக் கொள்வது போன்ற தாழ்ந்த குரலில் அவள் சொன்னாள்: 'என்ன கஷ்டம்! பூக்களெல்லாம் உலர்ந்துவிட்டன. அவையெல்லாம் தளிர்க்கவும் பூக்கவும் இனி மாதக்கணக்காகும்.'

அவளுடைய குரலில் இருந்த ஆற்றாமையும் சோகமும், என்னைப் பேச்சற்றவனாக்கின. பருவச் சுழற்சியும் இயற்கையின் துடிப்பும் எவ்வளவு பிரத்தியட்சமானவை, உறுதியானவை என்ற உண்மை அவளுடைய அன்றாட அனுபவங்களிலிருந்து வெளிப்பட்டது. அசாதாரணமான கருணையும் இதயபூர்வமான மென்மையும் இருந்தால் மட்டுமே, முன்பின் அறிமுகமில்லாத ஓர் ஆணிடம் உலர்ந்து உதிரும் பூக்களைப் பற்றி ஒரு பெண்ணால் இவ்வளவு மனம் திறந்து ஆற்றாமையைப் புலப்படுத்த முடியும்.

முந்தின நாள் படித்திருந்த யாசுநாரி கவாபாத்தின் நாவலில், மாமனாரும் மருமகளும் மூங்கில் பாயில் மலர்ந்திருந்த காட்டு வில்லிப் பூக்களைப் பற்றிச் சர்ச்சை செய்துகொண்டிருந்ததை நான் நினைத்துப் பார்த்தேன்.

அந்தக் காலை நேரத்தில் ஓஜீரின் மகளுடன் பேசியதையும், அவளை வளர்த்து உருவாக்கிய மொண்பா இனத்துப் பண்பாட்டைப் பற்றி எனக்குத் தோன்றிய மரியாதையையும் பற்றி, என்னுடைய சுவரில் தொங்கும் நீலபுத்தர் படம் ஒவ்வொரு தடவை பார்க்கும்போதும் எனக்கு நினைவுபடுத்தும்.

13

பஸ்த்தா வனங்களில் ஒரு வரலாறு பிறக்கிறது

சாயங்கால வேளையில், காட்டு நடுவில் குறுக்கு வழியில் அட்டகாசமாகப் பேசிக்கொண்டு வந்த இரண்டு முரியா பெண்களைப் பார்த்தேன். கழுத்தில் ரோமம் உதிர்ந்து சோர்ந்து களையிழந்திருந்த ஒரு பறவை, அவர்களில் ஒருத்தியின் கையில் தொங்கிக்கொண்டிருந்தது. அதனுடைய அநாதரவான கண்களில், தானிருக்குமிடத்தின் அசாதாரண நிலைமையைக் குறித்து எந்தவிதமான கவலையும் இருப்பதாகத் தெரியவில்லை. இருளத்தொடங்கிய கிழக்கு மலைகளின் திசையில், குறுகிய காலடிகள் வைத்து அவர்கள் இருவரும் அதிவேகமாக நடந்துகொண்டிருந்தார்கள். நுணுக்கமானதென்றாலும் பிழையில்லாத ஓர் அசாதாரணம், அந்த முதிய முரியா பெண்களிடமும் அந்தப் பறவையிடமும் இருந்தது. தண்டகாரண்யத்துக்கு அந்நியமான யதார்த்தத்தின் அடையாளமாக, அவர்கள் இருந்தார்கள். நூற்றாண்டுகளில் தளிரும் வாலிபமும் பாதுகாக்கும் மறைவான காட்டுப் பகுதியைச் சார்ந்தவர்களின் அடையாளச் சின்னம் அவர்கள்.

ஏழெட்டு வீடுகளுக்கு நடுவே வாசற்புறத்தில், தான்தோன்றித்தனமாக நாய்கள் படுத்து உறங்கிக்கொண்டிருந்தன. அவற்றைச் சுற்றிலும் வழிபாடு நடத்துபவர்களைப்போல, ஆள்கள் கூடியிருந்தார்கள். பான்ஸி சந்தைப் பகுதியில் கத்திகள் சொருகிய சண்டைக்கோழிகளைச் சுற்றிலும், குறுக்கும் நெடுக்குமாக அரைநிர்வாண தண்டாமி இனத்தவர்கள். மழு சுழற்றிச் சண்டையிடும் சூழலில் சந்தைக் கூட்டம். தண்டகாரண்யத்துக்குரிய யதார்த்தச் சூழல் இது.

இரவு சங்கிணி நதிக்கரையில் கொஞ்ச நேரம் உட்கார்ந்திருக்கும்போது, காட்டின் மீதான ஆர்வம் மேலும் அதிகரிக்கும். ஆற்றோட்டமும் மேற்பரப்பில் தடங்கலின்றி இருக்கும். மஹுவா மரத்தின் உச்சியில் நிலா உதிக்கிறது. நிதானமாக நரம்புகளில் படரும் குளிர். இயற்கை

ஏற்கெனவே அறிமுகமானவனைப்போல விடைபெற்றுப் பிரிகிறது. தனிமை என்பது பகையாளியாக மாறுகிறது. நீங்கள் கான்ஸ்டபிளின் நிலைமைக்குள்ளாகிறீர்கள்.

வனப்பகுதிக்கு, அதனுடைய காலமும் வேகமும் மனப்போக்கும் உண்டு. காலத்தின் செழுமையையும் சரித்திரச் சந்திப்புகளையும் நிர்ணயிக்கிற பரிணாமச் செயல்பாட்டின் போக்கு ஒரு புராதனத்தன்மை யானது. அதனால் வெளியுலகச் சரித்திர இலக்கண வரம்பை, காட்டின் எல்லைகள் கடப்பதுடன் அதனுடைய வேகமும் துடிப்பும் நஷ்டமடை கின்றன. மர்மங்களும் கிராமங்களில் சொல்லக் கேட்கும் பழங்கதை களும் சேர்ந்த தொகுப்புதான் தண்டகாரண்யத்தின் சரித்திரம். கண்டும் கேட்டும் கோபமுற்று அதிருப்தியுடன் இந்தப் பகுதிகளில் சுற்றித் திரிந்த சீதை (சத்தீஸ்கட் பெண்கள், பல கணவர்- கொள்ளும் போக்கும், பஸ்த்தரில் மூங்கில் காடுகளில் முட்கள் இல்லாததும் ஆகிய பலவற்றுக்கும் காரணம்-சீதையின் சாபம்தான் என்ற நம்பிக்கை), பார்ஸோரில் ஐம்பது கிராமங்களில் ஐம்பது தடாகங்களை வெட்டி விளைச்சலைப் பெருக்கியது, அரண்மனைகள் கட்டி அரசனான ஓர் அசுரன் ஆகியவற்றைப் பற்றியெல்லாம் அந்தச் சரித்திரம் கூறுகிறது. பதினொன்றாம் நூற்றாண்டு வரை நிலைத்து நின்ற தென்று கூறப்படுகிற நாக் அரச வம்சத்துக்குப் பின்னர் வந்த காக்கதிய மன்னர்களின் காலத்துக்கான பழங்கதைகளில், மானுட இயல்பை மீறிய மிகைக்கூற்றுகள் இருக்கின்றன.

ஆனால், இப்போது பஸ்த்தரின் வனப்பகுதிகளில் ஒரு புதிய நிகழ்கால வரலாறு உருவாகிக்கொண்டிருக்கிறது. தண்டகாரண்யத்தை குறுக்கே முறித்தபடி ஜகதல்பூரிலிருந்து கிரண்தூளிக்குப் போகும் சாலையும், பைலாடில்லாவிலும் ராஜஹாராவிலும் கிடைக்கப்பெறும் இரும்புக் கனிமங்களும்- இந்தப் புதிய உருவாக்கத்தின் சாட்சிகளாகும். இந்த வரலாறு, வெறும் கட்டுக்கதையல்ல. கண்ணெதிரேயான அனுபவங் களின் தொகுப்பு. சாலையோர முன்னேற்றங்களிலிருந்து காடு அதனுடைய கிராம வாழ்க்கையை, அதிக தொலைவுகளுக்குப் பின்தள்ளுகிறது. அதிகாலையில் கிராமத்தார் காவடிகளில் விறகுக் கட்டுகள் சுமந்து, நெடுஞ்சாலைகளிலுள்ள சிறிய கடைகளுக்குக் கொண்டு செல்கிறார்கள். தேநீர்க் கடைகளுக்குப் பின்புறத்தில் விறகை விற்கும் வழிவகை அவர்களுக்குப் பழக்கமாகியிருக்கிறது. இந்தக் கடை வாசல்களில் உட்கார்ந்தபடி காத்திருக்கும் அவர்களுடைய பிருஷ்டங்கள், நிறம் மாறி இறுகிவிட்டிருக்கின்றன. புதிய இரைச்சல்களும் நடவடிக்கைகளும் இடம் பெறுவதையும், தங்களுடைய வனாந்திரங்கள் நிதானமாக அந்நியமாகிக்

கொண்டிருப்பதையும், அவர்கள் அலட்சியமாகப் பார்த்துக் கொண்டுதான் இருக்கிறார்கள். இதற்கிடையே கசப்பானதும் கடினமானதுமான சில அனுபவங்களினூடே, மாற்றத்தின் நிதர்சனத்தை அவர்கள் உள்வாங்கிக் கொள்கிறார்கள். சட்டென்று புதிய வரலாற்றின் உள்ளடக்கமும் மூலாதாரமும் விரிவாகப் புரியலாயின.

கடந்த ஏப்ரல் ஆறாம் தேதி பகல், கீதத்திலும் பான்ஸியிலும் உள்ள சாலைச் சந்திப்புகள்- கிரண்தூளியிலிருந்து ஓடிப்போன பயம் கலந்த தொழிலாளர் குடும்பங்களால் நிறைந்திருந்தன. முந்தின நாள் வெடி வைத்ததிலும் தீ வைத்ததிலும், எல்லாம் நஷ்டப்பட்டுப் போயின. உறவினர்கள் மற்றும் நண்பர்களின் சடலங்களைக் கணக்கெடுப்பதிலும் விவாதிப்பதிலும் இரக்கத்துக்கு உரியவர்களாக எல்லாவற்றையும் விட்டுவிட்டு, இரவோடு இரவாகக் காடுகளுக்குள் அபயம் தேடிப் போனவர்கள் அவர்கள். கீதத்துக்கு வந்து சேர்ந்த கூட்டத்தில், காலில் குண்டு துளைத்த ஒரு சின்னக் குழந்தையும் இருந்தது. சத்தீஸ்கட் போன்ற மாவட்டங்களிலிருந்து வேலை தேடி பைலாடில்லாவிலுள்ள இரும்புக் கனிமச் சுரங்கங்களுக்குச் சென்ற இந்தக் குடும்பங்கள், வருடக் கணக்கில் அங்கே உழைத்தார்கள். அவர்களுடைய உழைப்பு இனி தேவையில்லை என்றானபோது, அதிகாரிகள் அவர்களை வேட்டையாடி விரட்டியடித்தார்கள். அநாதைகளாகி சாலையோரங் களில் அழுதுகொண்டிருந்த இந்தத் தொழிலாளர்கள் மூலமாக, தண்டகாரண்யமும் அங்கிருந்த ஆதிவாசிகளும் புதிய வரலாற்று மைந்தர்கள் ஆனார்கள்.

'எலெக்ட்ரிசிட்டி, காட்டு மக்களின் எமன்!' கீதத்தில் மசாலா தோசையும் உளுந்து வடையும் விற்கும் மலையாளி கடைக்காரர் சொன்னார்: 'எத்தனை பேர் வெந்துபோனாங்களோ?' நொந்து வேதனைப்பட்டார். அதிக சக்தி வாய்ந்த மின்னோட்டமுள்ள ஒரு டவர் லைன், காட்டினூடே கடந்து போகிறது. ஆபத்தை அறியாத பல ஆதி வாசிகளின் உயிர்களை அது பறித்திருக்கிறது. இரண்டு மாதங்களுக்கு முன்புதான், கீதத்தைச் சேர்ந்த தண்டாமி இளைஞன் ஒருவன் இறந்து போனான். காதலியுடன் பறவை வேட்டைக்கு அவன் சென்றிருக் கிறான். அந்தப் பெண்ணை மகிழ்விப்பதற்காக வேண்டி, அவன் டவரைப் பிடித்து ஏறியிருக்கிறான். இப்போது கிராமம் முழுதும், அவளைச் சபித்துக்கொட்டுகிறது. சாவுகள் அதிகரித்தபோது, அதிகாரிகள் சங்கு முழக்கம் முரசு அறைதல் ஆகியவற்றை ஏற்பாடு செய்து, எல்லாக் கிராமங்களுக்கும் சென்று ஆள்களைக் கூவி அழைத்து ஆபத்துகளைப் பற்றி விவரித்திருக்கிறார்கள்.

39,060 சதுர கிலோமீட்டர் பரப்பளவுள்ள பஸ்த்தர், கேரள

மாநிலத்தைவிடப் பெரியதொரு மாவட்டம். இங்கே 3,683 கிராமங்கள் இருக்கின்றன. பதினைந்து லட்சம் அளவுக்கு கோத்ரா இனத்தவர் வசிக்கிறார்கள். முரியா, தண்டாமி முரியா, அபுஜ்மரியா, துர்வா, பார்த்ரா, ஹல்பா, தோர்ளா என்பவை அங்குள்ள வெவ்வேறு பிரிவுகள். ஹல்பா, பார்த்ரா முதலான மைனாரிட்டிகள் நாகரிகமான வேலைகளில் ஈடுபட்டு, நிதானமாக இந்து சம்பிரதாயங்களை ஏற்றுக்கொள்ளத் தொடங்கியிருக்கிறார்கள். கல்வியும் மில்துணிகளும் அவர்களுடைய சமூகப் பொருளாதார நிலையில், இப்போது அங்கீகரிக்கப்பட்டிருக் கின்றன. ஆனால் மக்கள் தொகையில் மெஜாரிட்டிகளான அபுஜ்மரியா, முரியா, தண்டாமி முரியா ஆகிய பிரிவினர் தங்களுடைய பழைமையையும் சட்டதிட்டங்களையும் விட்டுக்கொடுக்கத் தயாராக இல்லை. வனப்பகுதிகளில் அதிகரித்துக் கொண்டிருக்கும் அரசாங்கத்தின் தலையீடும், சமவெளிகளிலிருந்து இவர்களுடைய நீக்கங்களும், இப்போது இவர்களுக்கு குழப்பத்தை உண்டாக்குபவை. காட்டின் தொன்மையில் ஊறிப்போயிருப்பதனால், வேகமான கணநேரத்துச் சுழற்சியையும் புதிய பரிமாற்றல் சுபாவங்களையும் மற்றும் போக்கு வரத்து வழிமுறைகள் போன்ற இறக்குமதி செய்யப்பட்ட மாற்றங்கள் எதையும் அவர்களால் ஏற்றுக்கொள்ள முடியவில்லை. இப்போதைய கிராமச் சூழலில், மிகவும் வித்தியாசமான வாழ்க்கைப் போக்குகளை ஏற்றுக்கொண்டவர்களும் வேறுபாடான மதிப்பீடுகளைப் புலப் படுத்துபவர்களுமான ஒரு ஜனக்கூட்டத்துக்கு, வெளிப்படையான முற்போக்குத்தனம் இருக்கிறது. இதன் முழுமையான பொருள், தங்களுடைய அனுபவக் களங்களில் தீர்மானங்களைச் செயல்படுத்த கோத்ரா இனத்தவர் முயற்சி செய்து கொண்டிருக்கிறார்கள் என்பது தான்.

தங்களுடைய கிராமங்களில் உடல் திடகாத்திரமும் ஆரோக்கியமும் கொண்டுள்ள பெண்பிள்ளைகள், அடிக்கடி பாபுமார்களின் இருப்பிடங் களுக்குப் போய்வருகிறார்களென்றும், அவர்களில் பலர் வாரச் சந்தையில் விற்கும் சாயப்பூச்சுகளைப் பூசிக்கொண்டு ட்ரக்குகள் வருகைக்காகக் காத்திருக்கிறார்களென்றும், சுற்றித் திரியும் அதிகாரி களுக்காகக் காத்திருந்து, தினவு தீர்க்கும் சூழல்களில் தூங்கிக் கழிக் கிறார்களென்றும் அவர்களுக்குத் தெரியும். தங்களுக்கு வேண்டாதவர் களை வெட்டிக் கொன்றால், காவல்நிலையத்திலிருந்து காக்கிச் சட்டைக்காரர்கள் வருவார்களென்றும், குரங்குகளைப்போல இடுப்பில் சங்கிலியிட்டு, தங்களை ஜகதல்பூரிலுள்ள சிறைச்சாலைக்குக் கொண்டு போவார்களென்றும் அவர்களுக்குத் தெரியும். ஆனாலும் தங்களுடைய இனத்தாரின் வீழ்ச்சி நிலையின் போக்கைத் தீர்மானிக்க வேண்டி,

வியப்பளிக்கக் கூடிய ஒரு நாடகத்தின் அரங்கேற்றத்தைக் காணக் குழுமியிருப்பவர்களைப் போல, இடையூறுகளினின்றும் விடுபட்ட வராக மாற, அவர்கள் தங்களுக்குள் கட்டுப்பட்டிருக்கிறார்கள். இந்த மக்களின் சரீர நிலைமை, கடினமான நிலங்களைச் சார்ந்திருப்பதான அரைநிர்வாணக் கோலம்தான். ஆயுள்காலம் முழுதும் இருக்கும் நிலையிலேயே கரைந்துவிடும் இந்தியக் கிராமங்களிலுள்ள பிரும்மாண்ட அளவிலான மக்கள் கூட்டத்திலிருந்து, இந்த விஷயத்தில் அவர்கள் இப்போது வேறுபட்டவர்களல்ல. விரோத உணர்வைச் சிறிதளவும் அறிந்திராத ஒரு பழைமையும் அதனுடைய வேர்களும் அழிந்துகொண்டிருக்கின்றன. அது மட்டுமல்லாமல், குறிப்பிட்ட எல்லைக்குள் சுய கண்காணிப்புடன் வாழும் ஒரு மனித சமூகம் முழுதும் அவமானத்துக்கு உள்ளாக்கப்படுகிறது.

சில அபூர்வமான வாய்ப்புகள் எங்கும் அமையும். நோஞ்சானான தேகங்கள்கூட இயல்பாகவே வனத்து முரட்டுத்தனமான வலிமையை ஏற்று வளர்கின்றன. கீதத்தில், வாரச்சந்தையில் இத்தகைய உயிர்த் தெழுதல்கள் தென்படும். ஆதிவாசிகள் சண்டைக்கோழிகளுடன் ஞாயிற்றுக்கிழமைகளில் கீதத்துக்கு வந்து சேர்கிறார்கள். சந்தைப் பொட்டல் முழுதுமே, கூவுவதும் கொக்கரிப்பதுமான கோழிகளால் நிறைந்திருக்கும். மிகவும் இயல்பானதொரு சந்தைக்கூட்டம் இது. காட்டு நடுவிலான அந்த விசாலமான மைதானத்தில், பல இடங்களில் கோழிகள் பொருதிச் சாகும். ஒரு சண்டையிலிருந்து மற்றொன்றுக்கு மீண்டும் வருவதும் போவதுமாக இருக்கும் தண்டமிகள், அபாய கரமான ஒரு மனிதச் சுழியாக மாறுகின்றனர். எட்ட இருந்து பார்க்கும் போது, வன்முறை சார்ந்த ஆக்ரோஷங்களும் அவயவத் திமிரும் ஒரு கெட்ட கனவுபோல உண்மைக்குப் புறம்பானதாகத் தோன்றும். கோழிச் சண்டை மைதானத்தின் சுற்றுப்புறங்களில் காடு முழுதும் பரவலாகச் சின்னச் சின்னக் குழுக்கள் ஆவேசமுற்று, ஆர்ப்பரித்தும் கூச்சலிட்டும் மஹுவா பானத்தைக் குடித்துக்கொண்டிருக்கும். நான்கு மணியுடன் சந்தை முடிவடையும். அதற்குள்ளாகப் பல கோழிகள் ஒடுங்கிப் போயிருக்கும். சண்டையில் வெற்றி பெற்ற கோழிகளை மார்போடு அணைத்து கொஞ்சிக் கொண்டு செல்லும் தண்டாமிகள், காட்டிலுள்ள தங்களுடைய வசிப்பிடங்களுக்குத் திரும்பிச் செல்வார்கள். வெட்டுக் குத்துக் கொலைகள் இந்தச் சந்தைகளில் சர்வசாதாரணம்.

தண்டகாரண்யத்தில், கோத்ரா இனங்களின் பயமறியா இடையூறுகளும் தண்டனைக்கு ஆட்படாத வன்முறைச் செயல்களும் நடைபெறுவது, தூண்டுதலினாலும் நீண்டு தாமதப்படுத்தும் வழிமுறைகளினாலும்

என்பதாக வெளியே இருப்பவர்கள் கருதுகிறார்கள். ஆழ்ந்த ஆராய்ச்சிகளின் மூலம் கிடைத்த முடிவு, இனச் சார்பான வெற்றிகளுக்கு அப்பாற்பட்டதாக இருக்கிறது. ருத்ரப்ரதாப் என்ற காக்கதீய மன்னன் தன்னுடைய அரண்மனைத் தெய்வமான தந்த்தேஸ்வரியுடன் சங்கிணி நதியின் கரையைச் சென்றடைந்ததிலிருந்து, அந்தக் கருத்து உருவாகியிருக்க வேண்டும். விக்ரகங்களும் வழிபாட்டு முறைகளும், கோத்ரா இனத்தவர்களின் உலகியல் வாழ்க்கைக்கான அடித்தளம். மண்ணுக்கும் வாழ்க்கைத் தொழில்களுக்குமான பிணைப்பையும் நெருக்கத்தையும் உருவாக்குவது, பல உற்சவங்களினூடே பிரகாசிக்கிற அவர்களுடைய பொருளாதார கருத்தோட்டங்கள்தாம். இன அபிமானத்தையும் மதிப்பீடுகளையுமே அவை நிர்ணயிக்கின்றன. தந்த்தேஸ்வரியின் வருகை, வனாந்திரங்களில் புழக்கத்திலிருக்கும் தெய்வ உருவங்களையும் பூஜை சம்பிரதாயங்களையும் மந்தப்படுத்தியது. பழைய தெய்வீக இசைப்பாடல்களும் கிராம தேவதைகளும் இக்காலத்துக்குப் பொருத்தமற்றுவிட்டன. ஆதிவாசி கிராமங்களை உயிரூட்டம் கொள்ளச்செய்யும் ஊர்வலங்கள் பலவற்றை, பஸ்த்தர் மறந்து போய்விட்டது. இந்தப் பின்னணிதான் தண்டாமிகளும் முரியாக்களும் ஹல்பிகளும் தங்களை அடிமைப்படுத்தியது என்பதை அந்த வட்டாரத்தார் உணர்கிறார்கள்.

பழமையின் மற்றும் புதுமையின் கெடுதல்களைப் பற்றி வருத்தப்படுவது, ஒருவேளை சிந்தனைக் குறைவானதாக இருக்கலாம். வரலாறும் சமூகமும் போகிற போக்கில், அத்தகைய முடிவுகள் புலம்பத்தக்கதல்ல. ஆதிவாசிகளை மியூசியப் பொருளாக்குவதும், நாகரிகத்தின் கனிகளை அவர்களுக்குத் தர மறுப்பதும் உசிதமமான ஒன்றல்ல என்பதும் அரசாங்கத்தினருக்குத் தெரியும். ஆனால், அரசாங்க திட்டங்களை ஆதிவாசிகளிடையே பரப்பும் நாகரிக வழிகள் விசித்திரமானவை. கோத்ரா இன மேம்பாட்டுக்காக மத்தியப் பிரதேச அரசுக்கு ஏராளமான திட்டங்கள் இருக்கின்றன. பெரிய அளவிலான தொகைகள் அதற்காக ஒதுக்கப்பட்டிருக்கின்றன. இருப்பினும் மேம்பாட்டுத் திட்டங்களை பஸ்த்தரில் கோத்ரா இனத்தாரிடையே நடைமுறைப்படுத்த, கடந்த பதின்ம ஆண்டுகளில் பொருளாதார நிலையில் அரசுக்கு என்ன தயக்கம் என்பதை ஆராய்வது, ஒருவேளை உற்சாகம் ஊட்டுவதாக இருக்கலாம். அதை வெளிப்படுத்துவதால் வெட்கப்படத் தேவையில்லாதப் பொருளாதாரச் சிக்கலை ஆராய்வதாகவும் கொள்ளலாம். சாலைகளும் போக்குவரத்து வசதிகளும் பெருகியிருக்கின்றன. அவற்றின் எதிர்காலம் குறைவானது என்றே தோன்றுகிறது. ஆதிவாசி கிராமங்களில் விளையும் தானியங்களும் காய்கறிகளும்,

இந்த நெடுஞ்சாலைகளின் வழியாக நகர்ப்புறக் கடைகளுக்குப் போய்ச் சேர்கின்றன. அதற்குப் பதிலாக அவர்களுக்குக் கிடைக்கும் மில்துணிகளின் பளபளப்பும் பிளாஸ்டிக் ஆடம்பரங்களும்தான் (ஒரு சாதாரண மலிவான பிளாஸ்டிக் சோப்புப்பெட்டிக்கு, பஸ்த்தரில் ஆதிவாசிச் சந்தையில் இரண்டு ரூபாய் விலை). கோத்ரா இனத்தவர்களுக்கு அரசாங்கம் கடனுதவியை அனுமதிக்கிறது. ஆனால், ஒழுங்கமைவான எல்லா ஆதிவாசிகளும் இந்தத் தாராள உதவியைச் சாகும்வரை பயந்தபடியே அனுபவிக்கிறார்கள். ஐயாயிரம் ரூபாய் கடன் கேட்டு விண்ணப்பித்தால், அவர்களுக்குக் கிடைப்பது ஆயிரமோ இரண்டாயிரமோதான். மீதித் தொகை, அதிகாரிகளுக்குப் பரவலாகப் போய்விடும். திருப்பிச் செலுத்தும்போது மட்டும் ஐயாயிரம் ரூபாய் செலுத்த வேண்டுமென்று வற்புறுத்தப்படுகிறார்கள். அதிகாரிகளுக்கும் வெற்று வெள்ளைக் காகிதங்களுக்கும் எந்த வகையிலும் கவலைப்படாத ஒரு சிறு பகுதி ஆதிவாசிகளிடையே மட்டும் இந்தக் கடனுதவித் திட்டம் பரவி உதவுகிறது. லஞ்சமும் ஊழலும் பரவலாக அங்கீகரிக்கப்பட்ட ஒரு சர்வாதிகாரச் சட்டதிட்டம், மத்தியப் பிரதேசத்தில் இயங்குகிறது. பஸ்த்தரில், அது ஆத்மார்த்தமான ஆவேசத்தோடு பாதுகாக்கப்படுகிறது. வரைபடங்களில் மட்டுமே பாலங்களும் சாலைகளும் நிர்மாணிக்கப்பட்டதான கதைகள் இருக்கின்றன. திட்டத்தில் விவரிக்கப்பட்ட பாலங்கள் அமைவதாக இருந்த இடங்களைக்கூடப் பார்க்காமல், துறைசார்ந்தவர்களும் கட்டட ஒப்பந்தக்காரர்களுமே திட்டத்துக்காக ஒதுக்கிய தொகையைப் பங்கிட்டுக் கொள்வார்கள். ஒரு பி.டபிள்யு.டி. - சப்-டிவிஷனை மேற்பார்வையிடும் மலையாளி ஓவர்சீயர், ஒரு சமயம் சொல்லக் கேட்டேன்: 'பத்து மாதங்களில் சோட்டே டங்க்கரில் ஒன்றேகால் லட்ச ரூபாய் நான் சம்பாதித்திருக்கிறேன். இந்த மாதிரி இரண்டு வருஷங்களுக்கும் மேலாக, இந்தக் காட்டில் நான் இருக்க வேண்டும்.' ஆதிவாசிகள் முன்னேற்றத் திட்டங்களுக்கு ஒதுக்கப்பட்டுள்ள பெரிய தொகைகள் செலவிடப்படுவது இந்த மாதிரிதான்.

விலையுயர்ந்த பல காட்டுச் செல்வங்கள் பஸ்த்தர் காடுகளில், ஏராளமாக இருக்கின்றன. அடர்ந்து வளர்ந்த காட்டு மரங்கள் ஆகாயத்தை மறைத்து நிற்கின்றன. அவற்றின் இலைகளிலும் சோலைகளிலும் வீணான வளர்ச்சி என்பது கொஞ்சம்கூட இல்லை. எண்ணற்ற தடாகங்களும் அருவிகளும் வளப்படுத்தும் அதிக விஸ்தாரமான சமவெளிகளில், சோளமும் நெல்லும் கம்பும் காதல் கீதங்களும் விளைகின்றன. ஈடுபாடும் நேர்மையும் உள்ள ஒரு தலைமை இருந்தால், இந்த மலைத்தொடரை செல்வம் பொங்கும் ஒரு நந்தவன பூமியாக மாற்ற

முடியும். நினைவில் நிற்கும்படியான இந்த இயற்கை எழிலை, இந்தியனின் இருதயத்தில் நிலைத்திருக்கும்படியாகச் செய்ய வேண்டும். முரட்டுத்தனமான பிடிவாதத்துடன் நாம் கட்டிக் கொண்டிருக்கும் கான்க்ரீட் சேரிகளிலிருந்து திசை மாறி வருங் காலங்களில் சுற்றுலாப் பயணங்கள் இங்கு நோக்கி அமையும்.

சூரியனைச் சீராட்டும் அதிகாலைக் குளிர் நிறைந்த நவம்பர் மாத விடிகாலைகளில் இந்த வழியாகப் பயணம் செய்யும்போது, மனம் ஒரு ஜன்மத்துக்குத் தேவையான தெம்பை சேகரித்துக் கொள்கிறது. வெறுமையாக இருந்த ஒரு ட்ரக்கின் வெளிப்புறத்தில் மல்லாந்து படுத்துக்கொண்டு - தொலைவில் இருட்டாக இருந்த காடுகளைப் பார்த்தபடி, மலைச்சிகரங்களில் ஒளிரும் அருவிகளைப் பார்த்தபடி, தெளிவான ஆகாயத்தைப் பார்த்தபடியான பயணம். இடையிடையே மனோகரமான ஊர்ப் பெயர்கள் -பான்ஸி, கீதம், ஸுக்மா, ஃபூல். ட்ரக் ட்ரைவர் சத்தீஸ்கட்டைச் சேர்ந்த ஓர் இளைஞனாக இருந்ததால், தன்னுடைய கிராமிய மொழியில் இனிமையாக ஏதேதோ பாடிக் கொண்டிருந்தான். மணிக்கட்டு நிறைய வளையல்கள் அணிந்திருந்த மலர்ந்த முகத்துடனான ஒரு பெண்மணி, உள்ளங்கையில் சுண்ணாம்பு தடவி, புகையிலை இணுக்குகளை சகபயணிகளிடம் நீட்டிக்கொண் டிருந்தாள். பாதையோரங்களில் தென்படும் சில சிறகடிக்கும் ஹரியால் பறவைகள், நீர்நிலைகளில் குளிக்கும் முரியா யுவதிகளின் சிலை வடிவத் தோற்றங்கள், எப்போதும் நிமிர்ந்த நிலையிலான அவர் களுடைய மார்பகங்கள், பெண்பிள்ளையின் நிர்வாணமேனியை பலவந்தமாகத் தழுவத் துடிக்கும் இளைஞன்.

14

அபுஜ்மாட்

அபுஜ்மாட் ஓர் இயற்கை விபரீதம். அந்தக் காட்டு வாழ்க்கையில் சத்துணவு பற்றாக்குறைக்கு, அரசு நிர்வாகமும் மார்வாடி வியாபார நோக்கும் சேர்ந்து நடத்திய ஒரு கூட்டு முயற்சியின் அவலம்தான் ஓர்ச்சா. நாராயண்பூர் தாலுகாவில் மேற்கு மலைகளுக்குப் போகும் ஒரு பஸ் வழி, பஞ்சவனத்தினூடே சோட்டேடங்கரில் போய் முடி வடைகிறது. அபுஜ்மாட் இருக்கும் திசையில், கடைசி கிராமம்தான் சோட்டேடங்க்கர். அங்கே கோண்டிமுரியா, மரியா, ஹல்பா முதலான ஆதிவாசி இனத்தார் மட்டுமல்லாமல் கடுவா, கும்மாரா முதலான ஹரிஜனங்களுடைய சில வசிப்பிடங்களும் இருக்கின்றன. பங்களா தேஷிலிருந்து ஓர் அகதிக் குடும்பமும் அவர்களுக்கிடையில் வந்து சேர்ந்திருக்கிறது. வறுத்த கடலையும் தேநீரும் விற்கும் வங்காளி என்றும், தாங்கள் அகதிகள் அல்ல என்றும் அந்தக் குடும்பத் தலைவர் தகவல் சொன்னார். அவருடைய குரலில் கடுமையான கோபமும் வெறுப்பும் வெளிப்பட்டன. இரண்டு மாதங்களுக்கு முன்பு அவர்களு டைய வீட்டுக்கும் கடைக்கும் யாரோ தீ வைத்திருக்கிறார்கள். அதனால் அகதி நிலையில் இங்கே வர நேர்ந்தது. பல குழந்தைகளைப் பெற்றிருந் தாலும் இளமையின் மோகங்களினின்றும் விடுபடாத அவருடைய மனைவி, பங்களாதேஷிலிருந்த அவர்களுடைய பழைய கிராமத்தைப் பற்றி நினைத்துக்கொண்டு: ‘நாங்கள் அடுத்த வருஷம் கல்கத்தாவுக்குப் போய்விடுவோம்’ என்னுடைய சகோதரன் அங்கே இருக்கிறான்’ என்றாள்.

தண்டகாரண்யத்தின் அதிவிசாலமான வேற்றிடத்தில், மறுவாழ் வளிக்கப்பட்ட எல்லா வங்காளிக் குடும்பங்களும் அவ்வாறு அடுத்த ஆண்டுக்காகக் காத்திருக்கின்றன. சோட்டேடங்க்கரில் இருக்கும் மார்வாடி சேட்டுகளைப்போல, அங்கிருக்கும் காட்டு வாழ்க்கையை

அவர்களால் ஒருபோதும் ஏற்றுக்கொள்ள முடியாது. கோண்டுகளுக்கும் மரியாக்களுக்கும் சேர்ந்து ஒரே கிராம தேவதை என்ற கருத்தைப் பகிர்ந்துகொள்ள முடியாது. சாயங்காலம், பொதுக்கோயிலின் திண்ணையில் அரைநிர்வாணத்துடன் முதியவர்கள் கூடியிருந்து, வரவிருக்கும் பூஜையைப் பற்றி விவாதித்துக் கொண்டிருந்ததைப் பார்த்தேன். அழுக்கான அந்த அவயவசேகரத்திலிருந்து அவர்களுடைய தோள்களில் நீட்டி நிறுத்திய பெரிய தடிக்கம்புகள் நிமிர்ந்து நின்றிருந்தன. சாயங்காலம் கிராமப்பாதைகளில் இருட்டு அடர்ந்திருக்கும் புளியமரங்களுக்கு இடையிலும் சுற்றுப் பரப்பிலும் மஹுவா பானத்தின் மணம் பரவியிருக்க, கிராமத்துச் சாமியாடி வந்து கொண்டிருப்பதைப் பார்த்தேன். 'ராம் ராம்' என்று உச்சரிக்கப்பட்ட பதில் வணக்கத்துக்குக்கூடக் காத்திருக்காமல் அவர் கடந்து சென்றார். ஆலமரத்தடி பகவதி அம்மன்தான், சோட்டேடங்க்கரில் கிராம தேவதை. அங்கிருந்த ஊஞ்சலின் இரும்புப் பலகையில் பூஜைக்காகக் குத்தி நிறுத்தியிருந்த கூர்மையான இரும்பு ஆணிகள் மீது உட்கார்ந் திருந்த சாமியாடி, நோவு வெளியே தெரியாமல், தான் சிந்தும் ரத்தத்தைக்கூடப் பொருட்படுத்தாமல் ஊஞ்சலாடினார்.

ஓர்ச்சா போய்ச்சேர, சோட்டேடங்க்கரிலிருந்து குந்திரிக்கம் பிசின் சுரக்கும் ஸால்மரக் காடுகளினூடே இருபத்து நான்கு கிலோமீட்டர் நடக்க வேண்டும். வழியில் வெயில் கடுமைக்கு அமிர்த ஊற்றாக இருக்கும் ஆம்தாய் ஆறு இப்போது காட்டில் வாய்க்கால் அளவில் வறண்டு ஓடிக்கொண்டிருக்கிறது. கொஞ்சம் சிரமப்பட்டு நடந்து போனால், திருப்பத்தில் வேறு பல அருவிகள் இருக்கின்றன. மேலும் கொஞ்ச தூரம் சென்றதும், தனுரா என்ற மற்றொரு வனாந்தர கிராமம் இருக்கிறது. அங்கிருக்கும் இரண்டு சேரிகளில், சுமார் முப்பது வீடுகள் இருக்கின்றன. பதினைந்து பிள்ளைகளும் ஆசிரியர் ஒருவரும் இருக் கிறார்கள். அவருடைய வீட்டு வேலிக்கு வெளியில் தொங்கவிடப்பட்ட பழைய தபால் பெட்டியும் இருக்கிறது. அதைக் கண்காணித்துப் பராமரிப்பது அவருடைய பொறுப்புதான். எல்லாரும் விவசாய வேலைக்குப் போய்விடுவதனால், கிராமம் பகலில் பெரும்பாலும் ஆள்கள் இல்லாமல்தான் இருக்கும். ஹல்பா இனத்துக்காரரான ஆசிரியரின் மனைவிக்கு மலேரியா காய்ச்சல். அவருக்கு, கொஞ்சம்கூட பரபரப்பு ஏற்பட்டதாகத் தெரியவில்லை. நாராயண்பூர் மருத்துவ மனையில் நேரத்துக்குப் போய்ச் சேர்ந்தால் அந்த யுவதி காப்பாற்றப் படுவாள். மறுநாள், கிராமத்திலிருந்து மாட்டு வண்டி ஒன்று சோட்டேடங்க்கருக்குப் போவதாக இருக்கிறது. அதுவரை காத்திருக்கத்தான் வேண்டும். அவர்தான் இதைச் சொன்னார். மலேரியா

காய்ச்சல் அந்தக் காடுகளில் எங்கும் பரவியிருப்பதாகத் தெரிகிறது. வழியில் நாங்கள் பார்க்கும் மூன்றாவது பெண்நோயாளி, ஆசிரியரின் மனைவி. தனுரா தாண்டினால், பிறகு அபுஜ்மாட் எல்லைக்கு முன்பு ஆக்கலேர் என்ற மற்றொரு கிராமம் இருக்கிறது. வழியிலிருந்து மாறி குன்றுகளுக்குப் பின்புறம் திரும்பினால், அந்தக் கிராமம் இருக்கிறது. தனுராவில், சாரபாஞ்ச்சின் வீட்டு முற்றத்தில் சற்று இளைப்பாறலாம். அவர் தரும் சுட்ட கம்புக் கதிர்களை சாப்பிட்டுப் பசியாறலாம்.

சோட்டேடங்க்கரைக் கடந்ததும், இயற்கைச் சார்ந்து காட்டுப்பகுதி மேலும் அடர்த்தியாகிறது. திடீரென்று மௌனம் கலையும்படி, மரக் கிளைகளில் குதித்து ஏறிப்போகும் குரங்குகளும், இடையிடையே தரைப்பகுதிகளில் தென்படும் இடையர் கூட்டங்களும் தவிர, வேறு எந்த உயிர்ச்சலனமும் இல்லை. நரி, சிறுத்தை, கரடி முதலான காட்டு விலங்குகள் பகலிலும் உலவும் காட்டுப்பகுதி இது. எல்லா இடையர் களுக்கும், அவர்களுடைய நஷ்டங்களின் கணக்குகள் உண்டு.

ஆள் உயரத்தில் வளர்ந்த நாணல்களின் மறைவில் ஆக்கலேர் கண்ணுக்குப் புலப்படாத ஒரு காட்சிப்பொருள். தொலைவில் வெயிலில் விரித்த ஒரு துணிக்கிழிசல், பாதையோரம் ஒரு வருஷத்துக்கு முன்பாக இறந்துபோன ஸாரபாஞ்ச்சின் கல்லறை, எங்கிருந்தோ அயலிலிருந்து கூப்பிட்டுச் சொல்லி முன்னறிவிப்புத் தரும் பேச்சுக் குரல்கள் என்பதான அடையாளங்கள் மட்டுமே அங்கு உண்டு. ஆக்கலேரின் பின்புறம் மிக அருகிலிருந்து அபுஜ்மாடின் பெரிய குன்றுகள் தொடங்குகின்றன. நெருங்க நெருங்க, அவை இருளடைகின்றன. எல்லையில் பிளாக் ஆபீசர்களும் ட்ரைபல் வெல்ஃபேர் துறையினரும் உயரமாக எழுப்பிய ஒரு பழைய வரவேற்பு வளைவு, மரியா பூமிக்கு நல்வரவு கூறுகிறது. நிறம் மங்கிய ஓர் அறிவிப்புப் பலகையும் இருக்கிறது. எல்லையைக் கடக்கும்போது, மாவட்ட அதிகாரிகளின் அனுமதி தேவை. ஆனால், அனுமதி பற்றிய கேள்வி கேட்க அந்தக் காட்டில் யாருமில்லை.

இந்தியாவில் சர்வே செய்யப்படாமல் இருக்கும் ஒரே பிரதேசம் அபுஜ்மாட் ஆகும். ஆசிய அளவில் பெரிதும் இயற்கையோடு ஒட்டிய மக்கள் வசிப்பது இங்கேதானென்று கூறப்படுகிறது. அரசாங்கக் கணக்கு களின்படி மூன்று தாலுகா வட்டங்கள் பெயரளவில் மட்டுமே அமைந்த இந்த விசாலமான மலைப்பகுதியில், இருநூற்றுப் பதினெட்டு கிராமங்கள் இருக்கின்றன. மத்திய இந்தியாவில் மற்ற ஆதிவாசி இனங் களை ஒப்பிட்டால், நாகரிகத்தின் பயனை அறிந்திராதது மலைமரியா இனம்தான். மலைமரியாக்காரர்களுக்கு நிலையான கிராமம் என்ற கருத்து புதுமையானது. ஒன்றிரண்டு வருஷங்களுக்கான தாற்காலிக

வாழ்க்கை முறைதான் அவர்களுடைய பொது நியதி. ஒரு தடவை மலைப்பகுதியைச் சீர்ப்படுத்தினால், மூன்று தவணை அங்கே விதைப்பு நடத்துவார்கள். மண்ணினுடைய வளமை குறைந்துவிட்டால், நரியும் புலியும் வழக்கமாக வந்துபோக நேரிட்டுவிடுமானால், அவர்கள் அடுத்த பள்ளத்தாக்குகளையும் நீர்நிலைகளையும் தேடுவார்கள்.

மரியா மலைகளின் மேம்பாட்டுக்கு, பல அரசாங்கத் திட்டங்கள் இருக்கின்றன. குடும்பங்களை கிராமங்களாகக் குடியிருத்துவதான முயற்சிதான் பிரதானம். அவ்வாறு உருவாக்கப்பட்ட கிராமத்தில், ஒவ்வொரு குடும்பத்துக்கும் இருபது ஏக்கர் நிலத்தை எல்லையிட்டு பதிந்து கொடுக்கிறார்கள். விதைகளையும் ஒரு ஜோடிக் காளைகளை யும் தேவையான வழிகாட்டு அறிவுரைகளுடன் இனாமாகவே தருகிறார்கள். ஆனால் பதிவு செய்து கிடைத்த நிலத்தில் மரியாக் களுக்குப் பிடிப்பில்லை. அவர்கள் மீண்டும் இடம் மாறுகிறார்கள். பல கிராமங்களுக்கு, அவர்களே ஆசிரியரை அழைத்துச் செல்கிறார்கள். இரண்டு மூன்று கிராமங்களுக்கு ஒரு கிராமநல ஊழியர் (கிராமசேவக்) என்பதாக, பலர் நியமிக்கப்பட்டிருக்கிறார்கள் (ஓர்ச்சா கிராமத்துக் கென்று நியமிக்கப்பட்ட கிராமநல ஊழியர், முதன்முதலாக கிராமத்தைப் பார்ப்பது அவர் எங்களுடன் அங்கே வந்தபோதுதான். அவர் அங்கே நியமிக்கப்பட்டு ஒன்றரை வருஷம் கழிந்திருக்கிறது). அபுஜ்மாடின் மேம்பாட்டில் ஆத்மார்த்தமான அக்கறை எடுத்துக்கொள் கிறாரென்று தோன்றிய நாராயண்பூர் சப்-டிவிஷன் ஆபீசர் மிஸ்டர் தாக்கூர், தன்னுடைய துயர அனுபவங்களை விவரித்தார்: ‘அரசாங்க ஊழியர்கள், அந்தப் பகுதிகளுக்குப் போகத் தயாராக இல்லை. செலவு செய்யப்படுகிற பணம் அந்த வட்டாரத்து அரசு அதிகாரப் போக்கைக் கடைப்பிடித்துப் பாதுகாப்பதற்கும், இன்ஜினீயர் - காண்ட்ராக்டர் நட்புறவைப் பலப்படுத்துவதற்கும் மட்டுமே பயன்படுகிறது. துணி ஆலைகள், ஆடம்பர நாகரிகம் ஆகியவற்றின் தூதுவர்களான மார்வாடி வியாபாரிகள் மரியா மலைகளுக்குள் நுழைவதில்லை. எல்லைப் புறத்திலேயே வாரச்சந்தைகளில் அவர்கள் இப்போது தங்களுடைய வலைகளை வீசிக்கொண்டிருக்கிறார்கள்.

ஓர்ச்சாவில் முதல் நடவடிக்கையே திட்டங்களின் சோகமாகி விடுகிறது. அபுஜ்மாடில் மிகவும் பொலிவு பெற்ற பகுதி இதுதானென்று கருதப்படுகிறது. இந்திரா காந்தி ஒரு சமயம் ஹெலிகாப்டரில் இந்தக் கிராமத்துக்கு வந்து போயிருக்கிறார். அரசாங்கத்துச் சாலையும் தபால் போக்குவரத்தும் இங்கே முடிவடைகின்றன. தினமும் காலையில் அம்பும் வில்லும் ஏந்தி, இடுப்பில் சிவப்புப்பட்டு சுற்றிய ஒரு

மரியாக்காரர் தபால்பையுடன் தனுராவுக்குப் போவார்; அங்கிருந்து மற்றொரு தபால்காரர் சோட்டேடங்க்கருக்குப் போவார். ஓர்ச்சாவில் உள்ள பிரதான நிறுவனங்கள் மருத்துவமனையும் ஆஸ்ரமப் பள்ளிக்கூட மும் தான். மருத்துவமனையில் டாக்டர் கிடையாது. சில மலேரியா மாத்திரைகள் தவிர, வேறெந்த மருந்தும் இல்லை. நோஞ்சான் உடம்பும் நோய்வாய்ப்பட்டவர்களுமாக ஐந்து நர்ஸுகள் இருக்கிறார்கள். அவர்கள் சாயங்காலங்களில் ஒன்றாகச் சேர்ந்து 'ஜெய் சந்தோஷி மா' என்று முடிவடையும் ஒரு பிரார்த்தனைப் பாடலைப் பாடுவார்கள். புளியமரங்களுக்கடியில் இருண்டும் ஈரமாயும் இருக்கும் ஓர்ச்சாவின் வானவெளி சோகச் சூழலுக்கு, இந்தச் சாயங்காலத்துப் பிரார்த்தனை ஒரு புலம்பல் அல்ல; பக்தி வெளிப்பாடுதான். மலேரியாவின் மூலாதார மையமான அபுஜ்மாடின் இயற்கைச் சூழலா, மறுக்கப்பட்ட வாலிப வாழ்க்கையா -இவற்றில் எது, இந்தப் பெண்களை நோயாளி களாக்கியிருக்கிறது? அவர்களெல்லாரும் பணியிட மாற்றத்தை, மறுபிறவி போல எதிர்பார்த்துக்கொண்டிருக்கிறார்கள்.

எக்கனாமிக்ஸில் எம்.ஏ. பட்டம் பெற்ற, ஹிந்தியல்லாமல் வேறொரு மொழி தெரியாத ஆசிரமப் பள்ளித் தலைமை ஆசிரியர், தனக்கு மரியாக்கள் மீது வெறுப்புதானென்று வெளிப்படையாகக் கூறுகிறார். 'இவர்கள் நல்ல நிலைமையை அடைய அரை நூற்றாண்டாவது ஆகும்!' என்று சொல்லும் அவர், 'இங்கே எந்த ஒரு சொசைட்டியும் இல்லை. எனக்குத் தப்பித்தால் போதும் என்றிருக்கிறது' என்று அங்கலாய்க்கிறார் அவருடைய தலைமையில் நடைபெறும் பள்ளிக்கூடத்தில், சுமார் இருபது பிள்ளைகள் படிக்கிறார்கள். அவர்களுக்கு, மூன்று ஆசிரியர்கள், நாற்பத்தைந்து மாணவர்கள் ஆசிரமத்தில் தங்கியிருந்து படித்துக்கொண்டிருக்கிறார்கள் என்பதாகக் கணக்கு. ஒவ்வொரு மாணவனுக்கும் மாதம் ஒன்றுக்கு அறுபது ரூபாய் உதவித்தொகை அனுமதிக்கப்பட்டிருக்கிறது. ஆசிரமத்து உணவு வகையையும் பிள்ளைகளின் நிர்வாணத்தையும் பார்க்கும்போது, ஆசிரம அதிகாரி அந்த உதவித்தொகையை என்ன செய்கிறாரென்று வியப்படையாமல் இருக்க முடியவில்லை. மரியாக் காடுகளில் இம்மாதிரி எட்டு ஆசிரமப் பள்ளிகள் இருக்கின்றன. அப்பள்ளிக்கூடங்களின் ஆசிரியர்களில் பெரும்பாலானவர்கள் ஓர்ச்சாவில்தான் இருக்கிறார்கள். இருநூற்றுப் பதினெட்டு மரியா கிராமங்களிலிருந்து இன்று வரை மெட்ரிக் தேர்வை முடித்திருப்பது ஒரே ஒரு மாணவர்தான். அவர் இப்போது ஆசிரியராக இருக்கிறார். எட்டாம் வகுப்பு வரை படித்து முடித்த இரண்டு பேர், ஃபாரெஸ்ட் கார்டுகளாக இருக்கிறார்கள். மொத்தம் மூன்று மரியாக்காரர்கள்தாம் அரசாங்கச் சம்பளம் வாங்குகிறார்கள்.

பிளாக் டெவலப்மெண்ட் ஆபீசருடைய அலுவலகக் கட்டடம், ஆள் அரவமற்றுக் கிடக்கிறது. கடைசியாக இருந்த பி.டி.ஓ. ஒரு வருஷத்துக்கு முன்பு மலேரியா பீடித்து இறந்த பின்பு, அந்த அலுவலகம் திறக்கப்படவே இல்லை. சுமார் பன்னிரண்டு அரசு ஊழியர்களும், அவர்களைச் சார்ந்திருக்கும் ஐந்தோ ஆறோ மரியா சப்ராஸிகளும், ஆசிரம முற்றத்தில் உள்ள கொடிக்கம்பமும்தான் ஓர்ச்சாவில் எஞ்சியிருக்கும் அரசாங்க அடையாளங்கள். இந்த அடையாளங்களின் பாதுகாவலாகக்கூட நடவடிக்கை எதுவும் இடம் பெறவில்லை. ஓர்ச்சாவில் மரியாக்களின் குடும்பங்களும், அவர்களுடைய கிராமமும், இந்த அதிகார வரம்பின் பலனுக்கு அப்பாற்பட்டே இருக்கின்றன. அவர்கள் தங்களுடைய பழைய வாழ்க்கை முறையையே தொடர்கின்றனர். பதினைந்து மணி நேரத்துக்குப் பின்னர், ஆடேர் கிராமத்திலிருந்து ஒரு நோயாளியைத் தூக்கிக்கொண்டு வந்த கிராமத்தார், மருத்துவமனை வாசலில் கூடியிருந்து ஓர்ச்சாவில் மரியா மந்திரவாதியைத் தேடினார்கள். மருத்துவமனை வாசலில் வந்து உட்கார்ந்ததும், சாமி வந்திறங்கும் வைத்தியர் ஒருவர் மலேரியா நோயாளியின் முகத்தில் மந்திரம் ஜபித்து ஊதினார். அங்கேயே இருந்து வைத்தியருடன் மஹுவா பானம் குடித்துவிட்டு, மரியா வட்டாரத்துச் செய்தியைப் பேசிக் கொண்டிருந்துவிட்டு, அவர்கள் நோயாளியைத் திரும்பவும் தூக்கிக்கொண்டு போய்விட்டார்கள். மருத்துவமனையில் எளிதாகக் கிடைக்கும் நிவோக்வின் மாத்திரைகளை, அவர்கள் ஏற்றுக்கொள்வதில்லை. பாபுமார்களைப் பார்க்கும்போது, அவர்கள் ராம் ராம் சொல்லி வணங்கிவிட்டு, அவற்றை வாங்கிக்கொள்ள மறுத்துவிடுகிறார்கள். ஒரு கிராமநல ஊழியர் சொன்னார்: 'வெளியிலிருந்து அறிமுகமில்லாதவர் யாராவது கிராமத்துக்கு வந்திருப்பதாகத் தெரிந்தால், மரியாக்களின் மனநிம்மதி தகர்ந்துவிடும். கிராமம் முழுதுமே சந்தேகச் சூழலில் ஆழ்ந்துவிடும். வந்திருப்பவர் திரும்பிப் போகும் வரை, அந்தப் புது ஆளின் இருப்பு ஒரு வேதனையாக அவர்களுக்கு இருந்துகொண்டிருக்கும்.'

ஓர்ச்சாவில் மூன்று வருஷங்கள் கம்பவுண்டராக இருந்ததற்குப் பிறகு, பணியிடமாற்றம் ஏற்பட்டபோது, அங்கிருந்து போக விருப்பப்படாமல் அந்த வேலையை விட்டுவிடுகிற மனப்போக்கை வெளிப்படுத்திய ஒரு மனிதர் அந்தக் கிராமத்தில் வாழ்ந்திருந்தார். 'ஜோஷ்வாவோடு நெருங்கிப் பழக வேண்டாம்' - தலைமை ஆசிரியரும், எங்களுக்கு உதவியாக வந்த தீரேந்திர சிங் மெஹ்தியா என்ற கிராமநல ஊழியரும் உபதேசித்தார்கள்: 'ஜோஷ்வாவைப்போல நீங்களும் ஒரு தாழ்ந்த ஜாதிக்காரரென்று மரியாக்கள் நினைப்பார்கள்'. ஜோஷ்வா ஒரு மரியாப்

பெண்ணைத் திருமணம் செய்துகொண்டு, விவசாயமும் கால்நடைகளுமாக அங்கேயே நிலையாகத் தங்கிவிட்டார். அவருடைய தாழ்ந்த ஜாதி நிலைமையையும் மரியாக்களின் நிலைப்பாடுகளையும் தெரிந்து கொள்வதற்காக, ஒரு மத்தியான நேரம் நாங்கள் ஜோஷ்வாவின் குடிசைக்குப் போனோம். சாதாரண மரியாப் பெண்களைவிட ஆரோக்கியமும் முகப்பொலிவும் உள்ள கோத்ரா இனத்து மனைவி ஜோஷ்வாவை, மத்தியானத்து போதையிலிருந்து தட்டி எழுப்பினாள். உள்ளே அடர்ந்த இருட்டில் அவர்களுடைய படுக்கையறையில், அப்போதுதான் கலக்கிய மஹுவா பானத்துடன் அவர் எங்களை வரவேற்றார்.

கிராமம் முழுதும் கேட்கும் சத்தத்தில், உரிய மரியா உச்சரிப்புடன் ஹிந்தி பேசும் ஜோஷ்வா, மலையாளத்தை மறந்துபோயிருக்கிறார். ஓர்ச்சாவில் அரசுப் பணியாளர் கூட்டத்தில் அவர் ஒரு புரட்சியாளரா யிருந்தார். அதன் விளைவாகப் பணியிடமாற்றம் நேரிட்டபோது போகவில்லை. மருத்துவமனையிலும் ஆசிரமத்திலும் வட்டார வளர்ச்சி அலுவலகத்திலும் (பிளாக் டெவலப்மென்ட் ஆபீஸ்) நடக்கும் வெட்கக்கேடுகளை, அவர் கிராமம் கிராமமாக நடந்து வெளிப்படுத்தி னார். தலைமை ஆசிரியரும் மெஹ்தியாவும் கூறியதுபோல, ஜோஷ்வா மரியாக்களுக்கு அன்னியமாகத் தோன்றவில்லை. சாயங்காலம் அவருடன் மரியாக் குடிசைகளுக்குச் சென்றபோது, அவர்கள் அவரைத் தங்களில் ஒருவராகச் சுவீகரித்துக் கொண்டார்கள் என்பது புரிந்தது. ஓர்ச்சாவில் மட்டுமல்ல, அருகிலுள்ள கிராமங்களிலும் ஜோஷ்வா அறிமுகமாகியிருந்தார். அவர் மரியாக்களிடம் நட்புறவு பாராட்டினார். அவர்களுடன் சேர்ந்து, அந்த வன வாழ்க்கையை வாழ அவர் ஆசைப்பட்டார். அரசு ஊழியர்களுக்கு ஒதுக்கப்பட்டிருந்த குடியிருப்பி லிருந்து மாறி, மரியாக்களின் சேரிப்பகுதியில் அவர் வீடு கட்டிக் கொண்டிருக்கிறார். வேலியிட்டுக் கட்டிய ஒரு துண்டு நிலத்தில், அவரும் மனைவியும் குடியிருக்கிறார்கள். அவர்களுக்கு, சுமார் பன்னிரண்டு கால்நடைகள் இருக்கின்றன. ஓர்ச்சாவில் மரியாக்களின் தன்குடீர் (கோத்தூள்) குழுவில் ஜோஷ்வாவும் அங்கத்தினர். அத்தகைய தொரு தன்வயப்படுதலில் இலாப நஷ்டங்கள் உண்டென்பது தெரிந்ததுதான். மரியா வாழ்க்கை முறையை வரித்துக் கொண்டதனால், அவருக்குத் தன்னுடைய கடந்தகாலப் பின்புலம் அறிந்தோ அறி யாமலோ நஷ்டமாகியிருக்கிறது. ஜோஷ்வா இப்போது பிரார்த்தித்து வேண்டிக்கொள்வதெல்லாம் கர்த்தரை நோக்கியல்ல. மரியாக்களின் குட்டித் தெய்வங்களிடமும், தரக் குறைவான செய்வினைச் செயல்பாடுகளின் பலன்களிலும் அவர் நம்பிக்கை கொள்கிறார்.

(யாரோ செய்வினை வைத்து தன்னுடைய ஏழு பசுங்கன்றுகளைத் தொடர்ந்து கொன்றுவிட்டதாகக் கூறினார். ஒரு பசுவினுடைய வால் துண்டத்தைக் கர்மம் செய்து கழித்திருப்பதைக் கண்டெடுத்ததனால்தான், எஞ்சிய கன்றுகள் சாகாமல் இருக்கின்றனவாம்). அவருடைய பழைய காலத்து நண்பர்கள் கருதுவதுபோல, ஒரு ஸ்கிஸோஃப்ரேனிக் சுபாவத்தின் பரிணாமம்தான் ஜோஷ்வாவில் நிகழ்ந்திருக்கிறது என்பதை நினைக்காமல் இருக்க முடியவில்லை. ஜோஷ்வா, தன்னுடைய புதிய சூழலில் மிகவும் மகிழ்ச்சியாக இருக்கிறார்.

15

முரியா கோத்தூளில் இரவுகள்

நாராயண்பூர். ஹராகோடி குடியிருப்புச் சேரியில் செப்டம்பர் மாத நடுவில் ஓர் இரவு.

கோண்டி முரியாக்களின் கோத்தூளுக்கு (பொது உறங்கு தளம்) வெளியே விறகுக் கட்டு எரிந்து தீரும் நிலை. கோத்தூளின் பட்டேல் தனிராம் என்ற பதினெட்டு வயதுக்காரன் சொன்னான்: 'அவர்கள் எல்லாம் படுக்கத் தொடங்கியிருப்பார்கள். இப்போது போனால் விரும்பமாட்டார்கள். கொஞ்சம் கழித்து நாம் உள்ளே போவோம்.' யாரோ மஹுவா பானத்துடன் வந்தார்கள்.

'நீங்கள் சர்தார்ஜிமார் இல்லை அல்லவா?'

'சர்தார்ஜிமாரை நாங்கள் உள்ளே அனுமதிப்பதில்லை.'

சில கஜ தூரத்தில், இடுப்பில் கைகோத்தபடி பாடி, காலடி எட்டு வைத்துக்கொண்டிருந்த பூப்பெய்தாதப் பெண்பிள்ளைகளின் ஒரு கூட்டம் இருந்தது. அவர்கள், தனித்தனியே பிரிந்து உட்கார்ந்தார்கள். எதிரில் விசாலமான வயலில் அடர்ந்த இருட்டை விரட்ட, ஒரு துளி வெளிச்சமோ அரவமோ இல்லை. தீக்கங்குகளைச் சுற்றிலும் கூடியிருந்தவர்களில், தனிராமுக்குப் பின்னால் வேறு இரண்டு முரியா இளைஞர்களும் இருந்தார்கள். அவர்கள் ஏன் உள்ளே போய் படுத்துக் கொள்ளவில்லை? அவர்களுடைய முகத்தில் சோகமான சிரிப்பு உதித்தது. 'சேர்ந்து படுக்க எங்களுக்குப் பெண்பிள்ளைகள் இல்லை.' இப்படிக் காத்திருக்கும்போது, ஒருநாள் அவர்களுக்கும் காதலிமார்கள் கிடைப்பார்கள். உள்ளே காரிருட்டு. ஆனால், உள்ளே இருப்பவர்கள் நிசப்தமாக இல்லை. தொடர்ந்து உதிர்ந்துகொண்டிருந்த சத்தத்தில், மகிழ்ச்சியும் கிண்டலும் தெரிந்தன. வெளியே இருந்த மற்றவர்கள், உச்சத்தில் வெடிப்புறச் சிரித்து அதைப் பிரதிபலித்தார்கள்.

எரிந்துகொண்டிருந்த ஒரு விறகுக் கொள்ளியை உயர்த்திப் பிடித்தவாறு வேலியோரம் தென்பட்ட கிழவர் ஒருவர், தன்னுடைய மகன் அக்னு, கோத்தூளுக்குள் போயிருக்கிறானாவென்று கூப்பிட்டு விசாரித்தார். அக்னு கோத்தூளுக்கு வந்து இருக்கவில்லை. கிழவர், மொத்தத்தில் திகைத்துப்போனார். அன்று சாயங்காலம், கிராமத்தில் ஓர் இடி விழுந்திருந்தது. அந்த மின்னலிடியில், ஒரு கடுவா (கர்வா) பெண்பிள்ளை இறந்துவிட்டாள். அக்னுவின் அம்மா- கிராமத்தில் மகனைத் தேடிக்கொண்டிருக்கிறாள். பதினைந்து நிமிஷங்களுக்குப் பிறகு அவர் மறுபடியும் வந்தார். அக்னு, வீட்டுக்கு வந்து சேர்ந்து விட்டானாம்.

உள்ளே, சத்தம் சிறிது நேரத்துக்குக் குறைந்தது. இரண்டு பெண் பிள்ளைகள் வெளியே வந்து கோத்தூளின் பின்பக்கம் மறைந்து போனார்கள். தனிராம் தன்னுடைய டார்ச்சுடன் எழுந்தான். 'நாம் போய்ப் பார்க்கலாம்!' என்றான்.

நீண்ட சதுர அமைப்பிலான ஒரு தளம்தான் கோத்தூள். அரைச் சுவர் ஒன்று, எதற்காகவோ அதை இரண்டாகப் பிரித்திருந்தது. இரண்டு பகுதி களிலும் முப்பத்தாறு இணைகள் தரையில் விரித்த போர்வையில் ஆலிங்கன நிலையில் படுத்திருந்தார்கள். சிலர் கூட்டாக மற்றொரு போர்வையைப் போர்த்துக்கொண்டு, ஒன்றாகவே மூடிக் கிடந்தார்கள். தனிராம் விளையாட்டாகச் சில இணைகள் மீதிருந்த போர்வையை இழுத்து விலக்கினான். பலர், ஆனந்தத்தின் உச்ச முகூர்த்தத்தில் இருந்தார்கள். பெண்களின் முகங்களை மறைத்துக்கொண்டு அவர்கள் தலைநிமிர்த்திப் பார்த்தார்கள். ஆனால், யாரும் ஆலிங்கன நிலை யிலிருந்து தங்களை விடுவித்துக்கொள்ளவில்லை. வரிசையாகப் படுத்திருந்த இணைகளுக்கு நடுவில் ஒரு பாயில் தனியாகப் படுத்திருந்த ஒரு யுவதியைச் சுட்டிக்காட்டி தனிராம் சொன்னான்: 'அவள் மோகக் கிளர்ச்சியுற்றுப் படுத்துக் கிடக்கிறாள். அவளுடைய டொக்கா (காதலன்) அதோ படுத்திருக்கிறான்.' அவளுக்கு அடுத்தாற்போலிருந்த மற்றொரு பெண்பிள்ளையின் கால்களில் பின்னிக் கிடக்கிற இளைஞன், தலை உயர்த்திச் சிரித்தான்.

தனித்திருக்கும் அவள் தேவையானால் வெளியே தனியே உறங்கிக் கொண்டிருக்கும் இளைஞர்களில் யாரையாவது தன்னுடைய பாய்க்கு வரவழைக்கலாம். ஆனால், அவளுக்கு அதில் நாட்டமில்லை. தன்னுடைய காதலன் தேடி வருவானென்று அவளுக்கு உறுதிப் பட்டிருக்க வேண்டும்.

கோத்தூள் சூழலிலிருந்து வெளியே வந்ததும் தனிராம் கேட்டான்: 'எங்களுடைய வாழ்க்கை இப்படிப்பட்டதுதான். என்ன தோன்றுகிறது உங்களுக்கு?'

ஒரு முரியாவாகத் தண்டகாரண்யத்தில் பிறக்கவில்லையே என்ற சோகம் பொதுவாக எவருக்கும் ஏற்படும்.

நாராயண்பூரிலிருந்து நான்கு மைல் தூரத்தில் கட்பங்காள் என்ற முரியா கிராமத்து;னூ கோத்தூளில் மற்றொரு செப்டம்பர் இரவு. வெளித் தளத்திலிருந்த இளைஞர்கள் தங்களுடைய மண்செண்டை வாத்தியத்தின் தோல்புறத்தில் அரிசிமாவைத் தடவினார்கள். மனோகரமான தோற்றம்கொண்ட பல செண்டைகளும், பெரும்பறைகளும், பிற சங்கீத உபகரணங்களும் முற்றத்தில் நிறைந்திருந்தன. கோத்தூள் முற்றத்தில், ஓங்கி எரியும் விறகுச் சிதை. அவர்கள் ஒரு நடனத்துக்கு ஆயத்தமாகிறார்கள். ஆண்பிள்ளைகளின் தலைப்பாகைகளில், மயில் பீலிகள் செருகப்பட்டிருக்கின்றன. அவர்களுடைய நெற்றியிலும் கழுத்திலும் பல நிறங்களில் முத்துமாலைகள். பெண்பிள்ளைகள் உள்ளே இருக்கிறார்கள். நாடக ரீதியிலான ஒரு பிரவேசத்துக்கு அவர்கள் ஒன்று கூடியிருக்கிறார்கள். சாயங்காலம் நாங்கள் கிராமத்தைச் சென்றடைந்தபோது, கோத்தூளிலிருந்து குழல் ஊதி, நடனத்துக்குத் தயாராகும்படி அறிவிப்பு கொடுத்திருந்தார்கள்.

ஸாந்த்து, பண்டி என்ற இரண்டு முரியா இளைஞர்களுடன் அவர்களுடைய வீட்டுக்குச் சென்று, நாங்கள் இரவுச் சாப்பாட்டை முடித்தோம். பண்டின் முதிய தந்தை, கோடைக்காலங்களில் வேட்டைக்காக மலைகளுக்குப் போகும் தண்டாமி மரியாக்களைப் பற்றிச் சொன்னார். தண்டாமிகள் திடகாத்திரமானவர்கள்; தைரியசாலிகள். அவர்கள் தொடுக்கும் அம்புகள் ஒருபோதும் குறி தவறாது. கோடைக்காலத்தில் ஐந்நூறும் அறுநூறுமான நபர்கள் அடங்கிய குழுக்களாக அவர்கள், அபுஜ்மஹாட் மலைகளில் வேட்டைக்குப் போவார்கள். பல நாள்களுக்குத் தேவையான உணவு தானியங்கள் வேண்டித்தான் அந்த வேட்டை நடக்கும். காட்டு நடுவில் ஒரு பகுதியில் அவற்றைத் தேடிக் கண்டுபிடித்து, ஒரு குழு தண்டாமிகள் காவல் இருப்பார்கள். அவர்கள் சாயங்காலம் வரை தொடர்ந்து கொம்பு ஊதி, வேட்டைப் பகுதி எந்தத் திசையிலென்று மற்ற குழு வேட்டைக்காரர்களுக்குத் தெரிவித்துக் கொண்டிருப்பார்கள். ஒவ்வொரு நாளைய வேட்டையின்போதும் கிடைத்த மிருகம்தான், அன்றைய இரவுச் சாப்பாடு. மிச்சம் மீதியைப் பாதுகாத்து சேமித்து வைப்பது வழக்கமில்லை. மழையின் ஆதிக்கம் நேரும்போது, விவசாய வேலைகளுக்காகத் தண்டாமிகள் சொந்தக் கிராமங்களுக்கு திரும்பிப் போவார்கள்.

மண்செண்டைகள் ஒலித்தன. முற்றத்தில் உள்ள சித்திர மரத்தூணில் யாரோ ஒரு ராந்தல் விளக்கைக் கொளுத்தினார்கள். கிராமம் உறக்கத்தில் இருந்தது. தெளிவான வானத்தை நோக்கி நிற்கும் இருண்ட மலைகளுக்கு நடுவில், கட்பங்காளின் அடிவாரத்தில், நெடிதுயர்ந்த மஹுவா மரங்கள் தியானத்தில் ஆழ்ந்திருந்தன. ஆறு நாள்களுக்கு முன்பு மலைகளில் கன்று மேய்க்கப்போன ஒரு முரியா பெண் பிள்ளையை யாரோ அங்கே கொன்றிருக்கிறார்கள். இன்றுவரை எந்த ஒரு துப்பும் கிடைக்கவில்லை. ஸாந்த்து சொன்னான்: 'எங்களுடைய கோத்தூளில் மிகவும் அழகான பெண் அவள். நாச்சிலும் (நடனத்திலும்) அவள்தான் முதல் ஆளாக இருப்பாள்.'

இன்று நடனத்துக்குத் தயாராகும்போது கட்பங்காளில் முரியாப் பெண் பிள்ளைகள், யாருடைய வன்முறைக்கோ இரையான தங்களுடைய கூட்டாளியைப் பற்றி நினைத்துப் பார்ப்பார்களா?

கழுத்தில் தொங்கவிட்ட செண்டைகளுடன், ஆண்பிள்ளைகள் முற்றத்துக்கு வந்தார்கள். தூணையும் ராந்தலையும் விறகுச் சிதையையும் சுற்றி, அவர்களுடைய காலடி எட்டுகள் ஒரு வட்ட வடிவில் நடனமாடத் தொடங்கின. உள்ளேயிருந்து ஓடிவந்த இரண்டு பெண்பிள்ளைகள், அவர்களுடன் சேர்ந்து கொண்டார்கள். வாத்திய ஒலிகள் நிதானமாக அதனதன் தனித்தன்மையான சங்கீதத்துக்கு ஏற்ப எல்லா ஒலிகளையும் அரவணைத்து வரவேற்றன. ஆண்பிள்ளைகள் வெளியேறியபோது, மற்றொரு பெண்பிள்ளைகள் கூட்டம் முற்றத்துக்கு வந்தது. வட்டம் இசைவான கதிகளில் ஏறியும் இறங்கியும் காலடி எடுத்து வைக்கும் போது, அவர்கள் தங்களுக்குள் இரண்டு குழுக்களாகப் பிரிந்தார்கள். அதிமனோரம்மியமான அசைவுடன் அவர்களில் ஒரு குழுவினர் குனிந்து அடி எடுத்துவைத்துப் பாடினார்கள். அந்தக் குழு நிமிரும் போது, அடுத்த குழு பெண்பிள்ளைகள் இசைக்கு ஏற்றவாறு முளை வெடித்துக் கீறி வெளிப்படுவதுபோல ஆடியபோது, தனித்துவமும் இயல்பானதுமான ஒரு போட்டி உருவானது. அந்த இருட்டில் இயற்கையின் தடை எதுவுமில்லாமல் வீசி எறியப்பட்ட சரளைபோல, அந்த இசையொலி சிதறிக்கொண்டிருந்தது.

கட்பங்காளில், நாச் (நடனப்) பெண்பிள்ளைகள் அழகிகள். முழங்கால் வரை எட்டிப்பார்க்கும் அவர்களுடைய ஆடை நுனிகள் மார்பில் நிற்பதில்லை. தலை நிறைய சிவந்த பூக்களும் மயிற்பீலியும். மார்பில் பல முத்துமாலைகள். கணுக்கால்களில் தடிமனான கால்தண்டைகள். கை நிறைய வளையல்கள். குறைந்த அளவினதான ஆடைகளின் ஒவ்வோர் அசைவிலும் வெளியே தெரிந்த அவர்களுடைய திடமான

வாலிபக்கூறுகள், சிதையின் ஒழுங்குமுறையற்ற ஒளிவீச்சில் அசாதாரணமாகத் தென்பட்டன. அவர்களுடைய தேகங்களிலிருந்து நிதானமாக முரட்டுத்தனமும், விலங்கு ரீதியில் சகஜமுமான அழகு வெளிப்பட்டது. முடிவில்லாத வட்டச் சுற்றுகளில், ராந்தலின் மங்கிய வெளிச்சத்தில், உயர்ந்து தாழ்ந்து கொண்டிருந்த எப்போதும் நிமிர்ந்த நிலையிலான மார்பகங்கள். இனியொரு நடன அசைவில், இடுப்பி லிருந்து நழுவிவிடுமென்று தோன்றும்படியான பருத்த பிருஷ்டங்கள். அப்போதுதான் உடைத்துப் பிளந்த ஏதோ கருங்கல் கர்ப்பங்களிலிருந்து வெளியே வந்தவர்களைப் போலிருந்தார்கள் அவர்கள்.

மத்திய இந்தியாவில் கோத்ரா இனங்களுக்கிடையில் புழக்கத்தில் இல்லாத பல நடன வகைகள், கட்பங்காளில் கோத்தூளுக்கு அறிமுக மாகியிருந்தன. பலவற்றில் பயின்ற ஒரு கோரியோக்ராஃபி போல, அது தோன்றியது. சுமார் இரண்டு மணி நேரத்துக்குத் தொடர்ந்த அந்த நடனத்துக்குப் பிறகும் அவர்களுடைய உடலுறுப்புகள் தளரவில்லை. மாறாக, ஒரு புதிய உணர்வும் ஈடுபாடும் அவர்களிடம் தென்பட்டன. நடனம் முடிந்து, எஞ்சிய மஹுவா பானத்தைப் பங்கிட்டுக்கொண்ட இடைவேளையில், பலர் தங்களுடைய போர்வைகளுடனும் இணை களுடனுமாக உள்ளே இருட்டுக்குள் பின்வாங்கிக்கொண்டனர். நிதான மாக எரிந்து அமர்ந்த விறகுச் சாம்பலின் அருகே, நாங்கள் மட்டுமே தனிமையானோம்.

பொது ஓய்வு தூங்கும் விடுதிகள், பெரும்பாலான கோத்ரா இனங்களில் பரம்பரையாக இருந்துவரும் நிலையங்களாகும். சமூக முறைமை களிலும், மரியாதைகளிலும், இளைய தலைமுறையினரை விவரம் தெரிந்தவர்களாக்குவதிலும், முற்றிலும் பாதுகாப்புத் தருவதிலும் நோக்கம் கொண்டுள்ள இத்தகைய கூட்டு விடுதிகளைப் பவித்திர மானவையென்றே நினைக்கத் தோன்றுகிறது. பஸ்த்தரில் உள்ள கோண்டி முரியாக்களின் கோத்தூள், பேச்சிலும் நடவடிக்கையிலும் மற்றெல்லா இனங்களின் கிராமங்களின் நடைமுறையிலுள்ள இளைஞர் நிறுவனங்களிலிருந்தும் வேறுபட்டதாகும். மத்திய இந்திய கோத்ரா இன கிராமங்களில் பொது இரவு விடுதிகள் அமைப்பு என்பது, திருமணத்துக்கு முன்னதான காதல் உறவுகளை ஒழுங்குபடுத்த அங்கீகரிக்கப்பட்ட ஒரு சமூக நிறுவனம் என்பது நிச்சயம். பெரும் பாலான ஆதிவாசி இளைஞர்கள் இத்தகைய இரவு விடுதிகளில் வைத்துத்தான், தங்களுடைய எதிர்காலத் துணையைத் தேர்ந்தெடுக் கிறார்கள். ஒரிஸாவில் கோண்டுகளுக்கிடையே காதல் நிறை வேறுவது, திருமணமாகாதப் பெண்பிள்ளைகளின் இரவு நேரத்து நடப்புகளின் சூழ்நிலைகளில்தான். கிராமத்தாரின் முழுச் சம்மதம்

பெற்ற ஒரு முதியவளின் மேற்பார்வையில்தான், இத்தகைய உறங்கு விடுதி முறை செயற்படுகிறது. இரவு ஒரு குறிப்பிட்ட நேரம் கடந்துவிட்டால், கிழவி எல்லா வாடிக்கையாளர்களையும் உள்ளே அடைத்து கதவைச் சாத்திவிடுவாள். வேற்று கிராமங்களிலிருந்து வருபவர்களுக்கு அவர்களுடைய பாட்டும் ஆட்டத்தையும் நிறுத்தச் செய்து திரும்பிப் போக வற்புறுத்தப்படுவார்கள். அருணாச்சல பிரதேஷில் பெரும்பாலான இனத்தார்களுக்கு உடன்படுக்கை முறையை அனுமதிக்கும் பொது உறங்கு விடுதிகள் இருக்கின்றன. திராப்பில், பாஞ்சு இனத்தாரிடையே இன்றும் இது வழக்கத்தில் இருக்கிறது. ஆனால், அங்கே உறக்க விதிமுறைகள் பொதுவல்ல. ஒவ்வொரு வசிப்பிடத்துக்கும் பின்னால், குடும்பத்தில் திருமணம் ஆகாதவர்கள் இரவில் உறங்கும் ஜிம்ப்ச்சம், ப்பா என்ற பெயர்களில் அழைக்கப்படும் தளங்கள் இருக்கின்றன. பெண்பிள்ளைகள் அங்கே தங்களுடைய காதலர்களைச் சுவீகரிக்கவும், அவர்களுடன் சேர்ந்து உறங்கவும் செய்யலாம். இத்தகைய காதல் உறவுகள், பெரும்பாலான சந்தர்ப்பங்களில் நிலைத்துவிடும். இரவுக்கு இரவு காதலர்களை மாற்றுவது அபூர்வம்தான். அது மட்டுமல்ல. கிராமங்களையும் ஜாதிபேதங்களையும் அனுசரித்து, ஜிம்ப்ச்சங்களின் சம்பிரதாயங்களும் மாறுகின்றன. பஸ்த்தரில் உள்ள முரியாக்களின் கோத்தூள், இவற்றி னின்றும் வேறுபட்டு மறுமலர்ச்சி பெற்ற ஒரு நிலையான நிறுவன மாகும். நிறைய நியமங்கள், கோத்தூள் நடவடிக்கைகளைக் கட்டுப் படுத்துகின்றன.

முரியா கிராமங்களில், வயது வந்த எல்லா ஆண்பிள்ளைகளும் பெண் பிள்ளைகளும் கோத்தூளில் உறுப்பினர்கள்தாம். ஆண்பிள்ளைகள், பொதுவாக எட்டுப் பத்து வயதானவுடன் கோத்தூளுக்கு வந்துபோகத் தொடங்குவார்கள். ஆனாலும் வயதுக்கு வந்த பின்பு மட்டுமே, அவர்கள் இயல்பாக அங்கே உயிரோட்டமான பங்குபெற்றவர்கள் ஆவார்கள். ருதுவாகாத பெண்பிள்ளைகள், அங்கே நுழைய அனுமதி யில்லை. கோத்தூள் சூழலுக்கு வந்திருந்து மூத்தவர்களின் நடனங் களையும் பாட்டுகளையும் ரசிக்க அவர்களுக்கு வசதிகள் உண்டு. தனிராம் சொன்னான்: ‘கிராமத்தில் முரியா பெண்பிள்ளைகள் வயதுக்கு வந்துவிட்டார்களென்று தெரிந்தால், இரவில் கோத்தூளிலிருந்து ஒரு குழு அவளுடைய வீட்டுக்குச் சென்று அவளை வரவேற்கும். அவள் வருவதற்குத் தயாரில்லையென்றால், அதாவது, அவளுடைய பாதுகாப்பாளர்கள் அவளை அதற்கு அனுமதிக்கவில்லையென்றால், பின்னர், அந்த வீட்டுக்கும் கோத்தூள் உறுப்பினர்களுக்கும் எந்தவொரு பந்தமும் இல்லை.’ நாராயண்பூரில் முரியாச்சேரி கோத்தூள்

பழக்கமில்லாத முதிர்ந்த பெண்பிள்ளை ஒருத்தியுமில்லை. கட்பங்காள் கிராமத்தில், கோத்தூளுக்குப் போகாத யுவதிகள் இருக்கிறார்கள். அங்கிருக்கும் வாலிபர்கள், அவர்களை ஒரு பொருட்டாக மதிப்பதில்லை. வயதுக்கு வந்த பெண்பிள்ளைகளை வீட்டுக்குப் போய் வரவேற்கும் வழக்கமும் கட்பங்காளில் இல்லை. அவர்கள் தாங்களாகவே அங்கு வந்துவிடுவதுதான் வழக்கம்.

பட்டேல் என்ற ஒரு முக்கியஸ்தர்தான் கோத்தூளை நிர்வகிப்பது. எதனாலாவது உறுப்பினர் ஒருநாள் வராமலிருந்தால், அந்த உறுப்பினரைத் தண்டிக்கும் அதிகாரம் பட்டேலுக்கு உண்டு. தண்டனை, பல சமயங்களில் கோத்தூளில் இரவில் எரிப்பதற்குத் தேவையான விறகுக் கட்டுகளைச் சேகரித்துக்கொண்டு வருவதாக இருக்கும். திருவிழாக்கள் சம்பந்தப்பட்ட கிராமங்களில் சுற்றும் நடனக் குழுக் களைத் திரட்டுவதும், அத்தகைய சந்தர்ப்பங்களில் கிடைக்கும் வெகுமதிகளைப் பொதுவாக்கிப் பங்கிடுவதும், பட்டேலின் தலைமை யில்தான். கிராமத்தின் எல்லா ஆண்பிள்ளைகளும் பெண்பிள்ளைகளும் இரவைக் கழிப்பது கோத்தூளில்தான் என்பதால், அந்த இடத்து ஒரே குடும்பத்துக்காரர்கள் சகோதர சகோதரிகளாக நடந்துகொள்வதும் சாதாரணம்தான். அவர்கள் விவரமறிந்து பரஸ்பரம் விலகி நிற்பார்கள். கோத்தூள் காலத்தில் ஒரு குறிப்பிட்ட இணையென்று யாரையும் வரையறைப்படுத்துவதைச் சட்டதிட்டங்கள் அனுமதிப்பதில்லை. ஆனால் பல சமயங்களில் எண்ணங்கள் ஒத்து, உறவு நிலைத்துவிடும் அனுபவங்களும் உண்டு. நான்கு ஆண்டுகள் தொடர்ச்சியாகக் கோத்தூளில் உறுப்பினனான தனிராம், இப்போது உறங்குவது அவனுடைய மூன்றாவது காதலியுடன். பெண்பிள்ளைகளின் கோத்தூள் காலம் பெரும்பாலும் சொற்பம்தான். அவர்கள், விரைவில் திருமணமாகிப் போய்விடுவார்கள். ஆனால் சொற்ப நாள்களுக்குள்ளேயே, கிராமத்தில் அதிக வாலிபர்களுடன் படுக்கையைப் பங்கிட்டுக்கொள்ளும் சாமர்த்தியசாலிகளும் உண்டு. ஆனால், அப்படிப்பட்டவர்கள் அபூர்வம். அப்படியான வரைகடந்த இணைமாற்றத்துக்கு, பல எதிர்காலப் பிரச்னைகள் வருவதுண்டு. அதாவது, பெண்பிள்ளை கர்ப்பமாகிவிட்டால், குழந்தையின் தகப்பன் யாரென்று அவளுக்கே திட்டவட்டமாகத் தெரியாது. சாதாரணமாக, பல இரவுகள் அறிமுகமாகிப் புரிந்துகொண்டு பழகிய நட்புறவுக்குப் பின்னர்தான், வெட்கத்தை மீறிய பாலியல் உறவுக்கு அவர்கள் முனைகிறார்கள். கோத்தூளில் வைத்து பெண்பிள்ளைகள் கர்ப்பிணிகளாவது அசாதாரணமல்ல. ஆனால் தன்னுடைய கணவன்

யார் என்பதைப் பற்றி, பெண்பிள்ளை திகைக்க வேண்டிய தேவையில்லை என்பதாகக் கருதுகிறார்கள்.

எல்லா முரியா பெண்பிள்ளைகளுக்கும் நல்ல வாலிபப் பருவத்தில் தான், வாகான வரன்கள் அமைகிறார்கள். கோத்தூளில் பாலியல் காதல் பந்தங்களுக்குத் திருமணப் பொறுப்பு கிடையாது. தன்னுடைய கோத்தூள் காதலனுடன்தான் திருமணம் நடைபெற வேண்டுமென்று பெண்பிள்ளை விரும்பினால், அவனும் அவளைத் திருமணம் செய்து கொள்ள ஆயத்தமென்றால், அவனுடைய குடும்பம் அவளுடைய வீட்டில் ஏற்கெனவே செலவழித்தப் பணத்துடன், ஆச்சாரப் பழக்க மான கொஞ்சம் பணத்தையும் கொடுத்து அவன் அவளைச் சொந்த மாக்கிக் கொள்வான். கோத்தூளில் வைத்து உண்டாகும் கர்ப்பத்தின் பிரச்னை இவ்வாறு தீர்க்கப்படுகிறது. கர்ப்பிணியானாலும், ஒருத்தியைத் தன்னுடைய மனைவியாக ஏற்றுக்கொள்ள மணமகனாக வருபவன் ஒப்புக்கொண்டால், அவளுடைய கோத்தூள் காதலன்- இருபத்தைந்து ரூபாயும் இருபத்து நான்கு நாழி அரிசியும் புதிய மணமகனுக்குத் தரும் பொறுப்பை ஏற்றுக்கொள்வான்.

16

மரியா கிராமங்களில் தலைமைகள்

நான்கு திசைகளிலும் மழை கனத்துத் திரண்டு கொண்டிருந்த ஒரு சாயங்காலத்தில், ஸாரபாஞ்ச் எங்களை கிராமத்துக்கு அழைத்தார். ஓர்ச்சாவில் மூன்று குடியிருப்புகளின் நாற்பத்திரண்டு குடிசைகளில், சுமார் முந்நூறு மரியாக்கள் வசிக்கிறார்கள். பாதைகள் என்று சொல்லும் படியாக எதுவும் இல்லை. கழுத்துவரை வளர்ந்த களைகளை அளைந்து வகைப்படுத்தி, கறுத்த களிமண்ணில் சறுக்கியும் வழுக்கியும், நாற்பது வயது தாண்டிய ஸாரபாஞ்ச் முன்னே நடந்தார். அவர் மலைச்சரிவு வயற்காட்டிலிருந்து மாடுகளை மேய்த்துவிட்டு, அப்போதுதான் திரும்பி வந்தது போலிருந்தது. விறகுக்கொள்ளிகள் எரியும் தீக்கூடைக்கு அடுத்து இருந்த அவருடைய வீட்டம்மாள் காய்ச்சிக் கொடுக்கும் மஹுவா பானத்தைக் குடித்து ஓய்வு எடுக்க வேண்டிய மாலை நேரம் அது. ஆனால், அவர் ஸாரபாஞ்ச். விருந்தினரை வர வேற்று உபசரிக்க வேண்டியது அவருடைய பொறுப்பு.

எல்லாக் குடும்பங்களும் காடுகளிலிருந்து திரும்பி வந்துவிட்டன. குடிசைகளின் சுற்றுச் சூழல் சகதியாகி அழுக்கடைந்திருந்தது. ஆனால், உள்ளே மண்ணால் மெழுகிய தரையில், எப்போதும் நிலை கொண்டிருக்கும் இதமான வெப்பம் இருந்தது. வசிப்பிடங்களுக்குச் சற்று முன்னால்தான் தானிய சேமிப்பு அறைகள். சில குடும்பங்களின் தானிய அறைகளில், ஆறேழு வருஷத் தொன்மையான நெல் இருந்தது. தேவைக்கான தானியச் சேகரிப்பு இருந்த போதிலும், ஆகார விவகாரங்களில் மரியாக்கள் தரித்திரர்கள்தான். காலையில் கேழ்வரகு மாவு கொண்டு காய்ச்சிய கஞ்சிதான், சாயங்காலம்வரை அவர்களுக்கு உணவு. அவர்கள் எதனாலோ பிசுநாரிகள். மரியா கிராமங்களில் தரித்திர மும் பசியும், உணவு சம்பந்தமான அவர்களுடைய மனோபாவத்தினால் உண்டாகும் பிரச்னைதான். அவர்கள் சேமித்துப் பாதுகாத்து வைக்கும் தானியம், காலப்போக்கில் சாமர்த்தியசாலிகளான சமவெளி

வியாபாரிகளின் கிட்டங்கிகளை நிரப்பும். மரியா குடும்பத்தார்கள், நிறைய கால்நடைகளை வளர்க்கிறார்கள். பால் கறக்கும் வழக்க மில்லை. நாராயண்பூரிலிருந்தும் கொண்டகாவிலிருந்தும் வரும் 'க்கோண்டி', 'ஹல்பா' கடைக்காரர்களும் விவசாயிகளும், மரியாக் களைக் குடிக்க வைத்து மகிழ்ச்சியிலாழ்த்தி, துச்சமான விலையில் மாடுகளைக் கைவசப்படுத்திக் கொள்வார்கள். விற்பதிலும் வாங்கு வதிலுமான ஏற்பாடுகளில், பொதுவாக இந்த மந்த புத்தியும் யுக்திக் குறைபாடும் எல்லாருக்கும் வெளிப்படையாகத் தெரிந்தவை. வனாந் தரங்களிலிருந்து அவர்கள் மஹுவாப் பூக்களைச் சேகரித்து, தவடை வாரச் சந்தைக்குக் கொண்டு போய் விற்பார்கள். மஹுவாப் பூக்களைத் திரும்ப வாங்கும் நிர்ப்பந்தத்துக்கு மரியாக்கள் உள்ளாகிறார்கள். அப்போது ஷௌண்டி மார்வாடிக் கடைக்காரர்கள், மரியாக்களிடமிருந்து இரண்டு மடங்கு விலையை வாங்கிவிடுவார்கள்.

அப்படியொரு வியாபாரத்துக்கு ஸாரபாஞ்ச் நிர்ப்பந்தப்பட்டிருக்கிறார். அவருடைய மூத்த மகனுடைய திருமணம் நெருங்குகிறது. சென்ற வாரம் தவடைச் சந்தைக்கு வந்திருந்த மஹுவா, மொத்தத்தையும், நாற்பது ரூபாய் கொடுத்து வாங்க நேர்ந்தது. ஐம்பது குப்பி மதுபானம் தான், அதிலிருந்து தயாரிக்க முடிந்தது. மேலும் அந்த அளவுக்காவது வேண்டும். கல்யாணத்துக்கு என்று ஒதுக்கி வைத்த மதுபானத்தில், இரண்டு குப்பி அளவை அவர் எங்களுக்காக வெளியில் எடுத்தார். குடிசைக்கு முன்னால் அமர்வுக்கூடத்தில், எரியும் விறகின் வெளிச் சத்தில் நாங்கள் கூடி உட்கார்ந்தோம். ஸாரபாஞ்ச்சின் வீட்டம்மாள் மந்தாரி இலைகளைக் குத்தி, பல தொன்னைகளைத் தயாரித்துக் கொண்டிருந்தார். கொஞ்ச நேரத்தில் அவருடைய மூத்த மகளும் வந்து எங்களுடன் சேர்ந்துகொண்டாள்.

ஓங்க்கா, ஆறு வருஷங்களாக ஓர்ச்சாவில் ஸாரபாஞ்ச்சாக இருக்கிறார். பழைய ஸாரபாஞ்ச் இறந்தபோது, கிராமத்தார் தன்குடீரில் ஒன்றுகூடி, ஓங்க்காவைத் தேர்ந்தெடுத்தார்கள். மரியா கிராமங்களில், முன்னர் ஸாரபாஞ்ச் என்றொரு தலைமை வழக்கத்தில் இல்லை. 'மாம்ஜி'யும் 'பட்டேலு'ம்தான் பரம்பரையாக இருந்துவந்த கோத்ரா கிராமத் தலைமைகள். அரசாங்கம், பஞ்சாயத்து ஆகியவற்றின் வருகையினால் தான் ஸாரபாஞ்ச்சின் நியமனம். பட்டேல், ஸாரபாஞ்ச் ஆகிய இருவரின் அதிகாரங்களிலும் வேறுபாடு உண்டு. கிராமத்தில் அதிகார நிலையில் மிகவும் கீழானது ஸாரபாஞ்ச்சின் இடம். வரையறைக்குட் பட்ட அவருடைய அதிகாரக் கடமைகளில் முக்கியமானது தன்குடீரில் கூடும் கிராமசமிதியை நடத்துவதாகும். கிராமத்தில் பொதுவாழ்க்கை யுடன் சம்பந்தப்பட்ட பெரும்பாலான பிரச்னைகளைப் பற்றி

கிராமசமிதி சர்ச்சை நடத்தும். திருவிழா நாள்களை நிர்ணயிப்பதும் குழு அமைப்புடன் வேட்டைக்குத் தயாராவதும், தன்குடீரில் சமிதி கூட்டங் களின் தீர்மானங்களை அனுசரித்துத்தான் இருக்கும். எல்லா வீடுகளின் பிரதிநிதிகளும் கிராமசமிதியில் உறுப்பினர்கள். பொதுவாக, காலை வேளைகளில்தான், சர்ச்சைகள் நடக்கும். ஸாரபாஞ்ச் குழல் ஊதி கிராமத்துக்கு அறிவிப்பார். தக்க காரணம் தெரிவிக்காமல் இந்தப் பஞ்சாயத்துக் கூட்டங்களுக்கு வராமல் ஒளிந்துகொள்பவர்கள் மீது, தண்டனை நிறைவேற்ற ஸாரபாஞ்ச்சுக்கு அதிகாரம் உண்டு. தன்னுடைய அதிகார எல்லை குறித்து ஸாரபாஞ்ச் தெளிவாகத் தெரிந்து வைத்திருந்தார். பொதுவாக, கிராமம் அவருக்கு மரியாதை செலுத்தியது.

ஸாரபாஞ்சுக்குச் சற்று அதிகமாக மரியாதை தரப்படுபவரும், பிறரால் அனுசரிக்கப்படுபவரும் ஆன மற்றொரு முக்கியமானவர் பட்டேல். திடகாத்திரமான ஒரு நடுவயதுக்காரரான இப்போதைய ஓர்ச்சாவில் தோந்த்தே பட்டேல். அவருக்கு, மக்களும் கால்நடைகளும் கிடை யாது. கொஞ்சம் படிப்பறிவுள்ள இளைஞனான செம்ரூ என்பவன் கொஞ்சகாலம் பட்டேலாக இருந்தான். அவனுக்கு வனத்துறையில் கார்டு வேலை கிடைத்ததும், அவன் நாராயண்பூர் தாசில்தாரிடம் சென்று பட்டேல் பொறுப்பை ராஜினாமா செய்தான். தோந்த்தே தேர்ந்தெடுக்கப்பட்டு நாள் கணக்குத்தான் ஆகிறது. பட்டேல் என்பது, முன்பு ஒரு குறிப்பிட்ட ஜாதியினர் மட்டுமே கனவு காணும் வேலையாக இருந்தது. கிராமத்தின் உள்கட்டு சட்டதிட்டங்கள் பட்டேலின் அதிகார வரம்புக்கு உட்பட்டவை. குடும்பங்களுக்குள் ஏற்படும் சண்டைகளைப் பேசித் தீர்த்து, இடையூறுகளுக்குப் பரிகாரம் சொல்லி, கிராம வாழ்க்கையில் அமைதியை நிலைநாட்டுவார் அவர். சிறிய குற்றங் களுக்குத் தீர்ப்பு சொல்வதற்கும் பட்டேலுக்கு அதிகாரம் உண்டு. தன்னுடைய கிராமத்தின் எல்லைக்குட்பட்ட சேரிகளின் வாழ்க்கைமுறை மீதும், குடும்பம் - ஜாதி உறவுகளின் மீதும் பட்டேலின் கண்கள் எப்போதும் சுற்றிக்கொண்டிருக்கும். கொலைபாதகங்கள் போன்ற கடுமையான குற்றங்கள் நடந்தால், அரசாங்கத்துக்குத் தகவல் தெரிவிக்கவேண்டும். அதனால் அத்தகைய சந்தர்ப்பங்களில் கோத்வாலுக்கு, (போலீஸ் அதிகாரிக்கு) தகவல் தெரிவிக்க வேண்டிய பொறுப்பு, பட்டேலுடையதுதான். இத்தகைய சமாதானப் பரிபாலனத் துக்காக, பட்டேலுக்கு வருஷந்தோறும் முப்பத்தாறு ரூபாயும் தலையில் சுற்றிக்கொள்ள ஒரு தலைப்பாகைத் துணியும் கிடைக்கும்.

பட்டேல், ஸாரபாஞ்ச் ஆகிய இருவரின் அதிகாரங்கள் அவர்களுடைய கிராமங்களின் எல்லையுடன் முடிந்துபோகின்றன. ஆனால் மாம்ஜி, பல கிராமங்கள் மீது அதிகாரம் செலுத்தும் ஒரு முக்கியஸ்தர் ஆவார்.

பதினெட்டு கிராமப் பகுதிகள் அடங்கிய ஒரு பர்க்கனாவின் மாம்ஜி ஓர்ச்சாவில் இருக்கிறார். அவருடைய பெயர் தோந்த்தே. பர்க்கானா என்பது நிலப்பிரிவின் அடிப்படையில் நடைமுறைக்கு வந்த ஒரு பழைய பிரிவாகும். பஸ்த்தர் ராஜவம்ச காலத்தில் தொடங்கிய இந்தப் பிரிவுமுறைகள், இன்றைக்கும் தொடர்கின்றன. பதினெட்டு கிராமங்களிலிருந்து வந்த பட்டேல்களும் கிராமப் பிரதிநிதிகளும், ஓர்ச்சாவில் தன்குடீரில் ஒன்றுகூடி தோந்த்தேயைத் தேர்ந்தெடுத்து இரண்டு ஆண்டுகள் கழிந்துவிட்டன. தன்னுடைய பர்க்கானாவில் உள்ள வம்ச உறவுகளையும் சம்பிரதாயங்களையும் முற்றிலும் பாதுக ாப்பதாக மாம்ஜி உத்தரவாதம் கொடுத்தார். எனவே, திருமணப் பிரச்னைகள், முறைகேடான உறவுகள், திருமணத்துக்கு முன்னதான கர்ப்பங்கள் ஆகியன சார்ந்த பிரச்னைகளே, மாம்ஜியைத் தேடிவரும். முறை தவறிய கர்ப்பங்களைத்தான் பொதுப் பிரச்னையாக மாம்ஜி கூறுவார். பெண்பிள்ளையை, ஏற்கெனவே ஒருவனுக்கு வாக்குறுதி கொடுத்து நிச்சயித்திருப்பார்கள். அவனுடைய பெற்றோர் ஒவ்வோர் ஆண்டும் மஹுவா பானமும் உணவும் கொண்டு போய்க் கொடுத்து பெண்வீட்டாரைச் சாப்பிடச் செய்திருப்பார்கள். அந்தக்கட்டத்தில் தான், எதிர்காலக் கணவனின் காதல் கர்ப்ப நிலைக்குக் கொண்டுபோய் விடும். அத்தகைய கர்ப்பதானம் அவமானத்துக்கு உரியதாக அல்லாமல் இயல்பானதாகவே கருதப்படும். இரண்டு குடும்பத்தார்களும் மாம்ஜியை அணுகுவார்கள். அவர்கள் மாம்ஜியை நாடி ஓர்ச்சாவுக்கு வருவதோ மாம்ஜியை தங்களுடைய கிராமத்துக்கு வரவழைப்பதோ, பழக்கவழக்கங்களின் அடிப்படையில் இருக்கும். கர்ப்பிணியான பெண்பிள்ளையை அழைத்துப்போக அவளுக்கான புதிய வரன் தயாராக இருந்தால், கர்ப்பத்தில் இருக்கும் சிசுவுக்குத் தகப்பனானவன், அவனுக்கு இருபத்தைந்து ரூபாயும் இருபத்துநான்கு நாழி (ஆறு மரக்கால்) அரிசியும் தர வேண்டும். அது தவிர, தீர்ப்பு வழங்கும்போது கூடியிருக்கும் எல்லாருக்கும் மஹுவா பானம் தர வேண்டும். பிரச்னை அத்துடன் முடிவுபெறும். புதிய வரன் சம்மதித்தால், கர்ப்பிணியை அவளுடைய பழைய காதலனே முன்வந்து அவளைத் திருமணம் செய்துகொள்வான். அப்படி நேருமானால், புதிய வரனின் பெற்றோர் ஏற்கெனவே நீண்ட காலமாகப் பெண்வீட்டில் நடத்திய எல்லா விருந்துகளின் முழுச் செலவையும், காதலன் அவர்களுக்குத் திருப்பிக் கொடுக்க வேண்டும். புதிய வரனும் பழைய காதலனும் பெண்ணை ஒருசேர விரும்புவார்களானால் (அது மிகவும் அபூர்வம்), மாம்ஜி கூறும் தண்டனைத் தீர்ப்பைக் காதலன் ஏற்றாக வேண்டும். பெண்ணை அவர்கள், அவளுடைய விருப்பத்துக்கு விட்டு விடுவார்கள். அவள் அநாதையாக விடப்படுவதில்லை. ஒரு பெண்ணுக்குக் கணவன்

கிடைக்காத துர்பாக்கியம், மரியா சமுதாயத்தில் நேர்வதில்லை. மாம்ஜியின் தீர்மானங்களை மீறும் நபரும் குடும்பமும், மரியா சமுதாயத்தினின்றும் ஒதுக்கி வைக்கப்படுவார்கள். அதை அமலாக்கு வதற்கான அரசாங்க அதிகாரம் மாம்ஜிக்கு உண்டு. அவருக்கு, வருஷந்தோறும் முந்நூறு ரூபாயும் ஒரு தலைப்பாகைத் துணியும் கிடைக்கின்றன.

பஸ்த்தர் ராஜவம்ச காலத்தில் மாம்ஜிகள் அதிக செல்வாக்கு பெற்றவர் களாகவும் மிகவும் மரியாதைக்கு உரியவர்களாகவும் இருந்தார்கள். தசரா நாள்களில், தங்களுடைய பர்க்கானாவிலிருந்து வெகுமதிப் பொருள்களுடன் ஒரு பிரதிநிதிக் குழுவை அரண்மனை வாசலுக்கு அழைத்துச் செல்லும் பொறுப்பு, அன்றைய மாம்ஜிகளுக்கு இருந்தது. மன்னர் மக்களுடன் தொடர்பு கொண்டது, இத்தகைய இன முக்கியஸ்தர்கள் மூலமாகத்தான். அந்தக்காலம் முடிந்துவிட்டது. தசரா திருவிழாவின்போது, ஜகதல்பூரில் எழுந்தருளுவது இன்று மன்னரல்ல. ஆனாலும், மாம்ஜிகளும் பிரதிநிதிகளும் இன்றைக்கும் பூஜைக்காலத்தில் ஜகதல்பூருக்குப் போவார்கள். தோந்த்தே இந்தத் தடவை ஒரு கும்பல் மரியாக்களுடன் தசரா திருவிழாவுக்குப் போக தயார்படுத்திக் கொண்டிருந்தார்.

மாம்ஜி, பட்டேல், ஸாரபாஞ்ச் ஆகியோருடன் கோத்ரா இன கிராமங் களில், கோத்வால் என்ற அதிகார நபரும் உண்டு. அவருக்கு, உண்மை யில், கிராம அளவில் தொடர்பில்லை. அவருடைய அதிகாரத் தோரணை பக்கத்துப் பகுதியிலுள்ள காவல் நிலையத்தில்தான். கோத்வாலின் நடவடிக்கை எல்லையும் ஒரு பர்க்கானாவுக்குள்தான். ஓர்ச்சா பர்க்கானாவின் கோத்வால், ஓர்ச்சாவில் வசிக்கும் ஒரு மரியாதான். அவர் தனக்கு விதிக்கப்பட்ட இந்தப் பதினெட்டு கிராமங் களிலும் சுற்றிக்கொண்டிருப்பார். அவற்றுள் சில கிராமங்கள்முப்பது நாற்பது மைல்கள் தொலைவிலிருக்கும் தன்னுடைய பர்க்கானாவில் நடக்கும் குற்றச் செயல்களை காவல்நிலையத்துக்குத் தெரிவிக்க வேண்டிய பொறுப்பு கோத்வாலுக்கு இருக்கிறது. அது மட்டுமல் லாமல், இந்தக் கிராமங்களின் பிறப்பு - இறப்புக் கணக்குகளையும் தாசில்தார் அலுவலகத்துக்குத் தெரிவிக்கவேண்டியவர் அவர்தான். ஓர்ச்சாவுக்கு மிக அருகிலான காவல் நிலையம், எழுபத்தைந்து கிலோமீட்டர் தொலைவிலான நாராயண்பூரில் இருக்கிறது. சிரமமான அந்த வேலைக்கு, அரசாங்கம் வருஷத்துக்கு முந்நூறு ரூபாயும், ஒரு தலைப்பாகைத் துணியும் கோத்வாலுக்குக் கொடுக்கிறது.

சாதாரண நிலையிலான குற்றச்செயல்கள், மாட்மலைகளில் குறைவு தான். பொருட்படுத்தத் தேவையில்லாதவை ரிப்போர்ட் செய்யப் படாமல் போவதுண்டு. ஆனால் கொலைபாதகங்களோடு மற்ற பகுதி களை ஒப்பிட்டால், அபுஜ்மாடில் ஏராளமாக நடக்கிறது. கொலை பாதகங்களுக்கான பிரதான காரணம், பனையும் கள்ளுமாக இருக்கும். தன்னுடைய அனுமதி இல்லாமல் தன்னுடைய பனைமரத்தில் ஏறி இன்னொருவன் திருட்டுத்தனமாகக் கள் இறக்குவதை, ஒரு மரியா பொறுத்துக்கொள்ள மாட்டான். கள் திருடுபவர்களைப் பனைமர உச்சியிலிருந்து அம்பெய்து வீழ்த்துவதில், அவர்கள் எந்த ஒரு நியாய பங்கத்தையும் பொருட்படுத்துவதில்லை. ஆனால் அம்பு தைத்த மனிதன் இறந்துவிட்டானென்று தெரிய நேரும்போது, கோபம் தணிந்து அவர்கள் அச்சத்துக்குள்ளாவார்கள். கோத்வால் இந்த விஷயமாக கிராமத்துக்கு வருவதற்கு மிக முன்னதாகவே, அவர்கள் நாராயண்பூரில் எஸ்.டி.ஓ. முன்னால் போய் குற்றத்தை ஒப்புக்கொண்டு, நடந்ததைச் சொல்லிவிடுவார்கள். தான் செய்த குற்றச் செயல்களிலிருந்து ஒரு மரியாக்கூட ஒருபோதும் ஓடி ஒளிவதில்லை என்பது அதிகாரிகளுக்குத் தெரியும்.

17

மிகிர் வனத்து கிராமங்கள்

கடந்த கோடையின் ஆரம்பத்தில், என்னைச் சுற்றியிருந்த மற்றவர்கள் எல்லாரும் இணை சேரவோ இணை தேடியோ போயிருந்தார்கள். நான் மட்டும் கௌஹாத்தியில் என்னுடைய ஹோட்டல் அறையில், யாருமற்ற அநாதையாகிக் கொண்டிருந்தேன். சூழல் புழுக்கமாகி, அழுக்காகிக் கொண்டிருந்தது. நண்பர்களின் வருகைக்காகக் காத்திருக்க நேர்ந்தது. விரக்தியுற்று பிரமை பிடித்த நிலையில், காலையில் இரண்டு நண்பர்களுடன் வாடகைப் படகில் நான் பிரம்மபுத்ரா நதியை குறுக்காகக் கடந்தேன். ஆற்று நடுவில் அமைந்த தீவில் உக்ரதாராவின் பிரசித்தமான கோயில் இருக்கிறது. பூசாரி இணங்கினால் ஒன்றிரண்டு நாள்கள் அங்கே தங்கலாமென்ற எண்ணம். ஆனால் கோயில் முற்றத்து மௌன அமைதி, நகர வீதிகளின் ஆரவாரத்தைவிடக் கொடுமையாக இருந்தது. அதனால் அன்றைக்கே திரும்பினேன். நண்பர்களில் ஒருவர், தொல்பொருள் ஆராய்ச்சியில் ஆர்வமுள்ள ஓவியர். கௌஹாத்தி ஜட்ஜஸ் கோர்ட் மைதானத்திலுள்ள அவருடைய ஸ்டுடியோவில், அஸாமின் தொழில் சாராத ஓவியர்களும் திரைப்படக்காரர்களும் குழுமுவதுண்டு.

உக்ரதாரா கோயிலைச் சுற்றி, முன்பு எப்போதோ நதி பாழ்படுத்திய பிராகாரங்களில், சிதைவு எச்சங்கள் சிதறிக் கிடந்தன. அவற்றுள் பல, சிதைந்த சிற்பங்கள். அவற்றுக்கிடையில் சற்றுத் தயங்கி நின்று அதன்பின்னர் நாங்கள் திரும்பினோம். வழியில் ஏற்கெனவே ஸமீரன் என்ற நண்பன், மிகிர் குன்றுகளைப் பற்றிச் சொல்லியிருந்தான். திடீரென்று தீர்மானமாயிற்று. கௌஹாத்திக்குப் போய் ஸமீரனைக் கூட்டிக்கொண்டு, நான் நௌகோங்குக்கான முதல் பஸ்ஸைப் பிடித்தேன். நௌகோங்கிலிருந்து சில நாழிகைப் பயண தூரத்தில் ஸமீரனுடைய வீடு இருக்கிறது. அந்தக் கிராமத்தின் பக்கத்திலிருந்து தான் மிகிர் குன்றுகள் தொடங்குகின்றன.

நௌகோங், ஒரு மாவட்டத் தலைநகர். மிக மனோகரமான ஒரு சின்ன ஊர். ஏறத்தாழ, நடுவில் கொளங் என்ற சிற்றாறு ஓடுகிறது. நதியி லிருந்து தள்ளி சில வைணவக் கோயில்கள் இருக்கின்றன. இரவு மிகத் தாமதமாகத்தான் நாங்கள் போய்ச் சேர்ந்தோம். ப்ரணாப் பரூவா என்ற ஓவியனை துணைக்குவர கூப்பிட்டோம். அவருடைய மனைவி எங்களுக்குச் சாப்பிட சோறும் கறிகளுமாகச் சமையல் செய்தாள். மறுநாள் காலை, நாங்கள் பார்போகியா கிராமம் சென்றோம். க்காஸிரங்கா வனவிலங்குப் பகுதியை அடுத்திருக்கும் பார்போகியா வில், சில சாயங்காலங்களில் காண்டாமிருகங்களைப் பார்த்தவர்கள் இருக்கிறார்கள். நரியும் பிற மிருகங்களும் அந்த அளவுக்குப் பார்ப் பதற்கு அரியன அல்ல; அடிக்கடி பார்க்க நேரும். ஸமீரின் அடுத்த வீட்டுக்காரனான ஒரு முஸ்லிம் இளைஞன், தனது வலது கையின் பாதியை இழந்திருந்தான். ஒரு நாள் இரவு கிராமத்துக்குள் புகுந்த சிறுத்தை, கடித்துக் குதறி எடுத்துவிட்டதால்தான், அவனுடைய கை பாதியாயிற்று. இப்போது கிராமத்தில் அவனுடைய அடையாளப் பெயர் - 'பாஹு க்காவோ ஷாத்துல்லா' என்பதாகும். பார்போகியாவில் மிக மகிழ்ச்சிகரமாகக் குறிப்பிடப்படும் ஓர் ஆரவாரமான ஊர்வலம், நரிவேட்டைதான். கிராமம் முழுவதுமே அந்த வேட்டையில் பங்குகொள்கிறது. நாள்கணக்கில் நீடிக்கும் அந்த வேட்டையில் பங்கேற்க பக்கத்துக் கிராமங்களிலிருந்தெல்லாம் உறவுக்காரர்கள் வந்து சேர்வார்கள். ஆள்கூட்டம், காட்டின் ஒரு பகுதியை முழுவட்டமாக வளைத்துக்கொள்ளும். புதர்களை வெட்டித் தள்ளி, அவர்கள் மையத்தை நோக்கி முன்னேறுவார்கள். வேட்டை தொடங்கியதும், இரவானாலும் பகலானாலும் எவரும் தங்களுடைய இருப்பிடங்களி னின்றும் விலகுவதில்லை. கடைசியில் காட்டுப் புதர்கள் முற்றிலுமாக ஒழிக்கப்பட்டதும், புதருக்குள் பறந்து ஒளிந்திருந்த மிருகங்கள் வெளியே வரும். இந்தக் கடைசி வேளையில் பங்கெடுக்க மிகவும் எட்டத்தில் இருக்கும் ஆள்கூட்டம் நெருங்கி வரும். பார்போகியா நரிவேட்டையைப் பற்றி அஸாம் முழுக்கப் பேச்சிருக்கும்.

இந்தக் கிராமத்துக்கு அருகிலுள்ள மொயோங் என்ற சின்ன கிராமம், மந்திரவாதிகளின் கேந்திரம். பார்போகியாவிலிருந்து, யாரும் அங்கே போவதில்லை. மொயாங்குக்கு என்னுடன்வர, ஸமீரனுக்குக்கூடக் கூச்சமாக இருந்தது. அவனுடைய வயதான அம்மா சொன்னார்: 'மொயாங்குக்குப் போகிறவர்களையெல்லாம் அங்கிருக்கும் மந்திர வாதிச்சிகள் ஆடுகளாக மாற்றித் திருப்பி அனுப்பும்.' -மொயாங்கைப் பற்றியதான இந்தப்பேச்சு, அந்தக் கிராமத்தின் வாழ்க்கையை வெகு வாகப் பாதித்திருக்கிறது. அங்கிருந்து யாரும் பெண் எடுப்பதில்லை.

அதைப்போல, மொயாங்கிலுள்ள ஆண்களை பிற கிராமத்துக்காரர்கள் ஏற்றுக்கொள்வதில்லை.

கேள்விப்பட்டதுபோல, மொயாங் அப்படி ஒன்றும் இருண்ட அனுபவமாக இல்லை. சுமார் நூறு வீடுகள் கொண்ட அந்தக் கிராமம், நட்புறவில் மற்ற எந்த அஸாம் கிராமத்தையும் போலத்தான் இருந்தது. நாங்கள் உட்கார்ந்திருந்த பெஞ்சுக்கள், எழுந்திருக்கும்போது எங்களுடைய அவயவங்களை விட்டுப் பிரிவதில்லை. எங்களுக்குப் பரிமாறப்பட்ட கறிப் பாத்திரங்களில், மீன் துண்டங்கள் திடீரென்று உயிர்ப் பெற்றுத் துடிக்கவில்லை. ஆனாலும், நாங்கள் திரும்பி பார்போகியா வந்துசேர்ந்த பிறகுதான், ஸமீரனின் அம்மாவுக்கு நிம்மதியாயிற்று.

மிகிர் குன்றுகளுக்கும் பார்போகியாவுக்கும் இடையில், சில தேயிலைத் தோட்டங்கள் இருக்கின்றன. அடர்ந்த மலைப்பகுதி தேயிலைத் தோட்டம்வரை பரவியிருக்கிறது. இந்தப் பகுதிக் குன்றுகளின் மிகிர் இனத்தவர்கள் அனைவரும், தேயிலைத் தோட்டங்களை நம்பித்தான் காலையில் கண்விழிக்கிறார்கள். நாகாலாந்து, அருணாச்சலப் பிரதேசம், மிஸோரம் ஆகியவற்றில் மட்டுமல்லாமல், அஸாம் மாநிலத்திலும் வாழும் மிகப் பெரிய மலைவாழ் இனம்தான் மிகிர். மூங்கில் கொண்டும் நாணல் கொண்டும் மனம் கவரும் வகையில் வனைந்து முடித்த மிகிர் கிராமங்களை, சுகம் தரும் காட்சிகளாக அனுபவிக்க முடியும். ஆனால், இந்தக் கிராமங்களில் வாழ்க்கை மிகவும் சோகமானது என்பது திண்ணம். கிராமத்தாரில் பெரும் பகுதியினர், மெலிந்தும் நோய்வாய்ப்பட்டும் இருந்தனர். வாலிபப் பருவம் எய்திய பெண்பிள்ளைகளின் முகங்களில்கூட கொஞ்சமும் மகிழ்ச்சி தென்படவில்லை. அறுவடைக் காலங்களின் இரவு நேரங்கள், மிகிர் கிராமங்களில் ஒரு ஜீவமரண போராட்டமாகத்தான் இருக்கும். நெற்கதிர்களை நாடி யானைகள் காடுகளிலிருந்து வரும். கடுங்குளிரையும் பொருட்படுத்தாமல், கிராமம் முழுவதும் தீப்பந்தங்களுடன் காவல் காத்துக் கிடக்கும் பலர், உயிரிழக்க நேர்ந்திருக்கிறது.

வடகிழக்கு இந்தியாவிலுள்ள பிற மலைவாழ் இனத்தவரைப் போல், மிகிர்கள் தேசியப் பிரக்ஞை கொண்டவர்களல்ல. தங்களுடைய இழிநிலை குறித்துச் சொல்லி அவர்கள் புரட்சிகளில் ஈடுபடுபவர் களல்ல. ஆனால் அடுத்து வரும் ஆண்டுகளில், மிகிர் குன்றுகளிலும் தேசிய கருத்துகள் பரவ நேரும். தற்போது அவர்களிடையே இடம் பெறும் சில செயல்பாடுகள், உதயாச்சலம் என்ற புதிய சுதந்தர நாட்டை

உருவாக்க முனையும் எழுச்சியின் அடையாளங்கள் என்பதாகக் கொள்ளப்படலாம். ஆனால் மாநில அரசாங்கம், அதனுடைய பிரசித்தமான உதாசீனப் போக்கைக் கைவிட்டபாடில்லை. மருத்துவ மனைகளோ பள்ளிக்கூடங்களோ மிகிர் குன்றுகளில் தென்படவில்லை. சட்டம், அமைதி ஆகிய பரிபாலனக் கூறுகள்கூட மிகவும் மந்த மாகத்தான் இருக்கின்றன. அதனால் கொலைபாதகங்களும் குற்றச் செயல்களும், ஏறத்தாழத் தொடர்ந்து நிகழ்கின்றன என்று கூறலாம். சட்டத்தின் கெடுபிடிகளைப் பொருட்படுத்தாத எத்தனையோ கொலைபாதகர்கள், மிகிர் கிராமங்களில் இருக்கிறார்கள்.

ஷிக்காரி கிளிங், ஒரு வனாந்தர கிராமம். மலைகளையும் சிறிய அருவி களையும் தாண்டி, பார்போகியாவிலிருந்து மூன்று நாள் பயணம் செய்தால், இந்த மிகிர் கிராமம். பாதி தூரம் சைக்கிளில் போகலாம். அறுவடை, தொடங்கி முடிந்திருந்தது. வயலில் இறங்கும் பயங்கர யானைகளை, வழியில் காண முடிந்தது. ப்ரேம் ஹஸாரிகா என்றொரு நண்பன், தன்னுடைய பழைய இரட்டைக்குழல் துப்பாக்கியுடன் எங்களுடன் வரத் தயாரானான். விவரம் தெரிந்த ஒரு வேட்டைக் காரனாக இருந்தான் அவன். வேட்டைக்காரர்களிடையே நன்கு அறிமுகமான ஒரு கிராமம்- ஷிக்காரி கிளிங். கெல்டன், ஸலோனா ஆகிய தேயிலைத் தோட்டங்களிலிருந்து புறப்பட்டு வரும் வேட்டைக் காரக் குழுக்கள் தங்கி இளைப்பாறும் ஓய்வுக்கூடமாக அது இருந்தது. அங்கிருக்கும் காம்புடா (கிராமத் தலைவன்)வின் பெயர்கூட ஷிக்காரி என்பதுதான். ஷிக்காரி கிளிங்குக்குப் போவதான வழிகளும் இரவில் தங்குவதற்குத் தக்கதான சில தனி வீடுகளும் ஹஸாரிகாவுக்குத் தெரியும்.

மக்கள் தொகையில், மிகிர்கள் சுமார் ஒன்றரை இலட்சம் பேர் இருப்பார்கள். நாகா, குக்கி இனத்தவர்களை அனுசரித்து, உற்சாகமான, மனம் ஒப்பிய, சுமுகமான கருத்துகளும் உரையாடல்களும் அவர் களிடையே உண்டு. அவர்களுடைய பற்றற்ற வாழ்க்கைப் போக்குகளை வெளிப்படுத்தும் அறுவடைப் பாடல்களின் நேர்த்தியும், பெருமைக்குரிய உற்சவங்களின் நேர்த்தியும் பிரபலமானவை. அவர்களுடைய இனத்தலைவர் பற்றிய நம்பிக்கைகள் சார்ந்த பெரிய தொன்மங்கள் எதுவும் இல்லை. ‘கர்பிகள்’ என்பதாக, மிகிர்கள் தங்களைக் கூறிக்கொள்கிறார்கள். ஏதோ ஒரு புராதனப் பறவையின் பல முட்டைகளில் ஒன்று பொரிந்து ‘கர்பிகள்’ தோன்றினார்கள். மற்ற முட்டைகளிலிருந்து பிற வகைவகையான இனங்கள் உண்டாயின.

சமவெளிக்கும் தேயிலைத் தோட்டங்களுக்கும் அடுத்துள்ள குடிசை

களில் உள்ள மிகிர் ஆண்களும் பெண்களும், வேற்றினத்தவர்களின் நெல்வயல்களிலும் தோட்டங்களிலும் கூலி வேலை செய்கிறார்கள். அவர்கள் இழக்க நேர்ந்தது, சொந்த விவசாய நிலங்களை மட்டுமல்ல. தேயிலைத் தோட்டங்களுக்கு வந்து சேர்ந்த வேறுபட்ட இனத்தவர் களின் நம்பிக்கைகளும் சம்பிரதாயங்களும் புகுந்து, அவர்களுடைய இனத்துக்குரிய அந்தஸ்து ஒரு பழங்கதையாகிவிட்டது. மலைகளுக்கும் தோட்டங்களுக்கும் இடையில், விசாலமாகவும் காட்டுப் பகுதியாகவும் ஆள்நடமாட்டமில்லாமலும் தனித்தனியாய் அமைந்த சின்னச் சின்ன வீடுகளில் வசிக்கும் குடும்பங்கள் பலவற்றுக்கு தங்களுடைய தாய்வழி குறித்து எந்தத் திட்டவட்டமும் இல்லை. அதாவது, பெரும்பாலான தாய்மார்கள் மிகிர் இனத்தைச் சாராதவர்கள். ஷிக்காரி கிளிங் கிராமம், அந்த அளவுக்குத் தன்னை வெளியார் தலையீடுகளுக்கு அடிமைப்படுத்திக்கொள்ளவில்லை. அங்குள்ள மிகிர் குடும்பங்களுக்குச் சொந்தமான விவசாய நிலங்களும் உண்டு. இனம் சார்ந்த பழக்கவழக்கங்களை மீறிக் கடக்க, இப்போதும் அவர்கள் தயாராக இல்லை.

காலையில் மூன்று சைக்கிள்களில் பார்போகியாவிலிருந்து நாங்கள் புறப்பட்டோம். மத்தியானத்தில் ஸலோனா, கெல்டன் ஆகிய தேயிலைத் தோட்டங்களின் எல்லைகளைக் கடந்து ஆள்நடமாட்ட மற்ற மலைத்தொடர்களைச் சென்றடைந்தோம். ஒழுங்குமுறை இல்லாமல் வெட்டிச் சாய்த்தும் எரித்துக் கருக்கவும் செய்த வனபூமி-அந்தத் தெளிந்த வெயிலில் தான் ரணமடைந்த ரகசியத்தைச் சுட்டிக் காட்டியது. அடிவாரங்களில் சுற்றி அலைந்துகொண்டிருந்த காற்று. ஏற்கெனவே நிர்ணயிக்கப்பட்ட காலக்கெடுவுடன், பனங்கூம்பு களிலும் மூங்கில் புதர்களிலும் மௌனத்தைப் பங்கிட்டுக்கொண் டிருந்தது. சொந்தக் குரல்கள்கூட எங்களுக்கு அறிமுகமற்றவையாகத் தோன்றத் தொடங்கின. சைக்கிள் செல்லும் வழி கரடுமுரடாக இருந்தது. வழியில் எங்கோ உள்ள நேப்பாளி வீட்டில், சைக்கிள்களை விட்டுச் செல்வதைப் பற்றி ஹஸாரிகாச் சொல்லியிருந்தான். ஆனால், அந்த இடத்துக்கான வழி நீண்டுகொண்டே போனது. சைக்கிள்களை நிறுத்தி வைக்க நாங்கள் சென்றபோது, ஏறத்தாழ சாயங்காலமாகி விட்டது.

மனைவியும் குமரியான மகளும் உள்ள ஒரு சிறிய குடும்பம்தான் முதியவரான நேப்பாளியினுடையது. பூத்த கடுகு வயல்களுக்கு நடு வில் அவர்களுடைய வீடு. முற்றத்தில் கொய்து கூட்டிய நெற்கதிர்கள். தளிர்த்து மிளிரும் ஆமணக்குச் செடிகள். எருமைகள், பல நாய்கள்.

பக்கத்தில், வேறெந்த நேப்பாளி வீடும் இல்லை. சில வருஷங்களுக்கு முன்பு வரை, அங்கே ஒரு சிறிய நேப்பாளிக் குடியிருப்பு இருந்தது. அந்தக் குடும்பங்கள் அதிக நிலமும் பணமும் தேடி, தொலைவிடங்களுக்குப் போய்விட்டன. இப்போது எஞ்சியிருப்பது, இந்த ஒரு குடும்பம் மட்டும்தான். இந்தத் தடவை விவசாயப் பருவம் முடிந்ததும், அவர்களும் சொந்த ஊரான துலாபாரிக்குத் திரும்பிப் போய்விடுவார்கள். மகளுக்கு வயதுவந்துவிட்டது. ஒரு கணவனை தேடிக் கண்டுபிடிக்க வேண்டும். முற்றத்தில் வைக்கோல் போரில் சாய்ந்தபடி நாங்கள் பேசிக்கொண்டிருந்தோம். மகள் திகைத்த கண் களுடன் உள்ளேயிருந்து எட்டிப் பார்த்தபடி, முழுமையாக வெளியே வராமல் நின்றிருந்தாள். அவளுடைய எடுப்பான மூக்குத்தியும் வெயில் படர்ந்த முகமும், ஓர் ஓவியத்தைப் போன்றிருப்பதைக் கண்டு ரசிப்பதான எங்கள் எதிர்பார்ப்பு பயனற்றுப் போனது.

இரவு தங்குவதாக உத்தேசித்திருந்த விடுதிக்குப் போய்ச்சேர மீண்டும் ஒரு மணிநேரம் நடக்க வேண்டியிருந்தது. இரண்டு குன்றுகள் சார்ந்த ஒரு சிறிய சமவெளி இது. பார்வைக்குட்பட்ட பரப்பில் விலகி தனித் தனியே அமைந்த மூன்று வீடுகள் அங்கே இருந்தன. இடம் மாறிய கண்விழிகளுடன், கறுத்த, உயரமான சரீரத்துடனான நடுவயதுக் காரராக எங்களுடைய விருந்தோம்பல்காரர் இருந்தார். தனது சொந்த ஊரைப் பற்றிச் சொல்ல விரும்பாத அவர், அஸாம் மலைகளுக்கு அந்நியமான ஏதோ ஓர் இனத்தைச் சேர்ந்தவர். திருமணம் செய்து கொண்டிருப்பது, ஒரு கலப்பு மிகிர் குடும்பத்திலிருந்து. மற்றொரு மனைவிக்குப் பிறந்த முரட்டு மகன், இப்போது நௌகோங்கில் சிறையில் இருக்கிறான். ஒரு சிறிய கத்திக் குத்து சார்ந்த வழக்கு. புதிதாகத் திருமணம் செய்துகொண்ட பெண்பிள்ளையுடன் இருப்பதற் காக, தந்தை வீட்டு முற்றத்தில் அவன் கட்டிக்கொண்ட சின்ன அறையில், இப்போது அவன் மனைவி தனியாகத் தூங்கிக்கொண்டிருக் கிறாள். சிறைவாசியான மகனைத் தவிர, இந்தக் கலப்புத் தம்பதிகளுக்கு இரண்டு பெண்பிள்ளைகளும் ஓர் ஆண் குழந்தையும் இருக்கிறார்கள். மூத்த பெண்பிள்ளையின் பெயர் துந்தி.

பல சமயங்களில் நிகழ்வதான இத்தகைய சுற்றுலாப் பயணிகள் வருகை தரும் சந்தர்ப்பங்களின்போது, அவர்களுடைய வீடும் சுற்றுப்புறமும் விழிப்புற்று மகிழ்ச்சியில் திளைக்கும். விருப்பம் போல மதுபானமும் உணவுவகைகளும் பரிமாறப்பட்டு, தூக்கமில்லாத இரவுகள் அமையும். நடந்து முடிந்த வேட்டைகளின் கதைகள் நினைவூட்டப்படும். நாங்கள் இரவில் தூங்குவதற்கான ஆயத்தங்களில் ஈடுபட்டபோது, துந்தி பக்கத்து வீட்டு மிகிர் குடும்பத்துக்குப்

போய்விட்டு அவளுடைய சிநேகிதியுடன் திரும்பி வந்தாள். துந்தியின் அம்மா வயல் வேலை முடித்து, சீக்கிரமாகவே திரும்பி வந்திருந்தாள். இளைய மகன் அமர், நாட்டுச் சாராயத்தைத் தேடிப் புறப்பட்டான். அந்திநேரம் வந்ததும், வீட்டு முற்றத்தில் ஒரு பருத்த மரத்தடி எரியத் தொடங்கியது. அதைச் சுற்றிலும் உட்கார்ந்து பித்தளைக் கிண்ணங்களில் ஊற்றப்பட்ட நாட்டுச் சாராயம் குடித்து, எங்கள் இரவு நிகழ்ச்சியில் கலந்துகொண்டார்கள். அடுக்களையில் பலகாரம் செய்யும் அவசரத்திலிருந்த துந்தியின் அம்மா, அடிக்கடி வெளியே வந்து தன்னுடைய பங்கு மதுபானத்துக்கு முரண்டுபிடித்துக் கொண்டிருந்தாள். துந்தியும் சிநேகிதியும் ஸமீரனை எங்களிடமிருந்து தனியே பிரித்து அழைத்துப்போய் அடுக்களையில் உட்கார வைத்து தங்களுடைய சொந்தக் கதைகளைச் சொன்னார்கள். நாட்டுச் சாராயம் ஒருபோதும் தீர்ந்தபாடில்லை. இரவு முழுதும் குடித்ததற்கேற்ப எல்லாரும் போதையிலிருந்தார்கள். திடீரென்று துந்தியின் அம்மா, அழுது அரற்றத் தொடங்கினாள். ஏற்கெனவே முடிந்துபோன பக்கத்து வீட்டு சச்சரவுகளுக்கு மீண்டும் உயிர் கொடுத்து, அங்கே கூடியிருந்த மற்ற பெண்களிடம் முறையிட்டாள். ஆண்களும் சேர்ந்துகொண்டு ஒரு நேர்த்திக்கடன் போல பழக்க தோஷத்தில் சண்டையை மேலும் கூர்மைப்படுத்தினார்கள். இதனால் ஒரு பயனும் இல்லையென்றும், இது ஒரு வழக்கமான நாடகம்தானென்றும் ஹஸாரிகா விளக்கிய பின்னரும், என்னால் தன்னுணர்வு கொள்ள முடியவில்லை. சண்டைக்கு இடையிலும் சாப்பாடு எங்கள் முன் வந்தது. சோறும் கோழிக்கறியும் தாவரக்கறிகளும்-பகல் பொழுது முழுதும் பசியில் இருந்ததால், நன்கு ருசியாக இருந்தன.

மீண்டும் தொடர்ந்த சண்டைச் சத்தம் குறைந்து தேயத் தொடங்கிய போது, நான் கொஞ்சம் இடம் மாறி தீச்சிதைக்குப் பக்கத்திலிருந்த இளைஞன் அமர் சொன்ன காதல் கதையைக் கேட்டுக்கொண்டிருந் தேன். அன்று சாயங்காலம் நாங்கள் போயிருந்த நேப்பாளி வீட்டிலிருந்த பெண்பிள்ளைதான், பதினாறு வயது நிறையாத அமரின் காதலி. நேப்பாளி வீட்டின் அருகே, அமரின் வீட்டாருக்கு ஒரு சிறிய நெல் வயல் இருக்கிறது. இரவுகளில் அவன் அங்கே காவல் இருக்கப் போவான். அதுதான் காதல் நடவடிக்கையாயிற்று. எப்போது, தூங்கினேனென்று நினைவில்லை. காலையில் எழுந்தபோது, அடுக்களைப் பக்கம் என்னுடைய அழுக்கடைந்த பாயில், முந்திய இரவு கண்டதும் கடியதும் பேசியவளும் வாய்விட்டு அழுதவளுமான கறுத்த, தடித்த ஒருத்தியுடன் சேர்ந்து படுத்திருந்தேன் என்பதை அறிந்த போது, எனக்கு அசிங்கமாக இருந்தது.

காலையில் உப்புத் தேநீரும் வறுத்த அரிசியும் காலைச் சிற்றுண்டியாகத் தந்த அந்த நண்பர்கள், மாலையில் இருளத் தொடங்கியபோது எங்களுக்கு விடைகொடுத்துப் பயணப்படுத்தினார்கள். அடர்ந்த காட்டுப் புதர்களை நெருங்க நெருங்க, பூமி மென்மையானதாகவும் ஈரப்பதமானதாகவும் மாறிக்கொண்டிருந்தது. வழியில் ஏராளமான நீர்நிலைகளைத் தாண்டிக் கடந்தோம். அங்கங்கே சில தனித்தனி வீடுகள் தென்பட்டன. அவற்றுள் பெரும்பாலானவை, பங்களாதேஷி லிருந்து அகதிகளாக வந்தவர்களுடையவை. அவர்களில் சக்ஸம இனத்தாரும் முஸ்லிம்களும் இருந்தார்கள். எல்லா இரவு நேரங்களிலும் யானைகளின் பயங்கரத்தை எதிர்கொள்ளும் இருப்பிடங்கள் அவை. எங்களுக்கு அறிமுகமில்லாதவர்கள், வாசற்படிகளில் அமர்ந்து வீட்டுச் சூழலில் இளைப்பாறிக் கொண்டிருந்த நிலையில், நாங்கள் எங்கே போகிறோமென்றும், எப்போது திரும்புவோமென்றும், மற்றதையும், கேட்டு விசாரித்துத் தெரிந்து கொண்டார்கள். சிலர், முந்தின இரவு வந்த காட்டு யானைகளைப் பற்றித் தகவல் தெரிவித்தார்கள். அதிக இருட்டாகும் முன்பே, ஆள்நடமாட்டமுள்ள இடத்துக்குப் போய்ச் சேர்ந்துவிடுமாறு அவர்கள் அறிவுரை சொன்னார்கள்.

ஷிக்காரி கிளிங்குக்குப் போகும் வழியில் வேறு மிகிர் கிராமங்கள் இல்லை. அடுத்த நாள்தான் அங்கே போய்ச்சேரும் திட்டமிருந்தது. மேலும், ஓர் இரவுப்பொழுது வழியில் எங்கேயாவது தங்கியாக வேண்டும். மலைகளுக்கிடையில் மனத்தை ஈர்க்கும் நெல்வயல்கள் இருந்தன. அங்கே அறுவடை செய்வதும் யார்? கட்டுகள் கட்டுவது மாகக் கிராமத்தார்கள் இருந்தார்கள். அப்படியானதொரு கூட்டத்தி லிருந்து நடுவிலுள்ள ஒரு சாராயம் காய்ச்சும் இடத்துக்கு இட்டுச் சென்றான். சாராயம் காய்ச்சுபவர்களின் விசித்திரமான ஒரு குழுமமாக அது இருந்தது. ஏழு பேர் இருந்தார்கள். மெலிந்த, குள்ளமான ஒரு நேப்பாளிதான் அவர்களுடைய முதலாளி. அடுப்புமீது மூன்று பீப்பாய்களில் சாராயம் தயாராகிக்கொண்டிருந்தது. தொலைவில் எங்கோ பாயும் ஒரு நீர்நிலையிலிருந்து, மூங்கில் குழாய்கள் வழியாகப் பீப்பாயின் மேல்தட்டில் தொடர்ச்சியாகக் குளிர்ந்த தெளிநீர், வந்து விழுந்துகொண்டிருந்தது. சாராயத்தினுடைய கெமிஸ்ட்ரி குறித்து அவர்கள் ஆர்வத்துடன் விவரித்தார்கள். ஸலோனா, கெல்டன் ஆகிய தேயிலைத் தோட்டங்களுக்குத் தேவையான முழுச் சாராயமும் இந்த வனத் தயாரிப்பிடத்திலிருந்து ரிலே முறையில் பல இடைநிலைகள் வழியாக அந்தந்த இடங்களுக்கு தினமும் போய்க்கொண்டிருக்கிறது. பீப்பாய்களின் நேர்வசமாக, பிளாஸ்டிக் தொட்டிகளில் சொட்டுச் சொட்டாக விழுந்து நிரம்பிக்கொண்டிருந்த ஆவி பறக்கும் சாராயத்தை

அலுமினியக் கோப்பைகளில் முக்கியெடுத்து, அவர்கள் எங்களுக்குக் கொடுத்து உபசரித்தார்கள். தாங்கள் சாப்பிடுவதற்காக வைத்து இருந்த சோறையும், பச்சை மிளகு சேர்த்து வேக வைத்த பப்பாளிக் காயையும் எங்களுடன் பங்கிட்டுக்கொள்ள அவர்கள் ஏற்பாடு செய்தார்கள்.

மனமார்ந்த அந்த விருந்துக்குப் பிறகு, மலையிலிருந்து இறங்கி நாங்கள் மீண்டும் ஷிக்காரி கிளிங்குக்கான பாதையை அடைந்தோம். பொதுவாகவே நடந்து பழக்கமில்லாத ஸமீரனுக்கு, ஓய்வறியாத பயணம் இடராக இருந்தது. அவனுடைய பாதங்கள் ரத்தச்சிவப்பாகக் கொப்புளித்துவிட்டிருந்தன. சில மாதங்களாக எனக்குப் பயணம் என்பது அன்றாடத் தொழிலாகிவிட்டிருந்ததனால், ஆபத்தான வழிகள் கூட எனக்கு மலைப்பை உண்டாக்கவில்லை. ஹஸாரிகா முழுமையான அர்த்தத்தில் எதையும் சமாளிக்கும் தளர்ச்சியடையாத ஒரு கிராமத்தான். சற்றே மாறுபட்ட ஸமீரன் எங்களுடன் வர அல்லல்பட்டான். பல இடங்களில், தங்கியும் தளர்ந்த கால்களைத் தடவிக் கொடுத்தும் நாங்கள் நடந்தோம். அதனால், ஏற்கெனவே திட்டமிட்டிருந்த தங்குமிடத்துக்குப் போய்ச்சேர இரவாகிவிட்டது. நினைத்திராத வேகத்தில் காடுகள்மீது இருள் படர்ந்தது. எங்கும் நிறைந்திருந்த மின்மினிப் பூச்சிகள், அந்த இருட்டை மேலும் அடர்த்தியாக்கின. வனம் உயிர்ப்பு கொண்டு ஒரு சுழலும் சலனத்துக்கு உள்ளாகியிருப்பதாகத் தோன்றியது. இருட்டில் எங்கேயாவது ஆள்கள் கொளுத்திய ஒரு வெளிச்சம் தென்படாதாவென்று நான் பீதியுடன் தேடினேன். எந்தத் திருப்பத்திலிருந்து எந்த நேரத்தில் காட்டு யானைகள் எதிர்ப்படுமோ! காட்டுப் புதர்களே சலனமுற்று யானையாகி மாறி நிற்குமோ?

கரும்புச் சோகைகள் உடம்பில் உரசியபோது, அது பாதை வரப்பு என்பதாகச் சந்தேகப்பட்ட ஹஸாரிகாவுக்குத் தைரியம் வந்தது. இங்கே எங்கேயோ வீடு இருக்கிறது. இந்த வட்டாரத்தில் கரும்பு விவசாயம் செய்வது ஒரே ஒருவர் மட்டும்தான். அவருடைய வீட்டைத்தான் நாங்கள் தேடிக்கொண்டிருந்தோம். பின்னர் ஒரு திருப்பத்தில், அதிகத் தொலைவு என்றில்லாத ஒரு வீட்டில் வெளிச்சம். வீட்டுக்கு முன்பாக இருந்த ஒரு துண்டு நிலத்தில், புகையிலைத் தளிர்கள் வளர்ந்து கொண்டிருந்தன. மேற்கூரைமீது, உலர்வதற்காகப் பரப்பப்பட்ட ரத்த நிறமுள்ள மிளகாய் நிறைய இருந்தது. அது ஒரு காரோ குடும்பமாக இருந்தது. மலபார் முஸல்மானின் முகச்சாயலுள்ள நடுவயதுக்காரரான வீட்டுக்காரர், பழைய பட்டாளத்தார். ஒடுங்கி எரிந்துகொண்டிருந்த மண்ணெண்ணெய் விளக்கை, முகத்துக்கு நேராக உயர்த்திப் பிடித்தபடி அவர் வாசலுக்கு வந்தார்.

இரவு அவ்வளவுக்கு அதிகமாக இறுக்கம் இல்லை. காட்டுப்பன்றி இறைச்சியும் கேழ்வரகு போன்றதான முத்தாரிச் சோறும் கொண்ட இரவுச் சாப்பாட்டுக்குப் பிறகு, சோறு பிழிந்து காய்ச்சிய காரோ மதுபானத்தைக் குடித்தபடி, முற்றத்தில் தீச்சிதையைச் சுற்றி நாங்கள் உட்கார்ந்திருந்தோம். குடும்பத்தைச் சேர்ந்த பெண்கள் அப்பால் எங்கேயோ கூடியிருந்து, எங்களைப் போலவே தீக்காய்ந்துகொண்டிருந்தார்கள். அவர்களின் உரக்கப் பேசிக்கொண்டிருந்த, உரையாடல்களும் வெடிப்புச் சிரிப்புகளும் இடையிடையே எங்களுக்குக் கேட்டுக்கொண்டிருந்தன. காரோ என்பது, தாய்வழி தொடரும் ஓர் இனமாகும். மேகாலயாவைச் சேர்ந்த அவர்களுடைய இனத்தார் வாழக்கூடிய 'காரோ ஹில்ஸ்' மாவட்டத்து வீடுகளில், பெண்களுடைய சமூக முக்கியத்துவம் இப்போதும் வெளிப்படையாகப் புலப்படுகிறது. எங்களுக்கு விருந்தோம்பல் அளித்த குடும்பத்துக்கு காரோ குன்றுகள் மிகவும் மங்கிப் போனதொரு நினைவாக மட்டுமே இருக்கிறது. மகன் திருமணம் செய்துகொண்டிருப்பது ஒரு மிகிர் பெண்பிள்ளையைத்தான். அங்குள்ள பெண்பிள்ளைகளும், இனப்பெருக்கத்துக்கான இளைஞர்களை சுற்றுவட்டாரத்திலிருந்துதான் தேர்ந்தெடுக்க வேண்டுமென்ற நிலைமை.

வீட்டில் நடந்த சில சச்சரவுகள் காரணமாக, சொந்த வீட்டிலிருந்து பிரிந்துசென்று சற்றுத் தொலைவில் கட்டிக்கொண்ட இரண்டு குடிசைகளில், தனியே அவருடைய மனைவியும் மகனும் வசிக்கிறார்கள். அவர்களுக்குச் சொந்தமாக விவசாய நிலங்களும், உழைப்பதற்கான முனைப்பும் மனைவியும் உண்டு. வேட்டையாடுவதில் பைத்தியமாக இருந்த அந்தப் பட்டாளத்தார், முற்றத்து வெளிச்சத்தில் எங்களுடன் சேர்ந்திருந்தார். ஷிக்காரி கிளிங்குக்கு எங்களுடன் சேர்ந்து வருவதாக அவர் திட்டமிட்டிருந்தார். ஆனால், இரவுப்பொழுதுகளில் வீட்டுச் சூழலை விட்டு வெளியே போவது இப்போதெல்லாம் பாதுகாப்பில்லை. காட்டு விலங்குகளின் பயம்தான். அதிக நேரம் கழிவதற்கு முன்பு, அத்தகையதொரு தாக்குதலுக்கு நாங்கள் நேரடி சாட்சிகளானோம். வழியில் எதிர்ப்படும் யானைகளின் அட்டகாசங்களைப்பற்றித் திகைக்க வைக்கக்கூடிய செய்திகளைக் கேட்டிருந்த போதிலும், அவை முற்றிலும் உண்மைக்குப் புறம்பானவையாகத் தோன்றின. நாங்கள் போவதற்கு மூன்று நான்கு நாள்களுக்கு முன்புதான் ஸலோனா தேயிலைத் தோட்டத்தில் வைத்து நல்ல பகல் வேளையில் ஒரு காட்டு யானை இரண்டு பெண்களை மிதித்துக் கொன்றதாக அங்கிருந்த தொழிலாளிகள் சொல்லியிருந்தார்கள். தேயிலைச் செடிகளுக்கிடையில் நடுவழியில் மதம் பிடித்து உலாத்தும் காட்டு

யானைகள், ஒரு பிரமையான எண்ணத்தை என்னில் உருவாக்கி யிருந்தன.

எட்டத்திலிருந்து பேசிக்கொண்டிருந்த பெண்மணிகளின் அலறல் சத்தம் காதில் விழுந்தது. வீட்டின் பின்புறம் நெல்போர்கள் அடுக்கியிருந்த சாய்ப்புக்கு யானை வந்திருக்கிறது. மகனுடைய வயலிலிருந்து வந்திருந்த நெற்கதிர்கள் அவை. முடிந்த மட்டுக்கும் பெரிய சத்தம் கிளப்பி, கரும்புச் சோகைகளைக் கொளுத்தி உயர்த்தி, பாதுகாப்பான ஓர் இடைவழியில் நின்றுகொண்டு பார்த்தோம். இருள்படிந்த மேற்கூரைகளுக்கு நடுவே யானையின் உருவத்தைக் கண்டபோது, அயர்வு ஏற்பட்டது. கைக்குக் கிடைத்ததையெல்லாம் நாங்கள் அதை நோக்கி வீசி எறிந்துகொண்டிருந்தோம். ஆனாலும் யானை அயராமல், இருட்டில் தேடுவதைத் தொடர்ந்து. மூன்று யானைகள் என்பதாகப் பெண்கள் சொன்னார்கள். ஆனால், ஒரே ஒரு யானைதான் அங்கே இருந்தது. எங்களுடைய கண் முன்பு, பூசணிக் கொடிகள் படர்ந்த மேற்கூரையில் கால் பதித்தது. பின்னர் நிதானமாக யானையின் முழு உருவமும் வெளிப்பட்டது. ஆபத்தான பெரிய தந்தங்கள் கொண்ட அசாதாரண யானை அது. எவ்வித முன்னறிவிப்பும் இல்லாமல், ப்ரேம் ஹஸாரிகா துப்பாக்கியால் சுட்டான். முதலில் சத்தமாக, அமர்த்தலான கனைப்புபோல யானை பிளிறியது. பின்னர் அது கொஞ்சம் திரும்பி, தும்பிக்கையால் காற்றை அளைந்தது. சற்றுநேரம் காத்திருந்துவிட்டு, ஹஸாரிகா மீண்டும் துப்பாக்கியால் சுட்டான். இந்தத் தடவை அது அதிபயங்கரமாகப் பிளிறிக்கொண்டு இருட்டில் மறைந்தது.

யானையை நோக்கிச் சுடுவதை, சட்டம் தடை செய்திருக்கிறது. அதற்கு ஆபத்தான காயங்கள் ஏற்பட்டுவிடக் கூடாதென்று ஹஸாரிகாவுக்குத் தெரியும். ஆனால், இரண்டாவது துப்பாக்கிச் சூடு ஆபத்தானதாகி விட்டது. யானை சரிந்து விழ நேரலாம். அப்படி நேர்ந்தால், யானைத் தந்தம் வேட்டையாடுபவர்களுக்கு அது எதிர்பாராத ஒரு பாக்கியம். இந்தப் பகுதிகளில் தடையுத்தரவு அமலில் இருந்தாலும், ஒவ்வோர் ஆண்டும் நல்ல எண்ணிக்கையிலான யானைகள் தந்தத்துக்காக வேண்டி வேட்டையாடப்படுகின்றன.

ஏற்கெனவே கண்களில் தேங்கியிருந்த உறக்கமானது, ஒரு மணி நேரம் அலைக்கழித்த யானை வருகையினால் அஸ்தமித்துப்போயிற்று. பயம், ஓர் உயிர்ப்பான உணர்வாக இருந்து, இரவெல்லாம் பின்தொடர்ந்தது. எனினும், அதிகத் தாமதமாகிவிட்ட நிலையில் ஹஸாரிகா உள்பட எல்லாரும் தலைசாய்த்தோம். மௌனம் அடர் மேகங்களாகி, சூழலின்

உச்சியில் தொங்கிக்கொண்டிருந்தது. எனக்கும் ஸமீரனுக்கும் உறங்க முடியவில்லை. நாங்கள் வழக்கத்தைவிட உரக்கப் பேசிக் கொண்டிருந் தோம். சற்று முன்பு கழிந்த எங்களுடைய அந்த இரவைப் பற்றி, கொஞ்சம்கூடப் பொருட்படுத்தாத செயல்பாடு அது. இருட்டு கன உருவங்களாகப் பெரிய சலனத்தை ஏற்படுத்துவது உண்டோ என்று கண்கள் கிறங்கின. நீண்ட தூரம் வரை பார்க்கமுடிந்த ஆற்றலைக் குறித்து, எனக்கு வியப்பு தோன்றியது. விடியத் தொடங்கி நடுவயதுக் கார வீட்டம்மாள் வெளியே வந்தபோதுதான், உறங்குவதற்கு மீண்டும் தைரியம் வந்தது. தூங்கி எழுந்தபோது, முகத்தில் அடித்த வெயில் நல்ல சூடாக இருந்தது.

அவலும் சர்க்கரையும் சாப்பிட்டு, இனிப்பு சேர்க்காத கடுந்தேநீரும் குடித்து முடித்து நாங்கள் பயணத்தைத் தொடர்ந்தோம். ஷிக்காரி கிளிங்குக்கு இனி அதிக தூரமில்லை. இரண்டு அல்லது மூன்று மணி நேரம்தான். இரவில் நேர்ந்த அனுபவங்கள், பகலில் ஒரு தன்னம் பிக்கையாக மாறியிருந்தன. காட்டில் வழி நெடுக, குளிரும் எதிர் பார்ப்புச் சூழலும் இருக்கும். கிராமத்தை நெருங்கும்போதெல்லாம், நிலப்பகுதிகள் ஹஸாரிகாவுக்கு நினைவுகளைக் கிளறும். பல தடவை அவன் அந்த வழியாக வந்திருக்கிறான். பாதிப் பட்டுப்போன மரங்களின் மீது படர்ந்து ஏறிப் பூத்திருக்கும் கொடிகளிலிருந்து, மலர்களைச் சேகரிக்கும் முனைப்பில் இருந்தான் ஸமீரன். பல சமயங் களில் ஹஸாரிகாவும் பூவைத் தேடி ஆபத்தான உயரங்களில் ஏறினான். அஸாம் சமவெளி வீடுகளில், இப்போது இந்த வகையான பூக்கள் அபூர்வமாகத்தான் இருக்கின்றன. வழியில் பெரிய மரங்களிலிருந்து பலத்த ஓசையுடன் நிறைத்துக்கொண்டு ஓசைப்படாமல் மேற்பார்வை யிடும் கழுகுக் கூட்டங்களும் தவிர, வேறெந்த காட்டு உயிரினங் களையும் காண முடியவில்லை.

ஏறத்தாழ மத்தியான நேரத்தில், நாங்கள் அதிமனோரம்மியமான ஒரு நதிக்கரையைச் சென்றடைந்தோம். குறுக்கே கடந்து செல்லும் ஆழம் தான் இருந்தது. அமைதியும் ஒடுங்கலுமான அந்த ஆற்றுவெள்ளம், ஷிக்காரி கிளிங் கிராமம் அமைந்திருக்கும் மலையை அரைவட்ட வடிவில் பிரதட்சிணம் செய்கிறது. அதனுடைய மென்மையான சரளைத் திட்டில், நாங்கள் ஓய்வுக்காக உட்கார்ந்தோம். மிகிர் குன்று களின் திறந்தவெளி வனம் சார்ந்த அந்தக் குளிரை, நான் என் சரீரத்தில் ஏற்றுக்கொண்டேன். நதிக்கரையில் எங்களைச் சந்தித்த கிராமத்துப் பெண்கள் சிலரிடம் ஹஸாரிகா, காம்புடா (கிராமத் தலைவர்)வைப் பற்றி விசாரித்தான். பார்போகியாவிலிருந்து வேட்டைக்காரர்கள் வந்து ஆற்றங்கரையில் காத்திருக்கிறார்களென்று, அவரிடம் தெரிவிக்கச்

சொல்லித் தகவல் அனுப்பினான். அவர்களில் கொஞ்சம் வயது முதிர்ந்த ஒரு பெண்ணுக்கு, நாங்கள் சிகரெட்டுகள் கொடுத்து சந்தோஷப்படுத்தினோம். அவர்கள் கிராமத்துக்குப் போய் விவரம் தெரிவித்தால் காம்புடா வருவார். அதுவரை ஆற்றங்கரையில் இருக்கலாமென்றுதான் நினைத்தோம். ஆனால் எதிர்பார்த்ததற்கு முன்பாகவே, காம்புடா வந்து சேர்ந்தார். அவருடைய இடுப்பை வயிறு தள்ளிய, வெளிறிய ஒரு குழந்தை பற்றிப் பிடித்தபடி இருந்தது. பல தடவை பார்த்துப் பழக்கப்பட்ட ஹஸாரிகாவை அடையாளம் தெரிந்திருந்தும், நாங்கள் உடனிருந்து அவரைச் சந்தேகப்பட வைத்தது போல் தோன்றியது. நீண்ட நேரத்துக்குப் பின்னர் திருப்தியடைந்த பிறகுதான், அவருடைய இறுகிய முகம் எங்களுக்கு இணக்கமாக மாறியது. இரவுச் சாப்பாட்டுக்குத் தேவையானதை ஏற்பாடு செய்வதற்காக, ஐந்து ரூபாய் நோட்டு ஒன்றை காம்புடாவிடம் கொடுத்துவிட்டு, நாங்கள் அவருடன் கிராமத்துக்குச் சென்றோம்.

மிகிர்களின் சோகமான வாழ்க்கையின் ஓர் அத்தியாயம்தான் ஷிக்காரி கிளிங் கிராமம். கிராமத்துக்குப் பின்புறம் மற்றோர் இருண்ட மலைத் தொடர் தொடங்குவதற்கு நடுவில், ஒரு சிறிய பள்ளத்தாக்கு இருக்கிறது. நதி ஒரு மெலிந்த ரேகையாக அதில் பாய்கிறது. பள்ளத்தாக்கு மொத்தம் நூற்று ஐம்பதேழு அல்லது இருநூறு பிகா (சுமார் ஒரு ஏக்கர்) பரப்பிலான பூமி. ஷிக்காரி கிளிங்கில், கிராமத்தாருக்குள்ள விவசாய இடமாக அமைந்த சொத்து அது மட்டும்தான். அதில்கூட, உழைப்பதற்குத் தேவையான தொழில்சக்தி அந்தக் கிராமத்து மக்களிடம் இல்லை. ஆண்களும் பெண்களும் பொதுவாக நோய்வாய்ப்பட்டவர்களாக இருக்கிறார்கள். மலேரியா மற்றொரு தடவை எட்டிப் பார்க்குமேயானால், மொத்தத்தில் ஷிக்காரி கிளிங் என்ற கிராமத்தின் பெயர் மட்டும்தான் எஞ்சி நிற்கும். கிளிங் என்பது அந்த இனத்தின் உட்பிரிவு. கிளிங் வகையில் வேறு கிராமங்கள் பக்கத்துப் பிரதேசங்களில் எங்கும் இல்லை. வம்ச அளவிலும், ஷிக்காரி கிளிங் தனிமைப்பட்டுக் கிடக்கிறது. ஒரு சுதந்தரமான கிளைவ் பிரிவு என்ற நிலையில், இந்தக் குடிசைப் பகுதியில் மிகிர்கள் தப்பிப் பிழைக்கிறார்கள் என்று கருதுவதுதான், உண்மையில் பொருந்தும். குழந்தைகள் உள்பட கிராமத்தின் மொத்த ஜனத்தொகையே தொண்ணூறைத் தாண்டாது. இருபத்து மூன்று குடும்பங்களாக வறட்சி நிலையில் அவர்கள் வாழ்வை நடத்திக்கொண்டிருக்கிறார்கள். விவசாயம் மட்டும்தான் பிழைப்பு. குடிசைகளைச் சுற்றியுள்ள அடர்ந்த காடுகளில், வேட்டையாடுவதற்கான தெம்புள்ள ஆண்கள் யாரும் கிளிங்கில் இல்லை.

நெல்வயல்களிலும் உழைப்பின் பெரும்பங்கைச் செலுத்துவது

பெண்கள்தாம். எண்ணிக்கையில் அதிகமானவர்களும் அவர்களே. சாயங்காலம் கிராமத்துக்குப் பின்புறம் நெல்வயல்களிலிருந்து சன்னமாகக் கேட்ட அறுவடைப் பாடல்களைத் தேடி நாங்கள் சென்றபோது, ஆரோக்கியம் குறைந்த ஒரு பெண்கள் குழுவைப் பார்த்தோம். பெரும்பாலானவர்கள் திருமணமாகாதவர்கள். திருமண உறவுமற்றும் பாலியல் வாழ்க்கைச் சம்பந்தப்பட்ட கடுமையான கட்டுப்பாடுகள் மிகிர் சமூகத்தில் உண்டு. அந்நிய ஆண்களுடன் பழகுவதை அவர்கள் பொதுவாகத் தவிர்க்கிறார்கள். அடர்ந்திருந்து பயமுறுத்தும் இந்த வனப்பகுதியில், மிகிர் இளைஞர்கள் இந்தப் பெண்பிள்ளைகளைத் தேடி வருவார்கள் என்று தோன்றவில்லை. ஒருநாள் இரவுப் பொழுதுக்குள்ளாகவே, ஷிக்காரி கிளிங் எங்களைக் கண்டு வெட்கப்படாதிருக்கப் பழகிவிட்டது. இரவில் மரக்கட்டைகள் கனலாக எரிந்து சூடும் வெளிச்சமும் பரப்பிய கிராமத்தின் நடுவில், அங்கிருந்த மிகிர்கள் தங்களுடைய உடல் நலிவையும் மீறி உரத்த குரலில் எங்களை ரசிக்க வைக்க முயன்றார்கள். மறுநாள் மத்தியானம் நாங்கள் வேட்டைக்குப் புறப்பட்டபோது, காம்புடாவுடன் துணையாக வருவதற்கு நிறைய இளைஞர்கள் தயாராக இருந்தார்கள்.

18

சில நட்புறவுகள்

கௌஹாத்தியில் ஒரு ஹோட்டலில் வைத்து அனில் காக்கட்டி அறிமுகமானான். அடுத்த அறையில் தங்கியிருந்த அவனுடன், அழகான ஒரு பெண்ணும் இருந்தாள். ஏதோ பரீட்சை எழுத சிப்சாகரிலிருந்து வந்த தங்கையென்று அனில் அறிமுகப்படுத்தினான். ஒருநாள் நாங்கள் எல்லாருமாகச் சேர்ந்து காமாக்ய க்ஷேத்ரத்தைத் தரிசித்து வந்தோம். எல்லோரா என்ற பெயர்கொண்ட அந்தப் பெண், இனிமையான குரலில் பிகுகானங்கள் பாடினாள். நாங்கள் அதிவிரைவில் நல்ல நண்பர்களாகிவிட்டோம். நான்கு நாள்கள் கழித்து ஒரு மாலை நேரத்தில் எல்லோரா போன பிறகுதான், அனில் உண்மையைச் சொன்னான். அவள் கௌஹாத்தியில் கோட்டன் கல்லூரியில் படித்துக் கொண்டிருக்கும் ஒரு மாணவி. தங்கையல்ல, காதலி.

அன்றிரவு, எதிர்பாராமல் அனிலின் அறையில் இரண்டு விருந்தாளிகள் வந்து சேர்ந்தார்கள். அவர்கள் எல்லோராவின் அண்ணனும் தாய்மாமனும். அவர்கள் மிகவும் கோபமாக இருந்தார்கள். ஒரு மருத்துவக் கல்லூரியில் படிக்கும் எல்லோராவின் அண்ணன், முந்தின நாள் சாயங்காலம் தங்கையின் ஹாஸ்டலுக்குப் போயிருக்கிறான். அவள் கௌஹாத்தியிலுள்ள தாய்மாமன் வீட்டுக்குப் போயிருக்கிறாள் என்பதாக மேட்ரன் சொல்லியிருக்கிறார். தாய்மாமன் வீட்டுக்குப் போய்த் தேடியபோதுதான், அவள் மூன்று நாள்களாகக் காணாமல் போயிருக்கிறாள் என்பது தெரிய வந்திருக்கிறது. அவர்கள் போலீஸுக்குத் தகவல் தெரிவித்தார்கள். வீட்டிலும் ஹாஸ்டலிலும் கல்லூரியிலும் செய்தி பரவியது. நாங்கள் தங்கியிருந்த ஹோட்டல், கல்லூரியிலிருந்து தூரத்தில் இல்லை. அனிலுக்கும் எல்லோராவுக்கும், வெளியில் என்ன நடக்கிறதென்று கொஞ்சம்கூடத் தெரிந்திருக்க

வில்லை. சாயங்காலம் மாமன் வீட்டிலிருந்து திரும்பியதுபோல, அவள் ஹாஸ்டலுக்குப் போய்ச் சேர்ந்தபோதுதான், தவறுகள் தெரிய நேர்ந் திருக்கிறது. மேட்ரன், அவளுடைய அண்ணனையும் தாய்மாமனையும் கூப்பிட்டு வரவழைத்து அவளை அவர்களுடன் திருப்பி அனுப்பினார். அவள் ஹாஸ்டலிலிருந்து வெளியேற்றப்பட்டாள். எல்லோராவைத் தாய்மாமன் வீட்டில் இருக்கச் செய்துவிட்டு, அவர்கள் நேராக அனிலின் அறைக்கு வந்திருக்கிறார்கள்.

விவகாரம் முற்றியபோது, தலையிட வேண்டியதாயிற்று. மறுநாளே எல்லோராவைப் பதிவுத் திருமணம் செய்துகொள்ள வேண்டுமென்று அவர்கள் அனிலை வற்புறுத்தினார்கள். ஆறேழு மாதங்கள் கழிந் தாலன்றி அவனுக்கு அது இயலாது. முரண்பாடாக, அவன் என்ன வெல்லாமோ சொல்லிப் பார்த்தான். கடைசியில் செப்டம்பர் முதல் தேதி திருமணம் என்பதாக நிச்சயமாயிற்று. அப்படிப் பேச்சு நடந்தது மார்ச் மாதத்தில். அனிலின் குடும்பத்தாருடன் பேசுவதற்கு நான் சம்மதித்தேன். நெருக்கடி தீர்க்கப்படுமென்று தோன்றியபோது, எல்லாரும் திருப்தியடைந்தோம். அவர்கள் மரியாதை தெரிந்தவர்களாக இருந்தார்கள். மறுநாள் மதியச் சாப்பாட்டுக்கு எல்லோராவின் தாய்மாமன் எங்களை அவர் வீட்டுக்கு அழைத்தார்.

அரசாங்க உடைமையான ஒரு தேயிலைத் தோட்டத்தில், அசிஸ் டெண்ட் மேனேஜராக அனில் வேலை செய்து கொண்டிருந்தான். மேல் அஸாமில் வேலை வாய்ப்பின்மை கடுமையாக இருக்கும்போது, அப்படியொரு வேலை கிடைப்பது கனவு மாதிரிதான். ஆனால் ஒரு வருடத்துக்கு முன்பு, மரணத்துக்கு ஒப்பான ஒரு மோட்டார் சைக்கிள் விபத்தில் தப்பிப் பிழைத்த அவனுடைய வலது காலில் இழந்த உணர்ச்சியை, முழுவதுமாக அவனால் மீட்டுப்பெற முடியவில்லை. மறுநாள் விருந்துக்கிடையில், நாங்கள் திருமணத்துக்கான செயல்பாடுகள் பற்றி விரிவாகப் பேசினோம். ஹாஸ்டலிலிருந்து வெளியேற்றப்பட்டு அவமதிக்கப்பட்ட நிலையில், கல்லூரியில் தொடர்ந்து படிக்க எல்லோரா கூச்சப்பட்டாள். அதனால் படிப்பை நிறுத்திவிட்டு, சிப்சாகரிலிருந்த தன்னுடைய வீட்டுக்குத் திரும்பிப்போக அவள் நிச்சயித்தாள். சில நாள்களுக்குப் பிறகு, அனில் ஜோர்ஹாட்டுக்கு அடுத்துள்ள தன்னுடைய தேயிலைத் தோட்டத்துக்குத் திரும்பிப் போனான். எல்லோராவும் கிராமத்துக்குப் போய், திருமணத்துக்காகக் காத்திருக்கலானாள்.

இரண்டு மாதம் கழிந்தது. நான் என்னுடைய ஏகாந்த சிந்தனை களுடனும் ஆர்வத்துடனும் தராங், காமரூப் மாவட்டங்களில்

சுற்றியலைந்துவிட்டு, ஒரு மதிய நேரம் ஜோர்ஹாட்டுக்குப் போனேன். பேருந்து நிலையத்தில் அனில் காத்திருந்தான். ஸின்னமரா தேயிலைத் தோட்டத்திலுள்ள அவனுடைய பங்களாவுக்குப் போவதற்கு முன்பு, அனில் என்னை ஒரு தனியார் மருத்துவமனைக்கு அழைத்துச் சென்றான். அங்கே ஒரு நண்பன் இக்கட்டான நிலையில் இருப்பதாகச் சொன்னான். மரணத்தின் பிடியில் இருக்கும் அறிமுகமில்லாத ஒருவனைப் பார்க்க எனக்கு எண்ணம் தோன்றவில்லை. அனில், என்னைக் கூப்பிடவும் இல்லை. போவார்டுக்கு எதிரில் ஒரு லௌஞ்ச்சில் என்னை விட்டுவிட்டு அவன் அறைக்குள் போனான். கொஞ்ச நேரத்துக்குப் பிறகு அறைக்குள்ளிருந்து வெளியே வந்த ஒரு நர்ஸ் பகைமையுடன் என்னைப் பார்த்துவிட்டு, அப்பாலிருந்த மற்றொரு நர்ஸிடம் என்னைச் சுட்டிக்காட்டி என்னவோ சொன்னதை யும் நான் கவனித்தேன். என்னுடைய சோர்வான தோற்றம் எனக்கே குழப்பமாக இருந்தது. அரைமணி நேரம் கழித்துத்தான் அனில் வெளியே வந்தான்.

தேயிலைத் தோட்டத்து வாழ்க்கை, அனில் காக்கட்டியின் சுபாவத்தை ஓரளவுக்குப் புலப்படுத்தியது. இரண்டு பெரிய படுக்கையறைகளும் அதே அளவுக்குப் பெரியதான ஒரு வரவேற்பறையும் உள்ள அந்த பங்களா, பிரிட்டிஷ்காரர்கள் விட்டுவிட்டுப் போனதாகும். அதில் அனில் மட்டுமே குடியிருந்தான். ஆனால், அங்கே ஒரு பெரிய வேலைக்காரக் கூட்டமே இருந்தது. வெளியிலிருந்து போகும்போது அவனுடைய கால்களிலிருந்து ஷூவைக் கழற்றி எடுத்து வைக்கவும், மறுநாள் அதை பாலிஷ் செய்து வைக்கவும் ஒரு ஆள். ஆடைகளை கவனித்துக்கொள்ள மற்றொரு ஆள். அடுக்களையில் இரண்டு பேர். காவல்காரன். உறங்கும் முன்பு எண்ணெய் தேய்த்துத் தடவ வேறோர் ஆள். அப்படி ஆறுக்கும் மேற்பட்ட வேலைக்காரர்கள். அவர்களோடு அவன், தயவுதாட்சண்ய மின்றி நடந்துகொண்டான். இரவில் சௌகீதாரைக் கூப்பிட்டு, தொழிலாளர் குடியிருப்புக்குப் போய்ப் பெண்களைக் கூட்டிவரச் சொல்வான். அவனால் யாரையும் கூட்டிக்கொண்டு வர முடிய வில்லையென்றால், அடுத்த நாள் அவனுக்குக் காவல்கார வேலை இருக்காது. எல்லா இரவுகளிலும் ஒன்றிரண்டு பெண்கள் வந்து போய்க் கொண்டிருந்தார்கள். மென்மையான சுபாவம் கொண்டவளும் நாணமுடையவளுமான எல்லோராவைப் பற்றி எனக்குத் துக்கம் ஏற்பட்டது. அனிலின் பெற்றோரைச் சந்தித்து திருமணத்தைப் பற்றிப் பேசுவது என்பதான முயற்சி நாளுக்குநாள் அது ஆகாத காரியம் என்பதாகத் தோன்றத் தொடங்கி, என்னை அலைக்கழித்தது.

இதற்கிடையில் எல்லா சாயங்காலங்களிலும் நான் அனிலைப்

பின்தொடர்ந்து ஆஸ்பத்திரிக்குச் செல்வது வழக்கமாகிவிட்டது. எல்லாப் பார்வையாளர் நேரங்களிலும் முதல் ஆளாக நான் லௌஞ்ச்சில் காத்திருப்பேன். அனில் உள்ளே போய்ப் பேசிவிட்டுத் திரும்பி வருவான். நான் அங்கே இருப்பதால் மருத்துவமனையில் நர்ஸுகளுக்கிடையில் ஏற்படும் ஆர்வம், மீண்டும் மீண்டும் எனக்கு ருசிகரமான விஷயமாயிற்று. அப்படி ஒரு சாயங்காலம் நான் சுரத்தில்லாமல் காத்திருந்தபோது, அந்த வழியாக வந்த டாக்டர் என் அருகில் வந்து சொன்னார்:

'கவலைப்பட வேண்டாம். அவளை நாளை கூட்டிப் போயிரலாம். கொஞ்ச நாள் நல்லா கவனமா இருக்கணும். இனியாவது தப்பு நடக்காமப் பாத்துக்கிடணும்!'

டாக்டர் தவறான நபரிடம் பேசுகிறாரென்று நான் திருத்த முனைவதற்கு முன்பு, அனில் வந்துவிட்டான். மருத்துவமனையிலிருந்து வெளியேறி வரும்போது, இந்த விவரத்தை நான் அனிலிடம் சொன்னேன். உண்மை யில் அது தவறாக நடந்ததல்ல. அனில் பல மன்னிப்புக் கோரல்களோடு குற்றத்தை ஒப்புக்கொண்டு, நடந்த விவரத்தைச் சொன்னான். அவன் தினமும் சென்று பார்த்த நோயாளி ஒரு பெண்பிள்ளை. கர்ப்பத்தைக் கலைப்பதற்காக அங்கே அனுமதிக்கப்பட்டிருந்தாள். மருத்துவ மனையில் டாக்டர்களுக்கும் நர்ஸுகளுக்கும் அவன் நன்கு அறிமுக மானவனாக இருந்ததனால், அந்த வேண்டாத கருவின் தகப்பன் தன்னுடைய ஒரு நண்பன் என்பதாக, அவன் அவர்களை நம்ப வைத்திருந்தான். சில காரணங்களால் அப்போதைக்கு அங்கு இல்லாத, முன்பு சில நாள்கள் அவனுடன் தங்கியிருந்த ஒரு நண்பன். அந்தப் பெண் பிள்ளை அவனுடைய பங்களாவில் ஒரு வேலைக்காரி. என்னுடைய வருகை இந்தக் கதைக்கு வலுவேற்றியிருக்கிறது. நான் தான் குற்றவாளி என்று அவன் அவர்களுக்குச் சுட்டிக்காட்டியிருக் கிறான். லௌஞ்ச்சில் காத்திருக்கும்போது, நர்ஸுகள் என்மீது செலுத்திய பார்வையின் பொருள் எனக்கு விளங்கியது. அதிலும் வியப்புக்குரிய இந்த நாடகத்தை என்னிடம் வெளிப்படையாகச் சொல்ல, அனில் கொஞ்சமும் கூச்சப்படவில்லை என்பதைக் குறிப் பிட்டுச் சொல்ல வேண்டும். இந்தக் கதை கொஞ்சநேரம் என்னைக் காயப்படுத்தியது. பின்னர், என்னை நானே தேற்றிக்கொண்டேன். மீண்டும் ஒருபோதும் பார்ப்பதற்கு வாய்ப்பில்லாத ஒரு டாக்டரும் சில நர்ஸுகளும் பலவாறாக நினைத்துக்கொள்வதில் என்ன சேதம்? இதே மனநிலையுடன் மறுநாளும் மருத்துவமனைக்குப் போய் நோயாளி புரபியை வெளியே கொண்டுவர வேண்டுமென்ற அனிலின் வேண்டு

கோளை நான் ஏற்றுக்கொண்டேன்.

பதினேழு பதினெட்டு வயதுக்குமேல் மதிப்பிட முடியாத மெலிந்து வெளிறிய அந்தப் பெண்ணை, அன்றுதான் நான் முதன்முதலாகப் பார்க்கிறேன். திருமணத்துக்கு முன்னதான தன்னுடைய வேண்டாத கர்ப்பத்தைச் சார்ந்து நடந்த நாடகத்தைப் பற்றி அவளுக்குத் தெரியாதிருந்தது. அனிலின் தேயிலைத் தோட்டத்தை அடுத்திருந்த மற்றொரு தோட்டத்திலுள்ள ஒரு தொழிலாளிக் குடும்பத்தைச் சேர்ந்தவள் புரபி. மூன்று வருஷங்களாக அவளுக்கு அவனைத் தெரியும். அனிலின் தங்கை, ஒரு சமயம் பங்களாவில் தங்கியிருக்க வந்திருந்தாள். அன்று அவளுக்குத் துணையாக இருப்பதற்காக, அனில் புரபியைக் கூப்பிட்டனுப்பினான். அவள் சொன்ன கூற்றுப்படி, ஒருநாள் இரவு ஏதோ மயக்க மருந்துகளின் உதவியுடன் அனில் அவளை பலாத்காரம் செய்துவிட்டான். அத்தகைய சம்பவங்கள் தொடர்ந்தன. இது இரண்டாவது கர்ப்பக் கலைப்பு. முதல் கர்ப்பக் கலைப்புக்குப் பிறகு, அவளுடைய வீட்டார் அவளை குடும்பத்தில் சேர்த்துக்கொள்ளவில்லை. அனில், அவளைத் திருமணம் செய்துகொள்ள வேண்டுமென்பது அவர்களுடைய வாதம். அதனால் மீண்டும் மீண்டும் அவனுடன் சேர்ந்து தங்கியிருக்கச் சொல்லி அவர்கள் மகளை வற்புறுத்தினார்கள். உறவை வெளியே சொல்லாமலிருக்க அனில் இடையிடையே அவர்களைச் சந்தித்துப் பணம் கொடுத்துக் கொண்டிருந்தான். அனில் திருமணம் செய்துகொள்ள மாட்டானென்று புரபிக்குத் தெரியும். அவளுக்கு மோகத் தவிப்பு கிடையாது. தொலைவில் எங்கேயாவது வேறு ஏதாவதொரு தோட்டத்தில் வேலை கிடைத்து விடிவு பிறக்காதா என்ற ஏக்கம் மட்டும் இருந்தது. அனில் அதிகாலையில் எழுந்து தோட்டத்துப் பக்கம் போனால், இந்தச் சொந்தக் கதையுடன் புரபி வந்து நிற்பாள். மிகவும் நீண்டதொரு இழிப்பிறப்பின் மொத்த சோக நிழல், அவளுடைய அகன்ற கண்களில் படிந்திருக்கும். மிகவும் வேதனைப்பட வேண்டிய விஷயம் என்ன வென்றால் அவள் அப்போதும் அனிலைத்தான் காதலித்தாள் என்பது தான். யார், அதிக அனுதாபத்துக்குரியவர்- புரபியா, எல்லோராவா? ஒரு தீர்வுக்கு வர நான் அல்லல்பட்டேன்.

சிப்சாகருக்கு அருகில் அனிலின் கிராமத்து வீட்டுக்கு அவன் அபூர்வ மாக வந்துபோவான். ஒரு நடுத்தரக் குடும்பம். மூன்று ஆண்பிள்ளை களில் அனில்தான் மூத்தவன். அமலா என்றொரு அக்கா இருக்கிறாள். வயதான பெற்றோருக்கு, அனில் ஓர் அவமானப் பொருளாக

இருந்தான். புரபியின் இரண்டாவது கர்ப்பக் கலைப்புப் பற்றி அவர்களுக்குத் தெரிந்திருந்தது. நான் போனவுடன் அவர்கள் என்னிடம் விசாரித்தது, தோட்டத்துப் பங்களாவில் புரபி தங்கியிருக்கிறாளா வென்றுதான். பொய் சொல்ல முடியவில்லை. அவனுடைய அம்மா, நீண்டநேரம் அழுதாள். அன்றைக்கு அவர்கள் ஆகாரம் எதுவும் சாப்பிட வில்லை. எல்லோராவைப் பற்றிச் சொன்னபோது, நான் எதிர் பார்த்ததினின்றும் வேறான ஓர் எதிர்வினை உண்டாயிற்று. அது ஒரு பாதுகாப்பு வழியென்று அவர்கள் நினைத்தார்கள். செப்டம்பர் வரை காத்திருக்க வேண்டிய தேவையில்லை என்பதாக இருந்தது குடும்பத்தின் மொத்த அபிப்பிராயமும். அமலாவும் அம்மாவும் எல்லோராவின் வீட்டுக்குப் போனார்கள். மூன்று மாதங்களுக்குள் புரபியின் பிரச்னையைத் தீர்த்துவிடலாமென்றும், செப்டம்பரில் திருமணத்துக்குத் தயாராகிவிடலாமென்றும், அனில் எங்கள் எதிரில் சத்தியம் செய்தான்.

பின்னர், நீண்ட காலத்துக்கு அனிலைப் பற்றியும் புரபியைப் பற்றியும் எதுவும் கேள்விப்படவில்லை. நான் அருணாச்சலபிரதேஷில் மலைகள் ஏறி இறங்குவதில் முனைந்திருந்தேன். அத்தகைய பயணங்களுக் கிடையில் கடிதம் என்பது சாத்தியமில்லை. எல்லா வழிகளும், எப்போதும் தபால் பட்டுவாடாவுக்கு அப்பாற்பட்டதாக இருக்கும். மூன்று நான்கு மாதங்களுக்குப் பிறகு கௌஹாத்திக்குத் திரும்பிய போது, சில வாரங்களுக்கு முன்பே வந்திருந்த எல்லோராவின் ஒரு கடிதத்தைப் பார்த்தேன். அவள் நம்பிக்கை இழந்திருந்தாள். புரபியைப் பற்றியும் கர்ப்பக்கலைப்பைப் பற்றியும், அவளுடைய வீட்டாருக்குத் தெரிந்திருக்கிறது. 'எனக்கு நம்பிக்கை இல்லை' என்று அவள் எழுதியிருந்ததைத் தொடர்ந்து 'படிப்பை முடிக்க முடியவில்லையே என்ற வேதனை மட்டும்தான்' எனக் குறிப்பிட்டிருந்தாள். அவளுக்குப் பதில் எழுத எனக்குத் தைரியம் வரவில்லை. ஆனால் கடிதத்தைப் பற்றி, அனில் காக்கட்டிக்குக் கடிதம் எழுதினேன். அவன் பதில் எழுதுவானென்று நம்பிக்கை இல்லை. கோடை கடுமையாக இருந்த நாள்கள் அவை. ஷில்லாங்கின் குளிரிலும் கௌஹாத்தியின் வெப்பத் திலுமாக, சில நாள்கள் நான் அந்தப் பகுதிகளில் தங்கியிருந்தேன். திடீரென்று ஒரு நாள் இரவு, அனில் கௌஹத்தியில் நான் தங்கியிருந்த ஹோட்டல் அறைக்கு வந்தான். அவன் மிகவும் களைத்துப் போயிருந்தான். 'புரபியும் வந்திருக்கிறாள், கூப்பிடட்டுமா?' -அவன் வினவினான்.

புரபி ஏறத்தாழ வெளுத்திருந்தாள். அவளுடைய கண்களில் நீர்

இறங்கி வீங்கியிருந்தன. கழுத்தைச் சுற்றி இறுக்கி முறுக்கிய தடயங்கள். அனில் சொன்னான்: 'இவ என்ன செஞ்சான்னு கேளுங்க. நீங்க சொன்னா அவ கேப்பா!' -அவன் சஞ்சலமடைந்தவனாக அறையிலிருந்து வெளியேறிப் போனான். புரபி, அனிலின் பங்களாவின் டாய்லெட்டில், தூக்குப்போட்டுத் தொங்க முயன்றிருக் கிறாள். சமையல்காரர் கண்ணாடி ஜன்னலை உடைத்து உள்ளே போய் அவளைக் காப்பாற்றியிருக்கிறார். தோட்டத்தில் பெரிய களேபரமாக இருக்கிறது. தொழிலாளர் அமைப்புகள் குறுக்கிடு மென்ற அச்சம் இருக்கிறது. அவள் செய்தது கோழைத்தனமானது என்று வெறுமனே அறிவுரை கூற நான் சங்கடப்பட்டேன். ஆனால் எனக்குத் தெரிந்து அவளுக்கு இதைத் தவிர மானத்துக்குரிய விஷயம் எதுவும் இல்லை. அவள் மீண்டும் நான்கு அல்லது ஐந்து மாதத்து கர்ப்பிணி.

அஸாமிலிருந்து திரும்புவதற்கு முன்பு, ஒரு தடவை அனிலின் கிராமத்துக்குப் போக வேண்டுமென்று நினைத்திருந்தேன். வேண்டா மென்று தீர்மானமாகிவிட்டது. அனிலுக்கு அவனுடைய வேலை போய்விட்டதென்று, யாரோ சொல்லக் கேட்டேன். அவன் சட்ட மன்றத் தேர்தலில், ஒரு ஜனதா டிக்கெட்டுக்கு முயன்று கொண்டிருப்ப தாக, நான் கடைசியில் கேள்விப்பட்டேன். அனிலுக்கு டிக்கெட் கிடைத்திருக்க வேண்டும்.

19

திகாருவில் யானைகள்

உடலளவில் இருந்த தளர்ச்சியை மனத்தளவிலான தளர்ச்சியாக மாற்றிய ஒரு சாரல் மழை, நடுவழியிலிருந்து எங்களைப் பின் தொடர்ந்தது. ஆபத்தான மலைப்பாதைகள்-ஒவ்வொரு திருப்பத்திலும் மயக்கமடையச் செய்யும் முடிவில்லாத சோகமாயின. வனச் சூழலில் அடித்து வீசிய காற்று, மழைத்துளிகளைப் பெருக்கி முகத்திலடித்து நிரந்தரமாகச் சோர்வடையச் செய்துகொண்டிருந்தது. சௌக்காமி லிருந்து புறப்படும்போது, மூன்று மணி நேரத்தில் நதிக்கரையைச் சென்றடைந்து விடுவோமென்பதாகக் கணக்கு. நமஷாயியில் என்னை விருந்தாளியாக ஏற்று உபசரித்த வயதான தம்பதிகள் சொன்னதும் அப்படித்தான். சௌக்காமியிலுள்ள புராதனமான புத்தவிஹாரத்துக்கு எதிரில் வைத்து நேப்பாள டிரைவரிடம் கேட்டேன்: 'எப்படியாவது திகாருவுக்குப் போய்ச் சேர்ந்தால் போதும். சாயங்காலம் தேஜூவுக்குப் போய்ச் சேர்ந்தாக வேண்டும். நீண்ட தூரம் பயணம் செய்து இங்கே வந்திருக்கிறேன். பரசுராம் குண்ட் தரிசிக்காமல் திரும்ப, மனமும் சம்மதிக்கவில்லை.' நான் கடந்துவந்த தூரக் கணக்கினாலோ, புண்ணிய மான என்னுடைய இலக்கு என்பதனாலோ, என்னிடம் காட்டிய மரியாதையினாலோ அவன் சம்மதித்தான். 'உள்ளே இடமில்லை; வெளியே இருக்கலாமென்றால் வாங்க' என்று என்னை வெளியில் அழைத்தான். உள்ளே சிவப்பு நிறமுள்ள ஒரு நேப்பாளி புதுமணப் பெண்ணும் வேறு சில பெண்மணிகளும், ஏற்கெனவே நெருக்கியடித்து உட்கார்ந்திருந்தார்கள். வெளியே, காய்கறிக் கூடைகளும் மண்ணெண்ணெய் பீப்பாய்களும் இருந்தன.

மலையில் தவழ்ந்து ஏறிய ட்ரக்கானது முனகத் தொடங்கியபோது, அப்படியொரு பயணம் செய்யத் தீர்மானித்த நிமிடத்தை நான் சபித்தேன். காய்கறிக் கூடைகளுக்கிடையில் தொங்கியபடி வேறு நான்கைந்து பயணிகள் இருந்தார்கள். குடித்துவிட்டு நிதானம்

இழந்திருந்த ஒரு கிழவன் ஆபத்தான நிலையில் தொங்கிக் கொண்டிருந்ததற்கிடையிலும் வீணாகச் சச்சரவிட்டுக் கொண்டிருந் தான். கூட இருந்த ஒரு பிகாரிதான், அவனைக் கோபத்துக்குள்ளாக்கி யது. அஸாமின் எல்லா வீழ்ச்சிக்கும் காரணம், நாகரீகக் குறைவான வர்களும் கொள்ளைக்காரர்களுமான பிகாரிகளின் வலிய குடியேற்றம் தான் என, அவன் ஒருதலைப்பட்சமாக வாதித்தான். பின்னர், ஒரு கிராமத்துப் பாதையில் கிழவன் இறங்கிவிட்டான். களேபரத்துக்குப் பிறகு மௌனச் சூழல் எஞ்சி நின்றது. தேஜு தலைநகரத்துக்குத் தேவையான பலசரக்குகளைக் கொண்டுபோகும் ட்ரக்குகளும் மிலிட்டரி கான்வோய்களும் மட்டும்தான் இந்தப் பாதையில் போவது வழக்கம். சாலையில் வழித்தடம் ஆபத்தானதாக இருந்தது. அதில் அமிழ்ந்தும் வழுக்கியும் எங்களுடைய ட்ரக் பயணத்தைத் தொடர்ந்தது.

நான்கு மணிக்கு திகாரு சமவெளி தென்பட்டது. சதுப்பு நிலம் போல, அந்த இடம் மிருதுவாக இருந்தது. புதர்களுக்கிடையில் சரக்குக் கூலிக் காரர்களின் ஓலைக் குடிசைகள். சாரல் மழையை அனுபவித்துக் கொண்டு, சிவந்த கண்களுடன் நதியைப் பார்த்தபடி, யானைகள் காத்துக்கொண்டிருந்தன. அருணாச்சல பிரதேஷில் மற்ற எந்த நதியையும்விட அகலம் அதிகமான திகாருவைத் தாண்டிக் கடந்து செல்ல, முக்கால் மணிக்கும் அதிக நேரமாகும். ஆழம் அதிகமில்லை. ஆனால், சுழல் போக்குக்குப் பயந்து பரிசல்களின் புழக்கமும் திகாருவில் இல்லை. யானைதான் நதியின் குறுக்கேயான வாகனம். திகாருவைக் கடந்தால், பத்து நாழிகையாகும் தேஜுவுக்குப் போய்ச்சேர. அக்கரையில் காத்திருக்கும் ட்ரக்குகளோ ஜீப்புகளோ உதவிக்கு வரும். ட்ரக்கிலிருந்து கீழே இறங்கியதும், ஆபத்து நிலையின் முதல் பாதியைத் தாண்டிவிட்டோமென்ற நிம்மதி. நேப்பாளி டிரைவர் காசு வாங்கிக் கொள்ளவில்லை. உள்ளே கொஞ்சம்கூட இடமில்லாததனால்தான் இப்படி நேர்ந்ததென்று அவன் என்னிடம் மன்னிப்பும் கேட்டுக்கொண்டான்.

படித்துறையில் ஆறு யானைகள் தயாராக நின்றுகொண்டிருந்தன. அவை ஒன்றுசேர்ந்து ஓர் ஊர்வலம் போல நதியைத் தாண்டிக் கடக்கும். எல்லா யானைகளுக்கும் சுமக்கும் அளவிலான பாரம் இன்னும் வந்துசேரவில்லை. சுமைக்கட்டுகளை யானைகளின் முதுகுகளில் பத்திரமாகக் கட்டும் அவசரத்தில் சுமைகூலிக்காரர்கள் இருந்தார்கள். காத்திருந்த பயணிகளுக்கிடையிலிருந்து ஒரு மிஷிமி இளைஞன் என்னருகில் வந்தான். அவன், கௌஹாத்தியிலும் ஷில்லாங்கிலும் படித்தவன். ஃபாபி என்பதாகப் பெயர் சொன்னான். மறுகரையிலிருந்து

இரண்டு நாழிகைப் பயணம் செய்தால், ஃபாபியின் கிராமம். அவன் என்னை வரவேற்றான்: 'தேஜுவுக்கு மறுநாள் காலையில் போய்க் கொள்ளலாம். கிராமம் பிடித்தமானதாக இருக்கும். இன்று இரவு நாம் விருந்து சாப்பிடலாம், எனக்கும் ஒருநாள் முழுக்கப் பயணம் செய்த களைப்பு இருந்தது. போகிற போக்குக்கு அது மிகவும் மகிழ்ச்சி தரக் கூடியதாகவே அப்போது எனக்குத் தோன்றியது. திகாருவின் கரையில் என்னை எதிர்பார்த்துக் காத்திருந்த அதிருஷ்டம்தான் அந்த இளைஞன் என்பதாக எனக்குத் தோன்றியது. அதுமட்டுமல்ல. இதற்கு முன்பு ஒரு மிஷிமி கிராமத்தில், இரவில் தங்குவதான தேவை எனக்கு ஒருபோதும் ஏற்பட்டதில்லை. தெளிவான ஆங்கிலம் பேசும் ஒரு நண்பனுடன், கோத்ரா இன கிராமங்களில் தங்கியிருக்க நேர்வது அபூர்வம்தான். அன்றைய இரவு சுபமென்றே நினைத்தேன், நான்.

ஃபாபியின் பெட்டியும் சாமான்களும் ஏற்றிய யானையின் முதுகிலேயே அவனும் ஏறி உட்கார்ந்தான். மிகவும் பின்னாலிருந்த யானையின் முதுகில்தான் எனக்கு இடம் கிடைத்தது. சிவந்து அலைக்கழிந்து பாயும் திகாருவை, யானையின் முதுகிலிருந்தபடி பார்ப்பது அப்படியொன்றும் சுகமாக இல்லை. கண்களில் இருட்டு படர்ந்து தொற்றியது. ஆற்று நீர்ப்பரப்பு யானைகளின் அடிவயிறுகளைத் தொட்டுக் கொண்டிருந்தது. மிகவும் நிதானமாகத் தலைகளை இரு பக்கங்களிலும் கவனமாகச் சாய்த்து ஆட்டியபடி, தும்பிக்கைகளைக் கொண்டு நதியில் அளைந்தபடி அவை நடந்தன. ஆற்றுப்போக்கில் ஆபத்தான அறிகுறிகள் தெரிய நேர்ந்தால், அதற்குப் பிறகு அவை ஓரடிகூட முன்னால் கால் வைக்காது. அவற்றின் மிருக இயல்பை ஏமாற்ற, சீறும் இயற்கையாலும் முடியாது. ஆனாலும், யானைகளும் பயணிகளும் வெள்ளத்தில் அடித்துப்போன நிகழ்ச்சிகள் திகாருவில் நேர்ந்திருக்கின்றன. ஸியாங் மாவட்டத்தில் ஸியாங் நதி ஓடுவது போல, லோஹித் மாவட்டத்தில் இந்த திகாரு நதி நெடுக ஓடி அந்த மாவட்டத்தை இரண்டாகப் பிளந்து, பரஸ்பரம் தொலைவிலான இரண்டு நிலப் பிரிவுகளை உண்டாக்கியிருக்கிறது. குளிர்காலங்களில் வெட்கப்பட வைக்கும் அளவுக்கு, திகாருவில் வெள்ளம் குறைந்திருக்கும். சில சமயங்களில் கால்நடையாகவே ஆற்றைக் கடந்துவிடலாம். அப்போதுதான், பரசுராம்குண்டுக்குப் போவதான தீர்த்தாடனக்காரர்கள் வருகிறார்கள். பரசுராம்குண்ட் என்பது இந்தியா-சீனா எல்லையில் உள்ள ஒரு புண்ணியஸ்தலம். அங்கே லோஹித் நதி மலைத்தொடர்களின் பிணைப்புகளைத் தாண்டி சமவெளி நோக்கிக் குதித்துப் பாய்கிறது. இமயமலைத் தொடர்களின்

பிணைப்பை, வெள்ளிக் கோடரி கொண்டு வெட்டிப் பிளந்து, நதியை விடுவித்து பிரம்மபுத்ரா சமவெளியை உருவாக்கியது பரசுராமர்தான் என்பதாக ஒரு தொன்மம். அஸாமுக்கு நன்றியுண்டு. இத்தகைய ஆற்று விடுதலை நினைவாக, அஸாம் சார்ந்த இடத்தில் ஒரு சிறிய பரசுராமர் கோயிலை யாரோ கட்டியிருக்கிறார்கள். மழைக்காலத்திலும் கோடைக் காலத்திலும் ஆள் நடமாட்டமற்றுக் கிடக்கும் இந்தக் கோயில், பனிக்காலத்தில் உயிரோட்டம் பெறும்.

எங்களுடைய குழு, நதியின் கால்பகுதியைக் கடந்திருக்கிறது. அடக்கி வைத்த ஆர்வம் சரீர எல்லையைத் தாண்டி, என்னுடைய உணர்வை ஆக்கிரமித்துக் கொண்டிருந்தது. மௌனத்தை முறித்துக்கொண்டு ஒரு சக பயணி பேசத் தொடங்கினார்: 'அந்த மிஷிமி வாலிபன் உங்களை கிராமத்துக்குக் கூப்பிட்டிருப்பானே!' என்று கேட்டவிட்டு அவரே தொடர்ந்தார்: 'உத்தரப் பிரதேசத்துக்காரனான அவன், ஒரு கலப்பு ஜாதிக்காரன். அக்கரையிலுள்ள ஒரு கிராமத்தில் வாத்தியார். நீங்கள் போகக் கூடாது என்றுதான் நான் உங்களுக்குச் சொல்வேன். இரவு தங்குவது, நிச்சயமாகக் கூடவே கூடாது. அவன் உங்களிடம் பேசிக் கொண்டிருப்பதைப் பார்த்தபோதே நான் ஊகித்தேன்.' ஃபாபியுடைய நோக்கம்தான் என்ன? -எனக்குக் குழப்பமாகிவிட்டது. மிஸ்ரா மேலும் சொன்னார்: 'அந்தஙக கிராமத்தார் மோசமானவர்கள். வெளியூரிலிருந்து வருபவர்களை, வாலிபன் அங்கே அழைத்துக்கொண்டு போவான். குடிக்க வைப்பான். பிறகு எந்தக் காரணமும் இல்லாமல் அடித்து உதைத்து, வைத்திருக்கும் சாமான்களைத் தட்டிப் பறிப்பான். மற்ற வர்கள் சேர்ந்துகொள்வார்கள். அவர்கள் எல்லாருமே தெம்மாடிகள்! ஸி.ஆர்.பி. லத்திக் கம்புகளின் ருசி பார்க்க வேண்டிய காலம் நெருங்கிவிட்டது.'

இந்தத் தகவல் எனக்கொரு புதிய பயத்தை உண்டாக்கியது. ஆற்றைக் கடந்து கரை ஏறியதும், ஃபாபி என்னைக் கூப்பிடுவான். வற்புறுத்தவும் கூடும். மறுத்தால், அவன் கோபப்படுவான். ஏற்கெனவே அவன் வரச் சொல்லி நான் ஒப்புக்கொண்டாயிற்று. அவன் யானை முதுகிலிருந்த படியே, இன்று இரவு நடக்கப்போகும் வேடிக்கையை நினைத்து இப்போது ரசித்துக் கொண்டிருப்பான். எப்படி எதிர்கொள்வது? என்ன சொல்லித் தப்பிப்பது? ஃபாபியின் கிராமத்திலிருந்து மூன்று நாழிகைப் பயணம் சென்றால், மிஸ்ராவின் பள்ளிக்கூடமும் கிராமமும் வரும். அங்கே வந்து தங்கிவிடும்படி அவரும் அழைத்திருக்கிறார். ஒரு தீர்மானத்துக்கு வர முயன்றேன். மிஷிமிகள் மிகக் கொடூரமாக நடந்துகொள்வார்களென்று கேள்விப்பட்டிருக்கிறேன். யானைகள்,

நதியின் மத்தியை அடைந்திருந்தன.

மறுகரையில் பல வரிசைகளாக உயர்ந்து நின்றிருக்கும் மலைகள். ஆகாயம், மலைச்சரிவில் கருமணிபோலக் கடுமையாகத் தென்பட்டது. இவ்வளவு இருண்டு அடர்ந்திருப்பதால், தலைக்கு மேலிருந்து மீண்டும் மழைமேகங்கள் அடித்துப் பொழியும். வரவிருக்கும் அடைமழையைத் தெரிந்துகொண்டு, எதிரே இருந்த மரங்கள் மீண்டும் மீண்டும் அயர்ந்து போயின. இரவில் பெய்யும் மழையில் நனைந்து பொதிந்து அல்லல்படுவதற்கு முன்பு எங்கேயாவது போய் ஒரு கூடைத் தீக்கனல் காய்ந்தால் போதுமென்றிருந்தது. தலையைக் காத்துக் கொள்ள ஒரு மேற்கூரையும், விடியும்வரை எரிந்து கொண்டிருப்பதான விறகும், நினைப்புகள் வேதனைப்படுத்தாமல் பாதுகாப்புத் தர நாட்டு ரக்ஸி சரக்கும் தேவை.

யானைகளின் தும்பிக்கைகளும் வலுவிழந்த கால்களும் மெதுவாகத் தண்ணீரில் அளைந்து உண்டாக்கிய ஒரே முனைப்புடனான ஓசை, எங்களுடைய பயணத்துக்கு ஒத்திசைவாக இருந்தது. திடீரென்று, அது தகர்ந்தது. முன்னால் சென்றுகொண்டிருந்த ஆண் யானை, தும்பிக்கையை மேலே உயர்த்தி அதிவேகமாகத் திரும்பி நின்றது. பயம்-மின்னல் பாய்ச்சலைப் போலப் பயணிகளுக்கிடையில் பரவியது. யானை மதம் பிடித்து, தலையைச் சுழற்றியது. முதல் சிலிர்ப்பிலேயே அதனுடைய முதுகில் இருந்த ஒருவர் நிலைதடுமாறிக் கீழே விழுவதைப் பார்த்தேன். ஒரு நொடிப்பொழுதில் அந்த நிகழ்ச்சி திரும்பப் பெறமுடியாத அவலமாகிப் போனது. துணைக்கு வர யாரும் முனையவில்லை. எவரும், எந்த உதவியும் செய்ய முடியாதவர்களாக இருந்தார்கள். இரைச்சலிடும் நீர்ப்பரப்பின் மீது, சிறிது தூரம் வரை ஒரு கரும்புள்ளியாக அந்த மரணம் தெரிந்தது. திகாருவுக்குக் கொஞ்சம் கீழே, ஒரு திருப்பம் இருக்கிறது. அந்தப் பகுதியைச் சென்றடையும் போது, ஒருவேளை நதி அவரைக் கரையில் கொண்டுபோய் ஒதுக்கு மென்று நான் நினைத்தேன். அவருடைய கைகால்கள் நீர்ப்பரப்புக்கு மேலாக ஒருபோதும் தென்படவில்லை.

கரையைச் சென்றடைந்தபோது-திரும்பிப் பார்க்க முடியாதபடி இருட்டாகியிருந்தது. நிகழ்ந்த ஆபத்தைப் பற்றி அடுத்த கிராமத்தார் எப்படியோ தெரிந்துகொண்டிருந்தார்கள். விளக்குகளும் தீப்பந்தங் களுமாக அவர்கள் நதிக்கரையில் குழுமியிருந்தார்கள். அந்த நெருக்கடியில், நான் ஃபாபியைப் பார்க்கக்கூட இல்லை. மிஸ்ரா சொன்னார்: ‘நாம் போகலாம். இங்கே நிற்பதால் ஒரு பலனுமில்லை.’

யார் ஆற்று வெள்ளத்தில் விழுந்ததென்று யாருக்கும் தெரியவில்லை என்பதனால், எங்களுக்கும் தெரிந்துகொள்ள முடியவில்லை. அடுத்த நாள் மிஸ்ராவின் வீட்டில் இருக்கும்போது, நதிக்கரை கிராமத்தில் இருந்து பள்ளிக்கூடம் வந்த பெண்பிள்ளையைக் கூப்பிட்டு மிஸ்ரா விசாரித்தார். முந்தின நாள் இரவு என்னை கிராமத்துக்கு வருமாறு அழைத்த இளைஞன்தான், வெள்ளத்தில் மூழ்கி இறந்தவன் என அவள் சொல்லித்தான் எங்களுக்குத் தெரியும்.

20

மேளாபஜார்

மணி பதினொன்றைத் தாண்டியதும், சாலைச் சந்திப்புகளில் காத்திருந்த பெண்கள் திரும்பினார்கள். ஸமுத்ருப் ஜங்கார் நகரில், சினிமா முடித்துத் திரும்புபவர்களும் போயாயிற்று. ஐந்து ரூபாய் கொடுத்து ஒரு நொடிப்பொழுதுக்கான விருந்தோம்பலை ஏற்றுக் கொள்ள அவர்களில் யாரும் தயாராக இல்லை. பானுமா முகத்திலும் உத்பலா முகத்திலும், ஏமாற்றமும் சோகமும் தென்பட்டன. வீட்டுச் சொந்தக்காரருக்கு அவர்கள் எங்களை அறிமுகப்படுத்தினார்கள் - இன்று இரவுக்கு என்கேஜ் செய்யப்பட்டவர்கள். கொழுத்துத் தடித்திருந்த நேப்பாளியின் முகத்தில் கொஞ்சமும் கனிவில்லை. ஒரு முழு இரவு என்கேஜ்மெண்ட்டுக்குக் கிடைப்பது இருபத்தைந்து ரூபாய்தான். ஒரு தடவைக்காக வந்து போகிறவர்களுக்கு ஐந்து ரூபாய். வியாபாரத்தில் கட்டுத்திட்டம்.

ஸமுத்ருப் ஜங்காரில், சினிமாக் கொட்டகைகளில் இரவு ஒரு தடவை தான் படக்காட்சி. அது பத்தரைக்கு முடிந்துவிடும். சினிமா முடிந்து இந்தியாவுக்குத் திரும்புபவர்களில் யாராவது, சில சமயங்களில் மேளாபஜாரில் பெண்களை நாடி வருவார்கள். சாலைகளில் போக்கு வரத்து முற்றாக நின்றுபோகும் வரை, சாயம் பூசிய முகங்களுடனும் வாய் நிறைய முகமன் வார்த்தைகளுடனும் காத்திருக்க-வேசிகள் வற்புறுத்தப்படுகிறார்கள். போனபிறகு வீட்டின் கதவுகள் அடைக்கப் படுமென்றும், எங்களுடைய அறைகள் அலங்கரிக்கப்பட்டிருக்கு மென்றும் நாங்கள் நினைத்தோம். இரவுச் சாப்பாட்டுக்கான உத்தரவை, எஜமானர் தாமதப்படுத்தினார். இரண்டு நாள்களுக்கு முன்புதான் பாது காப்பான, புணர்ச்சிக்குத் தகுதியான மூன்று பெண்களை அவருடைய மனைவி கூட்டிக்கொண்டு வந்திருந்தாள். நிறுத்தாமல் தொடர்ந்து தேம்பியழும் குழந்தையும் எதிர்பாராத வியாபாரக் களைப்பும் சேர்ந்து, நேப்பாளியைக் கனிவற்றவராக ஆக்கியிருந்தன. அவர் ஆழ்ந்து

உறங்கிக்கொண்டிருந்த அறைவாசலுக்கு, உத்பலா பல தடவை எதிர் பார்ப்பு பாவத்துடன் போனாள். அவள், மணிப்பூரிலிருந்து வந்தவள். கடுகு வயல்கள் நிறைந்து செழித்த அந்த மலைப்பகுதியின் திண்மை, அவளுடைய வளமான சரீரத்தில் இருந்தது.

பானுமா, உண்மையில் ஒரு 'காரோ' பெண்பிள்ளை. நடவடிக்கைகளில் வலிப்பு நோயாளியின் படபடப்பை வெளிப்படுத்தும் அவள், தன்னைக் 'குக்கி' என்பதாகச் சொல்லி ஏமாற்றினாள். நேப்பாளி எழுந்திருக்கும் எண்ணத்தில் இல்லையென்றானபோது, என்னுடைய நண்பரின் உடம்பில் சாய்ந்து படர்ந்து அவள் பாடத் தொடங்கினாள்: 'பாம்பைஸே ஆயா மேரா தோஸ்த்...' -நல்லவேளை அதற்குப் பிறகான வரிகள் பானுமாவுக்குத் தெரிந்திருக்கவில்லை. மலை ஊற்றுகளிலிருந்து பிடித்து வறுத்த மீன்களுடன் வந்திருந்த ஒரு மீன் வியாபாரியும், எங்களுக்குப் பின்னால் அங்கே இருந்தான். அவனுடைய கவனத்தைத் திருப்பி, அவன் கொண்டுவந்திருந்த அலுமினியத் தட்டிலிருந்து மீன் துண்டங்களைத் திருடி எடுப்பதில் பெண்பிள்ளைகள் முனைந்திருந் தார்கள். ஆபாசமான பரிகாசத்துடன் கலவை நேரத்தை ருசித்துக் கொண்டிருந்தபோதும், அந்த வியாபாரி பாத்திரத்தைப் பற்றியிருந்த கையை மட்டும் விட்டுவிடவில்லை. நீண்டநேர முயற்சிக்குப்பின், பானுமா அவனைப் புணர்ந்துமுடித்து வெளியே அனுப்பிவைத்தாள்.

குளிர்காலத்துக்கு முன்பே நான் மேளாபஜார் போயிருந்தேன். ஆனால், அன்றைக்கு மேளா நடக்கவில்லை. இந்திய எல்லைக்கு உட்பட்ட தரங்க்கா என்ற அங்காடிப் பகுதிக்கும் பூட்டான் அடிவாரத்தில் ஸமுத்ருப் ஜங்கார் என்ற சிறிய நகரத்துக்கும் இடையில், நாட்டு எல்லைகளைப் பிரித்தபடி ஓடும் ஒரு சின்ன நதி இருக்கிறது. பனிக்காலத்தில் மிகவும் ஒடுங்கிப் போகும் ஆற்றோட்டம், ஸமுத்ருப் ஜங்காருக்குக் கீழே பத்து ஏக்கர் நிலத்தைச் சுற்றி வளைத்த மாதிரி அரைவட்ட வடிவில் கொஞ்சம் வளைந்து செல்கிறது. இந்தப் பத்து ஏக்கர் நிலம்தான் மேளாபஜார். இது இந்தியாவுமல்ல, பூட்டானுமல்ல. இங்கே சட்டதிட்டங்கள் கிடையாது. பந்தலாக நிழல் தந்து நிற்கும் இளவயது மரங்களில்-கொக்ககோலா, ஃபான்ட்டா பானங்களின் விளம்பரப் பலகைகள் தொங்கிக்கொண்டிருக்கும் ஒரு பரிசுத்தமான கிராமம் அது. நெடுஞ் சாலைகளில், ஆடை அலங்காரங்களுடன் வேசிகள் அஸாம் போலீஸ் உத்தியோகஸ்தர்களுடன் நெருக்கமாயிருந்து சீட்டு விளையாடு வார்கள்.

அடுத்துள்ள ஒரு பெரிய அஸாமிய கிராமம், ஐந்து நாழிகைத் தொலை விலுள்ள குமரிக்கட்டா என்பதாகும். தந்திரவித்தைக்கும் மந்திரவாதத்

துக்கும் பழம்பெருமை பெற்ற குமரிக்கட்டாவில், பழைய கோயில்கள் இருக்கின்றன. அடுத்த பருவகாலம் வரை அங்கே குமாரி பூஜை நடப்பது வழக்கமாக இருக்கிறது. தந்திரவித்தை பாரம்பரியமாக வந்து கொண்டிருக்கிறது. வடக்குக் காமரூபத்தில் ஒரு பெரிய கோழிச் சந்தையாக இருந்து வருவதுதான், இப்போதைய குமரிக்கட்டா. ஸமுத்ருப் ஜங்காரில் ரெஸ்ட்டாரண்டுகளுக்கும் மேளாபஜாரில் அடுக்களைகளுக்கும் தேவையான கோழிகள், அந்த வாரச் சந்தை யிலிருந்துதான் போகின்றன. வடக்கு எல்லை முழுவதும் படைவீரர் களின் முகாம்கள்தான். தரங்க்காவிலும் அப்படி ஒன்று இருக்கிறது. தரங்க்காவில் புதிதாக அமைந்துள்ள அங்காடியின் செல்வாக்கு, இந்தப் படைமுகாம் கன்டோன்மெண்ட் மூலமாகத்தான். இந்திய எல்லை யிலிருந்து ஒடுங்கிய நதியின் குறுக்கே வளைந்தமைந்த இரண்டு மரப்பாலங்கள் வழியாக, மேளாபஜாரின் தெருவுக்குப் போய்ச் சேரலாம். பாறாங்கற்கள் நிறைந்த, முதிர்ந்து காய்ந்த புதர்ச்செடிகள் மட்டுமேயுள்ள இயற்கைப் பகுதி அது. மேளாபஜாரிலிருந்து மீண்டும் வடக்குப்பக்கமாக நதியை ஒரு முறை தாண்டிக் கடந்தால், ஸமுத்ருப் ஜங்கார்.

இந்தப் பகுதி இமயமலைத் தொடர்களில், குளிர்காலம் ஆறு மாத காலத்துக்கு நீண்டிருக்கும். அக்டோபர் தொடக்கத்தில், மலையுச்சி களில் வாழ்க்கை சகித்துக்கொள்ள முடியாததாகிவிடுகிறது. கோடை யில் ஆயத்தப்படுத்திய உற்பத்திப் பொருள்களுடன், கிராமத்தினர் குளிர் ஓரளவு குறைந்ததும் அடிவாரத்துக்குச் செல்வார்கள். குதிரைகளுடனும் கழுதைகளுடனும், ஐம்பது - நூறு நாழிகைகள் நடந்தும் சவாரி செய்தும்தான், அவர்கள் மலைகளைத் தாண்டிப் போகிறார்கள். தரங்க்காவில், ஆற்றங்கரையில் மேளா தொடங்குகிறது. குளிரின் கடைசிவரை தொடரும் வியாபாரக் காலத்தில், கிராமத்தார் ஆற்றங் கரையில் சிறிய கூடாரமிட்டுத் தங்கியிருக்கிறார்கள். அவர்களில் பெரும்பாலானவர்கள் பூட்டானைச் சேர்ந்தவர்கள். வடக்கு அருணாசலத்திலிருந்து, முற்காலங்களில் ஷெர்டு க்வென் இனத்த வர்கள், கூட்டம் கூட்டமாக வந்துசேரும் வழக்கமிருந்தது. இப்போது வாடிக்கையாளர்கள் குறைந்துவிட்டார்கள். பூட்டானியரைச் சம்பந்தப் பட்டவரை, இந்தக் குடியேற்றத்துக்கு வேறு சில நோக்கங்கள் சேர்ந்திருந்தன. கால்நடையாக வந்து போவதனால் அவர்களுக்கு சில சிறிய தீர்த்தாடனங்கள் சென்றுவருவதற்கான வசதி கிடைக்கிறது. அஸாம் சமவெளியில், ஹயக்ரீவ க்ஷேத்ரம் ஒரு பிரதான ஆராதனை ஆலயம். புத்தமதக்காரர்களான பூட்டானியர்கள், இந்த ஹயக்ரீவ க்ஷேத்ரம் - சில நூற்றாண்டுகளுக்கு முன்பு மிகப் பிரபலமான ஒரு

புத்தமதக் கோயிலாக இருந்ததென்று நம்புகிறார்கள்.

தரங்க்காவிலான மேளாவுக்கு, மிகவும் பழையதொரு வரலாறு உண்டு. பூட்டானின் மிக முக்கிய தேசிய விளைபொருளான அரக்குக்கு, ஏற்றுமதிச் சந்தை ஒன்று தேவைப்பட்டது. அப்படி ஒன்றைத் தேடி முயன்றபோது, *1896*-இல் அன்றைய பூட்டானியப் பிரதம மந்திரி யாயிருந்த உர்ஜன் தோர்ஜி என்பவர்தான், தரங்க்கைத் தேர்ந்தெடுத்தார். மேளா ஆரம்பிப்பதற்கு முன்பு, இந்தியாவுக்கும் பூட்டானுக்கும் இடையேயான வியாபாரத்தின் மீது சுங்கத்துறையினரின் ஆதிக்கம் வழக்கத்தில் இல்லை. இந்த நடைமுறை இன்றும் தொடர்கிறது. அதனால் மேளாபஜார், ஒரு சர்வதேச சுதந்தர வணிக முறையாகும். காலப்போக்கில் அது ஒரு பிரபல வணிக மையமாக விரிவடைய லாயிற்று. சந்தை நிச்சயமாகும் ஒரு மாத காலத்திலேயே, ஏறத்தாழப் பதினைந்து லட்ச ரூபாய் செலாவணியாகும். அரக்கு மட்டுமல்லாமல் பூட்டானியர்கள் மேளாபஜாருக்குக் கொண்டு வரும் உற்பத்திப் பொருள்கள்-ஆரஞ்சு, கம்பளி ஆடைகள், கஸ்தூரி மற்றும் வெண்ணெய் போன்றவையாகும். பூட்டானிலிருந்து வந்து சேரும் கன்றுகாலிகள், குதிரைகள், நாய்க்குட்டிகள் என்பதாக எல்லாம் சேர்ந்து முதல்தர வியாபாரம் நடைபெறுகிறது. அஸாம் சமவெளியில் பூட்டான் நாய்களுக்குப் பரம்பரை பரம்பரையாக ஒரு வரவேற்பு உண்டு. மூன்று ஆண்டுகளுக்கு முன்புவரை, ஒரு நாய்க்குட்டியின் அதிகபட்ச விலை ஐந்து ரூபாயாக இருந்தது. இப்போது நூறு ரூபாய்க்குக் குறைந்து நாய்க்குட்டிகள் கிடைக்காது. பூட்டானிய உற்பத்திப் பொருள்களுக்குப் பதிலாக, சமவெளியில் - உப்பு, மண்ணெண்ணெய், புகையிலை, அலுமினியப் பாத்திரங்கள், நூல்வகைகள் போன்றவை விற்பனையாகி, கைமாறுகின்றன.

மேளா வரலாற்றின் எந்தக் காலகட்டத்திலும், சட்ட வரம்புகளைத் தாண்டி ஆற்றங்கரையில் நிலையான வீடுகள் அமைந்த ஒரு கிராமம் உருவானதாகச் சொல்வதற்கில்லை. ஆனால், இப்போது அங்கே அத்தகைய வீடுகள் சுமார் முப்பது இருக்கின்றன. அவற்றிடையே, ஹோட்டல்களும் வெற்றிலைப்பாக்குக் கடைகளும் நிலையாக இருக்கின்றன. தகர மேற்கூரைகளும் ஏற்றதான சூழல்களும் உள்ள வீடுகளில் தங்கியிருப்பவர்கள், மேளாபஜாரின் வேசிகள்தாம். சாதாரண மாதங்களில் ஐம்பது முதல் அறுபது வரையில் இருக்கும் அவர்களது எண்ணிக்கை, மேளா நடைபெறும் காலத்தில் இருநூறும் இருநூற்று ஐம்பதுமாக வளர்ந்துவிடுகிறது. இப்போது, உண்மையில் மேளாபஜாரை நிலைநிறுத்துவது இந்த வேசி வியாபாரம்தான்.

வடகிழக்கு மலைத்தொடர்களிலிருந்தும் அஸாம் சமவெளிகளி லிருந்தும், பெண்கள் அங்கே வந்து சேர்கிறார்கள். முன்பிருந்த காலங்களில் மேளா முடிந்தவுடன், வேசிகளின் இந்த ஆக்கிரமிப்புப் படை திரும்பிப் போய்விடும். பிற்காலங்களில் அவர்கள் அங்கே வீடுகள் அமைத்து நிலையாகத் தங்கிவிட்டார்கள். வீட்டு உடைமை யாளர்களும், பெண்களில் நல்ல விழுக்காடும் நேப்பாளிகள்தாம். வேசியர் வீடுகளும் அவர்களுக்கு உணவுதரும் உணவு விடுதிகளும் தவிர, மேளாபஜாரில் மற்றொரு கட்டடம் துலாம்பரமாகக் கண்ணை ஈர்த்து நிற்கிறது. அது ஒரு புத்தர் கோயில். அதன் கதவுகள் எப்போதும் மூடியே இருக்கும்.

மேளாபஜாரின் வியாபாரப் போக்கு, இக்காலத்துக்குச் சாரமற்றதுதான். பூட்டான் மலைகளில் சாலைப் போக்குவரத்தின் செயல்திறமை யினால், ஒரு நாள் பயணத்தில் கௌஹாத்திக்கு வந்துசேர வசதி இருக்கிறது. கிராமத்தினர் நாள்கணக்கில் நடந்து, தங்களுடைய உற்பத்திப்பொருளைச் சுமந்துகொண்டு ஒரு குறிப்பிட்ட சந்தைக்கு வரவேண்டிய தேவையில்லை. பூட்டான் மலைகளுக்கும் இந்தியச் சமவெளிகளுக்கும் இடையேயான போக்குவரத்து மூலம், உற்பத்திப் பொருள்களைக் கொண்டு செல்லும் வழக்கம் வந்துவிட்டது. ஆனாலும், அஸாம் சமவெளிக்கான ஒரு பிரதான கதவு இப்போதும் மேளாபஜார்தான். ஸமுத்ருப் ஜங்காரிலும் தரங்க்காவிலும், இந்த வழியேயான நிரந்தரமான ஆள் நடமாட்டம் இருக்கிறது. நடைப் பயணப் பாதைகளில் ஒரு பிரதான நகரம், ஸமுத்ருப் ஜங்கார். மகா ராஜாவின் குளிர்காலத் தங்குமிடமும் தர்பாரும் அங்கே உண்டு. தெருவில், ஆள்கள் மெதுவான குரலில்தான் பேசுவார்கள். பதினொரு மணிக்கெல்லாம் உறங்கிவிடுவார்கள். மலையுச்சிகளில் எங்கிருந்தோ காய்ச்சிக்கொண்டு வந்த பூட்டான் அயல்நாட்டு மதுவகைகளை விற்றுத்தீர்க்கும் மூன்று அல்லது நான்கு மதுபானக் கடைகள்தாம், ஸமுத்ருப் ஜங்காரின் உயிர். அவற்றில் ஒன்று, ஒரு மலையாளி நடத்தும் ஹோட்டல். மேளா நடக்கும் மாதங்களில், நகர வீதிகள் சூதாட்டக் காரர்களால் நிறைந்திருக்கும். ஸமுத்ருப் ஜங்காரில் குடித்துவிட்டு, மேளாபஜாரில் இரவைக் கொண்டாடப் போகும் பார்வையாளர்கள் மட்டும்தான், இப்போது மேளாவின் வாடிக்கையாளர்கள். பழைய வழக்கம்போலத் துணிவகைகளும் ஆரஞ்சுமாக வரும் வியாபாரிகள், எண்ணிக்கையில் மிகக் குறைவு.

மேளாபஜார் வேசியர் வீடுகளில், பொதுவாகப் பணிவான சூழல்தான் இருக்கும். அது அடிமைத்தனத்தினாலான பணிவாக இருக்க

வேண்டும். ஆனால், கட்டுப்பாடுகளின் அச்சுறுத்தல்கள் இல்லை. சில இரவுகளில், மிலிட்டரி போலீஸார் தெருக்களில் சுற்றித் திரிவார்கள். ஒளிந்துகொண்டு ஏமாற்றும் வேசிகளை, பட்டாளத்துக்காரர்கள் தேடித்தான் கண்டுபிடிக்க வேண்டியிருக்கும்.

சதியும் பயங்கரமும் மற்றெல்லா வேசியர் வளாகங்களைப் போல, மேளா பஜாருக்கும் உரியவைதான். நாங்கள் காத்திருந்த வீட்டில், நேப்பாளி இரவு நீண்டநேரம் கழித்துத்தான் தூக்கத்திலிருந்து விழித் தெழுந்தான். பின்னர், அவன் கூடுதலாகப் பணம் கேட்கத் தொடங்கி னான். சச்சரவாகிவிட்டது. பணிந்து பேசினால் பலவீனமாகிவிடு மென்று தெரியும். பதினொரு மணிக்குப் பிறகு, தரங்க்கா கன்டோன் மெண்ட் பகுதியிலும் ஸமுத்ருப் ஜங்காரிலும் பிரவேசிப்பதைத் தவிர்ப்பது நல்லது. பஜாரிலேயே தங்குவதுதான் உசிதம். ஆனாலும் அங்கே சச்சரவிட்டுச் சண்டையிட நேர்ந்ததால் நாங்கள் வெளியே வந்தோம், பூட்டான் போலீஸாரை எதிர்கொள்வது, மிகவும் எளிதாக இருக்குமென்ற நினைப்புடன். பூட்டான் தண்டனைச் சட்டங்கள், சாரமற்றவையாகவும் புறக்கணிக்க முடியாதவையாகவும் இருக்கின்றன. பதினொன்றுக்குப் பிறகு நகர வீதியில் அலைபவர்கள், ஐந்நூறு ரூபாய் தண்டம் கொடுக்க நேரும். நல்லவேளை. வழியில் போலீஸ்காரர் யாரும் இல்லை. அவர்கள் வருவதற்கு முன்பாகவே, துர்க்கா பூஜைக்குக் கோயிலும் பந்தலும் கட்டும் ஒரு கும்பல் இளைஞர்களை நாங்கள் சந்தித்தோம். பந்தல் கால்களுக்கான குழிகளைத் தோண்டியும் அலங்காரங்களுக்கான அபிப்பிராயங்களை வெளியிட்டும், நாங்கள் அவர்களுடன் சேர்ந்துகொண்டோம். பூட்டான் ரம்மும் தாம்பூலமும் பகிர்ந்துகொண்டு, தூக்கம் விழித்த இரவு அது.

21

ஒரு மரணத்தின் நினைவு!

உள்ளே முதியவர் அமைதியாக இறந்துகொண்டிருந்தார். பதினான்கோ பதினைந்தோ வயது தோன்றும் மூத்த மகள் தீபுவும் அவளுடைய தம்பி காஞ்ச்சனும், சலனம் ஒடுங்கத் தொடங்கிய அவருடைய மெலிந்த மார்பை மாறி மாறி தடவிக் கொண்டிருந்தார்கள். அவரை ஜோர்ஹாட் மருத்துவமனையிலிருந்து திரும்ப அழைத்து வந்திருக்கிறது. எந்த நிமிடமும் மரணம் நேரலாம். வெளியிலிருந்து வந்திருந்த பார்வையாளர்கள், காத்திருந்துவிட்டு சோர்வுடன் திரும்பிக் கொண்டிருக்கிறார்கள். அவர்களுக்குத் தாம்பூலம் கொடுத்தும் நோயைப் பற்றி விளக்கியும், என்னுடைய கொச்சைக் கலப்பு மொழியுடன், நானும் உள்ளேயும் வெளியேயும் போய் வந்தபடி காத்திருந்தேன். கமரபந்த என்ற பெயர் கொண்ட அந்தக் கிராமத்துக்கு, அதற்கு முன்பு நான் இரண்டு தடவைகள்தான் போயிருக்கிறேன். கிராமத்தாரில் பலருக்கு நான் அறிமுகமில்லாதவன். தனது அந்திம நாளில் ஜுகன் சர்மாவுக்கு மொழியும் நடையுடையும் ஒத்துவராத ஓர் அந்நிய உறவினன் உண்டானது எப்படியென்று அவர்கள் வியந்திருக்க வேண்டும். அப்படியொரு தகாத நேரத்தில், அந்தச் சூழ்நிலையில் நான் வந்திருப்பதன் முரண் எனக்கும் பிரமையாகத்தான் இருந்தது. இரண்டு நாழிகைக்கு முன்பு, நான் தங்கியிருந்த பொக்கலாயி கிராமத்திலிருந்து புறப்பட்டபோது, அதையெல்லாம் நினைக்கவில்லை.

பொக்கலாயி கிராமத்தில், என்னை விருந்தாளியாக ஏற்றுக்கொண்டவர் பீரன் சர்மா. அவருடைய ஒரே சகோதரியைத் திருமணம் செய்து கொண்டவர்தான் ஜுகன் சர்மா. அந்தச் சகோதரி ஏற்கெனவே இறந்து விட்டார். தீபுவும் காஞ்ச்சனும், தாயில்லாமல் வளர்ந்தார்கள். தாய்மாமனைத் தவிர, அவர்களுக்கு வேறு யாரும் உற்றார் உறவினர்கள் இல்லையென்று தோன்றுகிறது. அதனால் ஜுகன் சர்மா, மரணத்

தறுவாயில் மருத்துவமனையிலிருந்து திரும்பி வந்த செய்தியை முதலில் தெரியப்படுத்தியது, பொக்கலாயிக்குத்தான். ஆனால் பீரன் சர்மா, அன்று காலையில் திக்போய் என்ற தொலைதூர நகரத்துக்குப் போய்விட்டிருந்தார். மறுநாளே திரும்பி வருவதாகத்தான் போயிருந் தார். வீட்டில் அவருடைய மனைவியும் மூன்று பெண்பிள்ளைகளும் நானும் மந்தபுத்தியுடைய ஒரு கன்றுகாலி பராமரிப்புக்காரனும் தவிர, வேறு யாரும் இல்லை. மகன் துளு சர்மா, கோலாகாட் நகரில் தேர்வு எழுதுகிறான். அந்த நிலைமையில், பீரன் சர்மாவின் மனைவியும் இளைய மகள் லதுமணியும் கமரபந்தாவுக்குப் புறப்படும்போது, அவர்களுடன் நானும் போகவேண்டிய நிர்ப்பந்தத்துக்குள்ளானேன்.

விம்மல்கள், புலம்பல்கள் முதலான மரணம் சார்ந்த சோகச் சூழல் களிலிருந்து மாற்றம் தேடும் ஓர் உபாயமாகக் கருதி, பீரன் சர்மாவுக்குத் தந்தி அடிக்க டிட்டாபர் வரை போய்வர, நான் ஆயத்தமானேன். டிட்டாபருக்கு ஒரு மணி நேர பஸ் பயணம். நல்ல விதமான ஒரு சூழ்நிலை உருவாகக் கூடும் என்ற எண்ணத்தில், அங்கிருந்து திரும்பி வரும்போது எனக்கு அறிமுகமான ஒரு டாக்டரை உடனழைத்து வந்து, கமரபந்தாவுக்கும் கூட்டிப் போனேன். அவர் டிட்டாபரில் ஒரு தேயிலைத் தோட்டத்தில் தொழில்புரியும் பிரம்மச்சாரி. ஒரு சாதாரண பரிசோதனை முடித்து, ஜுகன் சர்மாவின் மரணம் இரவுதான் நிகழும் என்று அவர் என்னிடம் சொன்னார். பிறகு நாங்கள் வெளியே போய் உட்கார்ந்து, தேயிலைத் தோட்டத்தில் அவருடைய பங்களாவில் கழிக்க நேர்ந்த முறைகேடான சில இரவுகளை நினைத்துப் பார்த்து பேசிக் கொண்டிருந்தோம். கடைசியில் பஸ்ஸுக்காக டாக்டர் கிளம்பிச் சென்ற பிறகு, கிராமத்தார் மீண்டும் மீண்டும் வந்து அவர் என்னிடம் என்ன சொன்னாரென்று நெருக்கத் தொடங்கினார்கள்.

பாதி இரவு கழிந்தும், ஜுகன் சர்மாவின் மரணமோ பீரன் சர்மாவின் திரும்பி வருதலோ நிகழவில்லை. பார்வையாளர்கள் வந்துபோவதும் நின்றது. உள்ளே சில பெண்மணிகள், அப்போதும் தூக்கம் விழித்திருந் தார்கள். வராந்தாவில் எனக்குப் பின்னால், இரண்டு படுகிழவர்கள் குறட்டைவிட்டபடி உறக்கத்தில் இருந்தார்கள். நான் மட்டும் ஜுகன் சர்மாவின் கடைசி மூச்சுக்காகக் காதைத் தீட்டிக்கொண்டு, வராந்தாவில் இருந்தபடி எலுமிச்சை மர இலைப்பரப்பில் இருந்த மின்மினிப் பூச்சி களைப் பார்த்துக்கொண்டிருந்தேன். என்னுடைய இடத்திலிருந்து மிகத் தொலைவிலிருக்கும் இந்த இடத்தில், ஒரு மரணத்தின் உயிரோட்ட மான சாட்சியாக என்னை அழைத்து வந்த எதிர்பாராத அறிமுக உறவு, எவ்வளவு எதேச்சையானது!

பீரன் சர்மாவின் குடும்பத்துடன், குறைந்தது இரண்டு மாத பந்தமே எனக்கு உண்டு. மேலே, அஸாமில் போர்ஜான் என்ற பெயர்கொண்ட ஒரு தேயிலை கிராமத்தில் நான் தங்கியிருக்க நேர்ந்தது. அங்கிருந்து ஐந்து நாழிகை தூரத்திலான பொக்கலாயியில் கனக்காக்கட்டி என்ற நண்பரின் வீடு இருக்கிறது. ஒரு மத்தியானத்தில் சாப்பிட்டு முடித்து, நான் போர்ஜானிலிருந்து பொக்கலாயியிக்குப் புறப்பட்டேன். கரம்பானி என்பதான காட்டினூடே வழி. நான்கு மணிக்கு கிராமத்துக்கு அருகில் போய்விட்டேன். ஆனால் திடீரென்று பெய்த ஒரு கன மழை காரணமாக, நீண்ட நேரம் ஒரு பள்ளிக்கூடத்தின் வராந்தாவிலேயே காத்திருக்க நேரிட்டது. மழை நின்றது. கிராமத்துத் தெருவில் இறங்கி நடந்த என்னை, ஒரு கும்பல் நாய்கள் குறிப்பிட்ட தூரம் தள்ளி இடைவெளிவிட்டு, உச்சக்குரலில் குரைத்துக்கொண்டு என்னைப் பின்தொடர்ந்தன. அந்திப் பொழுதாகிவிட்டிருந்தது. வீட்டு முற்றங் களிலிருந்து எட்டிப் பார்த்துவிட்டு உள்ளே போய்விட்ட பெண்மணி களைத் தவிர, தெருவில் யாரையும் காணோம். பிரதான பாதையில் சென்றபோது, நடுவயதுக்காரரான ஒருவர் வந்தார். கனக்காக்கட்டியின் வீட்டை விசாரித்தேன். கனக் ஊரில் இல்லை. இன்ஜினீயரிங் மாணவனான அவன் இரண்டு நாள்களுக்கு முன்பு ஜோர்ஹாட்டுக்குப் போயிருக்கிறான். அதிகப் பிழை இல்லாத ஆங்கிலம் பேசிய முன்பின் அறிமுகமற்ற அந்த ஆள், தன்னை பீரன் சர்மா என்று அறிமுகப்படுத்திக் கொண்டார் - 'இந்த ராத்திரியிலே என்ன செய்வீங்க?' அவர் விசாரித் தார். சங்கடந்தான் என்றாலும், போர்ஜானுக்குத் திரும்பிப் போவதுதான் சரியென்று எனக்குத் தோன்றியது. பீரன் சர்மா தடுத்துச் சொன்னார். இன்று ஞாயிற்றுக்கிழமை. போர்ஜானில் பெரிய சந்தை முடிந்து திரும்பி வருபவர்களை எதிர்பார்த்து கரம்பானிக் காட்டில் பல கொள்ளைக்கூட்டங்கள் காத்திருக்கும். இங்கேயான மொழிகூடப் புரியாத என்னை, அவர்கள் தொந்தரவு செய்வார்கள் என்பதைப் புரிந்து கொண்டேன். 'என்னோட பிள்ளைங்க காலேஜில படிச்சிட்டிருக் கிறாங்க. உங்ககூடப் பேசுறதுக்கு ஆளுங்க இருக்காங்க. நீங்க நாளைக்குக் காலையிலே திரும்பிப் போகலாம்!' என்று அவர் என்னை உபசரிப்புடன் வரவேற்றார்.

பீரன் சர்மாவின் வீட்டுக்கான திருப்பத்தில் சென்றபோது, அங்கிருந்த குளத்தில் தூண்டில் போட்டுக்கொண்டிருந்த அவருடைய மனைவிக்கு, ஓரளவு பெரியதொரு மீன் கிடைத்தது. அது ஒரு மகிழ்ச்சியான சுபசகுனமாகத் தெரிந்தது. நான் ஒரு நல்ல விருந்தாளிதான். சர்மாவுக்கு, மூன்று பெண்பிள்ளைகளும் ஒரு மகனும் இருந்தார்கள். - புலுமணி, துளுமணி, லதுமணி, துளு சர்மா என்பதாகப் பெயர்கள். மறுநாள்

காலையில், நான் பொக்கலாயியிலிருந்து கிளம்பவில்லை. ஐந்து நாள்கள், அந்தக் குடும்பத்தின் இதமான நட்புறவில் கழிந்தன. அதற்கிடையில் கிராமத்தில் பெரும்பாலான வீடுகளுக்கு நான் அறிமுகமாகிவிட்டேன். பொக்கலாயி கிராமத்தின் செல்லப் பெண் அதிமனோகரியான லதுமணி. அவள் என்னை, பல குடும்பங்களுக்கு அறிமுகப்படுத்தினாள். அதன்பிறகு வடகிழக்கு இந்தியாவைவிட்டுப் போகும்வரை, என்னுடைய பயணங்களுக்கிடையில் பல சமயங்களில் நான் பொக்கலாயிக்குப் போயிருக்கிறேன். பீரன் சர்மாவின் வீடு எனக்கு அடைக்கல இடமாக மாறியது. கிராமத்தின் இளம் தலைமுறைக்கு நான் உள்ளூர் ரொபிதாவாகவும், பெரியவர்களுக்குக் கேரளத்துக் காரனாகவும் இருந்தேன். அவர்களுடன் சேர்ந்து நான் அவரவர் உறவினர் வீடுகளுக்கும், இரவு நேரங்களில் 'பாவனா' நாடகங்களுக்கும் போனேன். கேரளம், லதுமணியின் கனவாகியது. பி.ஏ. தேறி ஆங்கிலம் பேசுபவளாகும்போது, கேரளத்துக்குப் போகலா மென்று பீரன் சர்மா அவளிடம் சொல்லலானார். கடைசியாக எனக்கெழுதியிருந்த கடிதத்தில், அவள் கேட்டிருந்தாள்: 'பி.ஏ. பாசாகவில்லையானாலும், இங்கிலீஷில் பேசப் படித்தாலே கேரளாவுக்கு வரலாமல்லவா?' நாங்கள் கடைசியாக விடைபெற்றுக் கொண்ட போது, அவள் ஸ்கூல் ஃபைனல் தேர்வு எழுதி முடிவை எதிர்பார்த்துக் கொண்டிருந்தாள்.

ஔரங்கசீப்பின் பட்டாளத்தோடு மோதி முறியடிக்கப் புறப்படுவதற்கு முந்தின நாள் இரவு, உள்நாட்டுப் போர்வீரர்கள் கூடாரமடித்துத் தங்கிய இடம் கமரபந்த. அங்கே வைத்துத்தான் அந்தப் போர்வீரர்கள், இடுப்பில் கமரம் (ஆடைகொண்டு இடுப்பில் ஒரு சுற்று) பந்தித்தது (பிணைத்துக் கட்டியது). அதனால் கமரபந்த. வெற்றிபெற்றுத் திரும்பிய உள்நாட்டுப் போர்வீரர்களை, பெண்மணிகள் திலகம் அணிவித்து வரவேற்றதும் கமரபந்தத்துப் படைவீட்டில் வைத்துத்தான். காலையில் ஏழு மணிக்கு, பீரன் சர்மா திக்போயியிலிருந்து திரும்பியிருக்கிறார். ஜுகன் சர்மா அப்போதும் இறக்கவில்லை. நிலையற்றுத் துடித்துக்கொண்டிருந்த அவருடைய சுவாசம் கடைசியாக நிற்பதற்கு உச்சிவேளை ஆயிற்று. உலர்ந்த கைகளினால் சுவரைப் பற்றிப்பிடித்து அவர் நடக்க முனைந்து சரீரம் மூலையில் சரிய, ஜுகன் சர்மா இறந்தாரென்று அதைக் கண்டு அதிசயப்பட்ட லதுமணி, பொக்கலாயியிக்கு வந்து சொன்னாள்.

22

அஸாமில் தேசியத் திருவிழா

நாகரிக மதங்கள் தோன்றுவதற்குப் பன்னெடுங்காலத்துக்கு முன்னதான இயற்கை சார்ந்த ஆதிவாசிகளிடையே நிலவிய வழிபாட்டு முறைகளும் பண்பாட்டு அமைப்புகளும், இயற்கையையும் மண்பொம்மை சிலைகளையும் முன்னிறுத்தியவையாக இருந்தன. வன்முறைக் கலாசாரத்தின் பெரிய நீரோட்டம், சுயமாக முன்னோர்கள் ஏற்றுக் கொண்ட ஐதீகங்களுக்கும் வீண்கதைகளுக்கும் புது அலங்காரங்கள் செய்து புதிய கோயில்களில் குடியமர்த்தியது. மதங்கள் அதிகரித்த போது, இனம் சார்ந்த பழைமைகள் வலுவிழந்தன. நீதிக்கும் மரியாதைக்கும் பணிந்து, புதிய கோயில்களில் வந்து சேரும்படி புதியவர்கள் வசப்படுத்தப்பட்டார்கள். மத நம்பிக்கைகள் நீண்ட ஆயுள் கொண்டவை. புழக்கத்திலிருந்த மதங்கள் பரப்பிய நம்பிக்கைகளுக்கும் திரட்டிய பண்பாட்டு மதிப்பீடுகளுக்கும் நிகராக, ஓர் உள்ளூற்றாக இருந்து அவை நிலைத்துவிட்டன. இயற்கையின் பருவ மாற்றங்கள், இந்த அக வாழ்க்கையை இப்போதும் தூண்டிக்கொண்டிருக்கின்றன. கொண்டாட்டங்களும் உற்சவங்களும் பிரதான அனுஷ்டானங்களாகி, ஆதித்தோற்றம் வெளியேறிவிட்டது. இத்தகையதொரு வெளிப்பாடு தான், அஸாமின் தேசியத் திருவிழாவான ‘பிஹு.’

சித்திரை முடிந்து இதோ வைகாசி வந்துவிட்டது. பபேலிக் கொடிகள் பூத்திருக்கின்றன. நான் பிஹுவைப் பற்றிச் சொல்லத் தொடங்கினால் முடிவடையாது. அஸாமில், ஆண்டுப் பிறப்பான ‘பிஹு’ வருவது ஏப்ரல் மத்தியில். குளிரில் மூழ்கியிருந்த இயற்கை, இந்தப் பருவத்தில் வசந்தத்தின் சிநேக ஸ்பரிசம் அறிந்து தளிர்க்கிறது. பருவ காலங்கள் சார்ந்த மகிழ்ச்சி, மனித மனங்களில் ஆழ்ந்த மாற்றங்களை உருவாக்கும். சங்கீதத்தின், தாளத்தின், அனுஷ்டானங்களின் உருவத்தில் அந்த மகிழ்ச்சி வெளிப்படும். மத்திய இந்தியாவில் ஆதிவாசி இனத்தவர்கள் வழிபடும் காலம் இது. சித்ரா பௌர்ணமி முதலான வழிபாடுகளுக்கு நிகரானது

பிஹு. விந்திய மலைத்தொடர்களிலும், கிழக்குப் பகுதிப் பிரதேசங்களிலும் ஆதிவாசிகளுக்கு இயற்கையில் அமையும் சிறிய மாற்றம்கூட உற்சவங்களுக்கும் பூஜைகளுக்கும் தூண்டுகோலாகும். தற்போதைய இனங்களுடையது போலவே, இயற்கையுடன் நித்திய திடமான பிணைப்புக் கொண்டது, பிரம்மபுத்ராவின் இரு கரைகளிலும் அமைந்த வாழ்க்கை. இயற்கை வழிபாடு சார்ந்த கருத்துகள், இந்தப் பகுதிகளில் முற்றிலும் தடைப்பட்டுவிடவில்லை. பிஹுவின் காலம் என்பது, பூமியில் புது ஜனனங்களின் காலம். பிஹு கொண்டாட்டங்களின் உள்ளோட்டமான மகிழ்ச்சியுணர்வுக்குக் காரணமும் இதுதான்.

சித்திரையின் கடைசி நாளில் பிஹு தொடங்குகிறது. சங்கராந்தி நாள், கன்றுகாலிகளின் பிஹு (காரு பிஹு)வாக அனுஷ்டிக்கப்படுகிறது. அன்று காலையில் குளிப்பாட்டிய பிறகுதான், கன்றுகாலிகளை மேயவிடுவார்கள். கொம்புகளிலும் நெற்றியிலும் ஔஷதச் சாந்தும் கடுகெண்ணெயும் தேய்த்து, அவற்றை நீர்நிலைகளுக்கு இட்டுச் செல்வார்கள். வழிநெடுக கத்திரிக்காயும் மஞ்சளும் சேர்த்துக்கட்டிய இலைச் செண்டுகளால் சாமரம் வீசியபடி, சிறார்கள் அவற்றை மிருதுவாகத் தடவிக் கொடுப்பார்கள்.

'வருடம் முழுக்க மஞ்சளும் கத்திரிக்காயும் தின்று, தடிக்க வேண்டும். உன் அப்பா மெலிந்திருக்கிறார். நீ தின்று கொழுத்துப் பெரியவனாக வேண்டும்' எனக் கன்றுகளைத் தடவிக் கொடுத்து, சிறார்கள் கமுக்கமான குரலில் உருப்போட்டுச் சொல்வார்கள். பசுக்களைக் குளிக்கச் செய்து மேயவிட்ட பிறகு தாங்களும் குளித்துத் திரும்பும் சிறார்கள், திரும்ப எடுத்துவரும் எஞ்சிய இலைச் சாமரத்தை வீட்டின் மேற்கூரையில் செருகி வைப்பார்கள். குடும்பத்தார்கள் குளியல் முடித்து பிரார்த்தனை நடத்தி மூத்தவர்களை வணங்கி, பிஹுவின் சிறப்புகளான அவலும் தயிரும் சாப்பிடுவார்கள். சாயங்காலம் கால்நடைகள் திரும்பி வரும்போது, அவற்றை பூஜை முறைகளுடன் வரவேற்று, சுத்தம் செய்யப்பட்ட தொழுவங்களில் புதிய கயிறு கொண்டு கட்டுவார்கள். அவற்றின் குளம்படிகளில், குங்குமும் சந்தனமும் பூசுவார்கள். அன்றைய தினம், அரிசி கொண்டு தயாரித்த ஒருவகை அப்பம் கால்நடைகளுக்கான தீனியில் இருக்கும்.

இரண்டாம் நாள், புது வருடத்தின் முதல் நாள் என்பதாக மனிதர்களின் பிஹு. எளிமையான சடங்குகள்தான் இருக்கும். குளியல் முடித்து எல்லாரும் பெரியவர்களை வணங்கி, அவர்களிடமிருந்து பிஹு வெகுமதிகளைப் பெற்றுக் கொள்வார்கள். அந்த வெகுமதி, வீட்டுத்

தறிகளில் பெண்கள் நெய்த 'கமோச' என்ற சின்ன வேஷ்டியாக இருக்கும். அன்றைக்கு வழக்கமான உணவு வகைகள் சமைப்பதில்லை. ஏற்கெனவே சேமித்து வைத்திருக்கும் அரிசிகொண்டு செய்த இனிப்புப் பலகாரங்களும் அவலும் தயிரும்தான் எல்லாரும் சாப்பிடுவார்கள். வீட்டுத் தலைவர், சோதிடரைச் சந்தித்துப் புதிய வருடத்தில் நடக்கப் போவதைப்பற்றிக் கேட்டுத் தெரிந்துகொள்வார். கெடுதலான அறிகுறிகள் இருக்குமானால், பிராமணர்களின் உதவியுடன் பரிகாரங் கள் செய்துகொள்வதுண்டு. உறவினர்களைச் சந்திப்பதும் விருந்துகள் வைப்பதும், பிஹு நாள்களில் பிரதானமாக இருக்கும். பிஹுவை மனோகரமானதாக, மகிழ்ச்சிகரமானதாக ஆக்குபவை இந்த வழக்க மான செயற்பாடுகளல்ல. 'ஹுஸாரி' எனப்படுவதான சங்கீத நடனக் குழுக்கள்தாம்.

கிராமத்தில், வைணவ ஆலயங்களில் (நாங்கர்கள்) ஹுஸாரி கீர்த்தனைகள் இசைக்கப்படுவதிலிருந்து, பிஹு நாள் தொடங்குகிறது. ஆலயங்களிலிருந்து கிளம்பும் ஹுஸாரிக் குழுக்கள் கொம்பு, இசைத் தாம்பாளம், செண்டை முதலான அவர்களுடைய சங்கீத உபகரணங் களுடன் எல்லா வீட்டு வாசல்களுக்கும் சென்று பாடவும் ஆடவும் செய்யும். அந்தக் குழுவில் உள்ளவர்களுக்குத் தாம்பூலமும், பணமாக ஒரு வெகுமதியும் கொடுக்கவேண்டும். வெகுமதிகள் பெற்றுக் கொண்ட பின்பு, ஹுஸாரிக் குழு முழங்காலிட்டு வீடுகளுக்கு நல்லாசி கூறும். வீட்டிலுள்ளவர்களும் அவ்வாறே முழங்காலிட்டு ஆசீர்வாதங் களை ஏற்றுக்கொள்வார்கள்.

ஹுஸாரி சங்கீதக் கச்சேரி, நாள் முழுக்கத் தொடரும். சிபஸாகர், மஜுலி முதலான பகுதிகளில், பாட்டும் ஆட்டமும் மாதம் முழுவதும் நடக்கும். இரண்டு வகை ஹுஸாரிக் குழுக்கள் உண்டு. சங்கீத உபகரணங்களுடன் வீடுதோறும் சென்று வைணவக் கீர்த்தனைகள் பாடுவதை முக்கியமானதாகக் கொள்ளும் முதியவர்களைக் கொண்டது முதல் குழு. அவர்கள் ஆட மாட்டார்கள். பிஹுவை ஓர் இளமைக் கொண்டாட்டமாக ஆக்குவது, பாடுவதிலும் ஆடுவதிலும் ஈடுபடும் இரண்டாவது குழுவே. இந்தக் குழுவில் இளைஞர்களும் குமரிகளும் இருப்பார்கள். அவர்கள் பாடுவது பெரும்பாலும் காதல் பாடல்கள்தான். நடன முறைகளிலும் காதல் சமிக்ஞைகள் வெளிப் படும். மார்பையும் இடுப்பையும் முன்னும் பின்னும் அசைத்துக் கொண்டு, இசைவான சில காலடி வைப்புகளுடன் வட்டமிட்டுச் சுற்றும் பிஹு நடனங்களில், துள்ளிக் குதித்தல் இடையிடையே நிகழும். சங்கீத தாளத்தின், ஆரோகணங்களில், நாணம் களைந்த ஒரு

மகிழ்ச்சி வெளிப்பாடாக அது அமையும். திருமணமாகாத இளைஞர் களையும் குமரிகளையும் பொறுத்தவரை, பிஹு நாள்கள் விமோசன நாள்களாக அமையும்.

முதியவர்களின் கட்டுப்பாடுகளிலிருந்து வெளியேற, பிஹு அவர்களுக்கு வாய்ப்பைத் தருகிறது. எட்டத்தில் இருக்கும் கிராமத்துக்கு இளைஞர்களும் குமரிகளும் சென்று, அந்தக் கிராமத்தின் வட்டாரத்துக்கு வெளியிலுள்ள மர நிழல்களில் நிலா வரும் வரையிலும் சுயேச்சையாக ஆடிப்பாடும் வழக்கம் இப்போதும் இருக்கிறது. இயல்பாகவே இந்த நடன வாய்ப்புகள், காதல் வேண்டுகோளுக்குத் தொடக்கங்களாகவே அமையும். பிஹு சமயத்தில் ஒரு முறையாவது புணரப்படாத குமரிகள், துர்பாக்கியவதிகள் என்பதாகக் கருதப்படுவார்கள். முன்பெல்லாம் குமரிகள் தங்களுக்கான வரனைத் தேர்ந்தெடுத்தது, பிஹு நடனக் குழுக்களிலிருந்துதான். பிஹு நடனங்களிலும் பாட்டுகளிலும் நாட்டமில்லாத இளைஞர்களை அஸாமிய கிராமங்களில் காண முடியாது. பெரும்பாலான வீடுகளில், பிஹு சங்கீத உபகரணங்கள் இருக்கின்றன.

அஸாமிய சங்கீதத்தின் தொடக்கம்-பிஹு கானங்களிலிருந்துதான். அவற்றின் மாசில்லாத கலையுணர்வும், இளமை சார்ந்த வெளிப்பாடு களும்-இதயங்களை ஈர்ப்பவை. வளர்ந்துவரும் புதிய பூஜை முறைகளில் தொன்மையான வரலாறு கொண்ட பிஹு விழா, பூமி மாதாவின் உற்பத்தியைத் தூண்டுவதற்காகக் கொண்டாடப்படுகிறது என்பதனால், கானங்களின் பொதுவான உள்நோக்கம் மகிழ்ச்சித் தூண்டல்தான். சில பாடல்களின் பொருள் பின்வருமாறு:

> ‘செண்டைக்காரன் இசைக்கிறான். தாம்பாளக்காரன் தாம்பாளம் தட்டுகிறான். ஆனால், ஆட்டக்காரனின் குடும்ப விவரம் என்ன? ஏ நடனக்காரா, என்னருகில் வராதே! உனக்கு வசிய மந்திரங்கள் தெரியும்... பொன் நிறம் கொண்டவளே, இலை கொய்ய நீ வாழைத்தோட்டம் போகாதே! உன்னுடைய மேகலையில் கறை படிந்துவிடும். ஆள்கள் நடுவில் நீ என் மீது கோபப்படு, பரவாயில்லை. ஆனால், அறையில் தனிமையில் என்னைக் காதலிப்பாயாக. சென்ற பிஹுவின்போது நான் உன்னிடம் ஒரு ககன (புல்லாங்குழல் போன்ற ஓர் இசைக்கருவி) கேட்டிருந்தேன். இந்த வருஷம்கூட, நீ எனக்கு அதைத் தரவில்லை. எனக்கு இனிமேல் உன் ககன வேண்டாம். கொண்டு போய்க் கொடு மற்றவர்களிடம். உன்னிடம், தடாகத்தில் ஓர் அன்னமாக நான் நீந்துவேன்; புறாவாக உன்னுடைய

கூரைகளில் ஏறி அமர்வேன்; வியர்வைத் துளிகளாக உன் மேனியில் தவழ்ந்து இறங்குவேன். ஈயாக உன்னுடைய கன்னங்களில் முத்தமிடுவேன். திடீரென்று வந்து நிற்க நான் ஒரு மின்னல் அல்ல; பாய்ந்து உன்னிடம் வந்து சேர நதியுமல்ல. கிளியாக இருந்தேனானால், இருபக்கத்துச் சிறகுகளுடன் நான் பறந்து வந்திருப்பேன். நீ ஒரு வெள்ளரிப் பழமாக இருந்திருந்தால், நான் உன்னைக் கடித்துத் தின்றிருப்பேன். உன்னுடைய விழிகள், மானின் விழிகள்; முலைகள் இரண்டும் தாமரை விதைப் பாத்திரங்கள்; கைகள், பட்டில் பொதிந்த தாமரைத் தண்டுகள். இந்த ஒரு பிடி இடுப்பைக் கண்டு, நான் உன்னைக் காதலித்தேன். உன்னைப் புழக்கடையில் பார்த்த பிறகு, தீயிலிட்ட கடுகுபோல என்னுடைய தேகம் பொரிகிறது. நாழிகைகளும் விநாடிகளுமாக இரவில் ஆடை நழுவுகிறது. நம்முடைய பிஹு, நம்மால் மாசடையக் கூடாது. நம்முடைய பிஹுவைத் தடுத்து நிறுத்த யாருமில்லை.'

ஆரிய வம்சமல்லாத ஹிந்துக்களிடையில் மதுபானம் அருந்துவது, பிஹு கொண்டாட்டத்தின் பிரதான நிகழ்ச்சியாகும். பிஹு நாள்களில், விருந்தினருக்கு வீட்டில் காய்ச்சிய மதுபானம் தந்து உபசரிப்பது என்பது, உள்ளூர் (மங்கோலியர்) குடும்பங்களைப் பொறுத்தவரை ஒரு நிர்ப்பந்தமாகும். பழைய சோற்றிலிருந்து காய்ச்சியெடுத்த ஒருவகை வெள்ளை மது (ரைஸ் பீர்), உள்ளூர் வீடுகளில் பிஹு நாள்களில் தாராளமாக இருக்கும். பிராமணர்கள் பொதுவாக, இந்தக் கொண்டாட்டங்களில் பங்கெடுத்துக் கொள்வதில்லை. மேற்கு மாவட்டங்களில் ஆரிய ஹிந்துக்களிடையில், மொத்தத்தில் ஹுஸாரி விழாக்கள் சம்பிரதாயமில்லை. சொந்த விழாவாக பிஹுவை ஏற்றுக் கொள்ள, ஆரிய வம்சத்தினருக்கு இப்போதும் வெட்கம்தானென்று தெரிகிறது. அஸாமில் குடியேறி வாழ்வதை நிரந்தரமாக்கிக்கொண்ட மங்கோலிய இனத்தவரும் ஆதிவாசிகளும்தான், பிஹு கொண்டாடப் பட உண்மையில் காரணமானவர்கள். சங்கரதேவருடைய வைணவ ப்ரஸ்தானமென்ற அமைப்பின் வைணவ சிந்தனைப் பரவலுக்கு, ஹுஸாரி பாடல்களைப் பயன்படுத்த நேர்ந்தது. பிஹு பாடல்களில், ராதா - கிருஷ்ணன் காதல் பாவனைப் பாடல்களுக்கும் விஷ்ணு துதிகளுக்கும் இடையேயான இடைவெளி உண்டானது எப்படி? நடன முறையில் காணப்படும் சில சம்ஸ்கிருதக் கரணங்களுக்கான காரணமும் வைணவ ஆதிக்கம்தான்.

பிஹு முதலாவதாக ஒரு வாலிபத் திருவிழா என்ற போதிலும், கடந்து போன வாலிபத்தின் நினைவைப் புதுப்பித்துக் கொள்வதைப்போல,

சில இடங்களில் முதியவர்களும் நடனங்களில் பங்கெடுத்துக் கொள்கிறார்கள். பார்பெட்டா பிரதேசங்களில், நடுவயதினரான பெண்மணிகள் தரிசு வயல்களில் குழுமியிருந்து பாடுவதும் ஆடுவதும் வழக்கம். ஆண்கள் தங்கள் அருகில் வர, அவர்கள் அனுமதிப்பதில்லை. அவர்கள் பாடுகின்ற பாட்டுகளும் ரகசியங்களாக இருக்கும். அவர்களில் சிலர் ஆண்வேடம் புனைந்திருப்பார்கள். ஆட்டத்தின் மகிழ்ச்சியினிடையே அவர்கள் ஏழு வகை தானியங்களைத் தேர்ந் தெடுப்பார்கள். பிஹூவின் ஏழாம் நாள்-புது மழைக்குப் பிறகு முளைவிட்ட ஏழு வகை தானியங்களைச் சமைத்து கறியாக்கிச் சாப்பிடுவது ஆசாரமாகும்.

கோல்பாரா - பார்பெட்டா மாவட்டங்களில் போடா ஆதிவாசி களிடையே மாகோன் என்ற சடங்கு ஒன்று உண்டு. இது ஹூஸாரியினின்றும் அதிக வித்தியாசமில்லாதது. அஸாமில், புத்த மதத்தினர் புத்த விக்ரகங்களை பிஹூ நாளில் கோயிலுக்கு வெளியே கொண்டு வந்து கழுவி சுத்தப்படுத்துவார்கள். பிஹூ கொண்டாடுவது புத்தமத நம்பிக்கைகளுக்கு அப்பாற்பட்டது. நடனமாடுபவர்களுக் கிடையிலும் பாடுபவர்களுக்கிடையிலும் முஸ்லிம் பெண்களைப் பார்ப்பது என்பது சாதாரணம்.

பிரதான கொண்டாட்டமான பிஹூ தவிர, வேறு இரண்டு கொண் டாட்டங்களும் இருக்கின்றன. காடிபிஹூ, மாகபிஹூ. காடிபிஹூ வின் மற்றொரு பெயர் காம்காலி பிஹூ (தரித்திர பிஹூ) என்பதாகும். இந்தப் பருவத்தில், தானியக் குதிர்கள் பொதுவாகத் தீர்ந்து காலியாக இருக்கும். காடிபிஹூ நாளன்று சாயங்காலம் வீட்டு முற்றத்தில், துளசித் தளத்தில் மண் சுதைகளைக் கொளுத்துகிறார்கள். விவசாயம் பவித்திரமானதென்று கருதுவது போல், முளைத்து வெளிப்படும் தானியப் பயிர்களை ஒரு பிரம்புத்தடியினால் தடவித் தழுவுவதும், வயலின் நடுவே ஒரு தீபம் ஏற்றி வைப்பதும் நடைபெறும். மகாபிஹூவின் மற்றொரு பெயர் போகாலி பிஹூ என்பதாகும். பெயர், குறிப்பிடுவதுபோல, உபசாரங்களுடனும் பலவிதத் தின்பண்டங்களுடனுமான ஒரு கொண்டாட்டம் இது.

அறுவடை முடித்த சில நாள்களிலேயே போகாலிபிஹூ வருகிறது. சம்பந்தப்பட்ட வயல்களில் பெரிய விறகுக் கட்டுகளைக் குவித்து தீயிடும் சம்பிரதாயமும் இருக்கிறது. சங்கராந்தி நாளில்தான் இது நடக்கும். வாலிபர்களுக்கு அன்றைய இரவு உறக்கம் கிடையாது. ஆட்டமும் பாட்டுமாக அவர்கள் கிராமத்தில் சுற்றித் திரிவார்கள். எந்த அடுக்களைக்குள்ளும் புகுந்து, பெண்கள் சுட்டெடுக்கும் அப்பங்களைத்

தட்டிப் பறித்துச் செல்ல அவர்களுக்கு அனுமதி உண்டு. மெஜீஸ் எனப்படும் விறகுக் கட்டுக்குத் தீ வைப்பது என்ற மாதத்தின் முதல் விடிகாலையாகும்.

எல்லா பிஹு கொண்டாட்டங்களும், ஒரு வகையில் விவசாயத் திருவிழாக்கள்தான். இந்து மதக் கருத்துகள், இத்தகைய ஆதிப் பிராகிருத இனங்களின் உற்சவ காலத்துக்குப் பின்னர் புகுந்து கொண்டவை. அஸாமின் பிஹுவுக்கும் கேரளத்து விஷுவுக்கும், நிறையவே பொருத்தங்கள் உண்டு. இரண்டும் ஒரே நாளில்தான் கொண்டாடப்படுகின்றன.

---

www.ingramcontent.com/pod-product-compliance
Lightning Source LLC
LaVergne TN
LVHW100357181026
850499LV00037B/505
* 9 7 8 8 1 8 3 6 8 6 2 8 0 *